உலக சினிமா (பாகம்-II)

உலக சினிமா பாகம்-II

உலகத் திரைப்படங்களை
கண்முன் நிறுத்தும்
எழுத்துச் சினிமா

செழியன்

விகடன்
பிரசுரம்

Title :
ULAGA CINEMA (Volume-II)
© CHEZHIAN

ISBN : 978-81-89936-88-4

விகடன் பிரசுரம்: 235

நூல் தலைப்பு:
உலக சினிமா (பாகம்-II)

நூல் ஆசிரியர்:
© செழியன்

முதற்பதிப்பு : டிசம்பர், 2007
எட்டாம் பதிப்பு: செப்டம்பர், 2016

விலை : ₹ 175

பதிப்பாளர்:
பா.சீனிவாசன்

முதன்மை உதவி ஆசிரியர்:
அ.அன்பழகன்

உதவி ஆசிரியர்:
ஜெ.கலைவாணி

கிராஃபிக் டிசைனர்:
த.வினோத்

வடிவமைப்பு:
ப.ஷங்கர், தே.ஆறுமுகம், ப.சுப்பிரமணி

இந்தப் புத்தகத்தின் எந்த ஒரு பகுதியையும் பதிப்பாளரின் எழுத்துபூர்வமான முன் அனுமதி பெறாமல் மறுபிரசுரம் செய்வதோ, அச்சு மற்றும் மின்னணு ஊடகங்களில் மறுபதிப்பு செய்வதோ காப்புரிமைச் சட்டப்படி தடை செய்யப்பட்டதாகும். புத்தக விமர்சனத்துக்கு மட்டும் இந்தப் புத்தகத்திலிருந்து மேற்கோள் காட்ட அனுமதிக்கப்படுகிறது.

விகடன் பிரசுரம்
757, அண்ணா சாலை, சென்னை-600 002.
எடிட்டோரியல் பிரிவு போன்: 044-28524074 / 84
விற்பனை பிரிவு போன்: 044-42634283 / 84
e-mail: books@vikatan.com

படைப்பின் கனவு

'உலக சினிமா வேறு... சினிமா உலகம் வேறு' என்றார் ஒருமுறை ஜெயகாந்தன்!

இனம், மதம், மொழி, நீ, நான் கடந்து மானுட உணர்ச்சிகளைப் பேசுவதே உலகப் படைப்பு. மனிதத்தின் பொதுமொழி, மௌனத்தின் அடியாழத்தில் தளும்பும் எல்லோருக்குமான சிரிப்பும் அழுகையும்தான். அந்தச் சிரிப்பை, அழுகையை, கோபத்தை, காதலை திரையில் மொழிபெயர்ப்பதே உலக சினிமா.

எங்கோ, யாருக்கோ அல்லது இங்கே நமக்கு என்கிற சுவர்களை உடைத்து ஒவ்வொரு இதயத்துக்கும் நம்பிக்கையை, அன்பை, ஒளியைப் பாய்ச்சுவதே படைப்பின் பெருங்கனவு! செய்தி உலகின் உன்னதத் திரைப்படங்களைப் பற்றி பேசுவதே இந்த நூல். ஒவ்வொரு சினிமாவைப் பற்றியும் தனக்கான பறவைமொழியுடன் பதிவு செய்திருக்கிறார் ஒளிப்பதிவாளர் செழியன்.

ஆனந்த விகடனின் வெற்றித் தொடர்களில் ஒன்றான 'உலக சினிமா'வை எழுத்தால் செதுக்கிய செழியனின் பங்களிப்பை 'சினிமா உலகம்' நன்றியுடன் நினைவில் வைத்திருக்கும்.

இது வெறும் தொடராக மட்டுமே நின்றுவிடாமல் தொகுப்பாக வந்தால் மிகவும் பயனுள்ளதாக இருக்கும் என்று வாசகர்களும், திரைப்படத் துறையைச் சார்ந்தவர்களும் கேட்டுக்கொண்டதால் இந்தக் கட்டுரைகள் நூலாக வெளியிடப்படுகின்றன. இப்போது இரண்டாம் பாகம் உங்கள் கரங்களில் தவழ்ந்து கொண்டிருக்கிறது.

திரைத் துறையில் சாதனை படைக்க விரும்பும் ஆர்வலர்களுக்கு இந்த நூல் பயனுள்ளதாக இருக்கும் என்பதில் ஐயமில்லை.

உலக சினிமாவின் கதவுகள் திறக்கப்படுகின்றன.

புரட்டப் புரட்ட உலகம் ஒளிப்படமாகட்டும்!

–பதிப்பாளர்

அந்த உறுதி நம்வசம் இருந்தால்...

"ஒரு திரைப்படத்தை எப்படிப் பார்க்கவேண்டும்?"

-இரண்டு வருடங்களுக்கு முன்பு புதுதில்லியில் நடந்த திரைப்பட ரசனைக்கான வகுப்பில் கலந்துகொண்டபோது அங்கு வந்திருந்த ஆசிரியர் இந்தக் கேள்வியை எழுப்பினார். கேள்வி என்னை வசீகரித்தது.

"ஒரு திரைப்படத்தை எப்படிப் பார்க்கவேண்டும்..? இப்போது நாம் எப்படிப் பார்த்துக்கொண்டு இருக்கிறோம்..? நாம் ஒரு படத்தில் நமக்குப் பிடித்த நடிகர்களைப் பார்க்கிறோம். கதையைப் பார்க்கிறோம். கூடுதலாக ஒளிப்பதிவையும், இசையையும், இயக்குனரையும் பாராட்டுகிறோம். அத்துடன் அந்தப் படம் முடிவடைந்துவிடுகிறது. நண்பர்களுடன் அரட்டையடிப்பதுபோல நம் வாழ்க்கையில் நாம் செய்கிற பல பொழுதுபோக்குகளில் திரைப்படம் பார்ப்பதும் ஒன்று. அதற்குமேல் அதில் என்ன இருக்கிறது? ...இருக்கிறது. அதற்குமேலும் ஒரு திரைப்படத்தில் விஷயங்கள் இருக்கவேண்டும். படம் பார்ப்பது வெறும் பொழுதுபோக்கு என்ற நிலையைக் கடந்து ஒரு அனுபவமாக அது மாறவேண்டும். அத்தகைய படங்களே நல்ல படங்கள். அவற்றைப் பார்க்கப் பழகுவதே ஒரு ஒழுக்கம்'' என்று சொன்ன ஆசிரியர் சில படங்களிலிருந்து சில காட்சிகளைத் திரையிட்டு, திரைப்பட மொழியை உலகின் இயக்குனர்கள் எப்படியெல்லாம் பயன்படுத்தியிருக்கிறார்கள் என்று விளக்கினார்.

சந்தேகம் மேலும் வலுவடைந்தது. 'திரைப்பட மொழி என்றால் என்ன? அதைக் கற்றுக்கொண்டால்தான் படம் பார்க்க முடியுமா?'

'இல்லை. திரைப்பட மொழி மிக எளிமையானது. உலகத்திலிருக்கும் நல்ல படங்களைப் பார்த்தாலே போதுமானது. நல்லது எது என்று நமக்குத் தெரியத் துவங்கினால் பொழுதுபோக்கு என்ற பெயரில் வரும் மோசமான படங்களை நாமே ஒதுக்கிவிடலாம். அவ்வாறு தரம் பிரித்தறியும் நுட்பத்தைப் பெற நம் ரசனை மாறவேண்டும். திரைப்படம் கண்டு பிடிக்கப்பட்டு நூறு ஆண்டுகளைக் கடந்தும் இன்னும் பொழுதுபோக்கு என்ற பெயரில் கூத்தடிப்பதும், அதை நாம் நம் குழந்தைகளுடன் பார்த்துக்கொண்டிருப்பதும் அபத்தமானது. மேலைநாடுகளில் எது நல்ல படம் என்பதை குழந்தைகளுக்கு மாணவ நிலையிலேயே கற்றுத்தருகிறார்கள். ஒப்பிட்டுப் பார்த்தால்தான் நாம் எவ்வளவு பின்தங்கி இருக்கிறோம் என்பது புரியும்!'

ஒரு நல்ல திரைப்படம் கதையை மட்டும் சொல்வதில்லை. அதில் வாழ்க்கை முறை இருக்கிறது. கலாசாரம் இருக்கிறது. மனிதநேயம் இருக்கிறது. ஆழமாகப் பார்ப்பவர்களுக்கு பல நுட்பமான விஷயங்கள் அதனுள் இருக்கின்றன. எந்த நல்ல படமும் தன்னை நம்பிப் பார்க்கிற

பார்வையாளனை ஏமாற்றுவதில்லை. எனினும் உலக சினிமாவை முதலில் அணுகுபவர்களுக்கு அது பிடிக்கவேண்டும் என்பதால் முதல் தொகுதியில் அதிகம் கதை சார்ந்த எளிமையான படங்கள் இருக்கின்றன. கதையைக் கடந்தும் திரைப்படம் இயங்குவதால் கதையை வெவ்வேறு கோணத்தில் அணுகுகிற, ஒரு கதையாக இல்லாமல் வாழ்க்கை அனுபவமாகப் பதிவு செய்கிற படங்கள் இந்த இரண்டாவது தொகுதியில் உள்ளன.

'திரைப்படம் என்பது பிரமாண்டமானது... எளிதில் அணுக முடியாதது...' என்றெல்லாம் நமக்குக் கற்பிக்கப்பட்டிருக்கும் பிரமைகளை முதலில் நாம் விடவேண்டும். உலகின் பெரிய இயக்குனர்கள் பலர் மிகச் சாதாரண குடும்பப் பின்னணியில் இருந்து வந்தவர்கள். ஒரு நல்ல திரைப்படம் எடுக்க எந்தக் கல்லூரியிலும் படிக்கவேண்டிய அவசியம் இல்லை. வாழ்க்கை அனுபவமே போதுமானது. எனவே, பல துறையிலும் இருக்கிற ஆர்வமுள்ள இளைஞர்கள் வரவேண்டும். நம் திரைப்படங்களுக்கென இருக்கிற பழைய விதிகளையும் சமன்பாடுகளையும் உடைத்து புதிய அலையை இங்கு ஏற்படுத்தவேண்டும். அந்த உறுதி நம்வசம் இருந்தால் உலகத்தரமான படங்களை நம்மால் எடுக்கமுடியும்.

விகடனில் தொடராக வந்தபோது, இயக்குனர்கள் குறித்த விவரங்களை இணையத்தில் தேடித் தந்த அன்புத் துணைவி பிரேமா, அன்பு மகன் சிபிநந்தன் இருவரின் ஒத்துழைப்பும் தொடரைச் சாத்தியமாக்கின.

தொடருக்காக தங்களிடம் இருக்கும் படங்களைக் கொடுத்து உதவிய அண்ணன் கவிஞர் அறிவுமதி, நண்பர்கள் அய்யப்பமாதவன், முத்துக்குமார், எழில், சிங்கப்பூர் நண்பர்கள் அறிவுநிதி, கங்கவராஜ், இத்தொடரில் தனியார்வம் காட்டிய நண்பர்கள் மாமல்லன், வாசு அனைவருக்கும் என் நன்றி. புதிய படங்களை தொடர்ந்து அறிமுகம் செய்யும் நண்பர் விஸ்வாமித்திரன் பெரும் நன்றிக்குரியவர்.

கட்டுரைகளைப் படித்துவிட்டு நேரிலும் தொலைபேசியிலும் தொடர்ந்து வாழ்த்துக்களைத் தெரிவித்துக்கொண்டு இருக்கும் அனைவருக்கும் என் நன்றி.

ரசனை மாறிவரும் சூழலில் இதுபோன்ற ஒரு தொடரை வெளியிட்டு, எனது விருப்பம்போல எழுத அனுமதித்த விகடனுக்கும், அதன் ஆசிரியர் குழுவுக்கும், அழகிய நூலாக வெளியிடும் விகடன் பிரசுரத்துக்கும் என் நன்றிகள்.

அன்புடன்,
செழியன்

மின்னஞ்சல்: chezhian6@gmail.com

இந்நூல்...

சிறுவயதில் அடிக்கடி சினிமாவுக்கு அழைத்துப்போய்,
திரைப்படங்களின் மீது எனக்கு ஆர்வத்தை ஏற்படுத்திய
என் முதல் ஆசிரியரும் அன்பு அப்பாவுமான
மு.இராமலிங்கம் அவர்களுக்கு

30

தி லாஸ்ட் எம்ப்பரர்
THE LAST EMPEROR

சென்ற நூற்றாண்டுகளில் மன்னர்களாக இருந்தவர்களின் பரம்பரையைச் சேர்ந்தவர்கள் இப்போது என்னவாக இருக்கிறார்கள்? மன்னராட்சி ஒழிந்து மக்களாட்சி வந்ததும் பல தலைமுறையாக அவர்களிடம் இருந்துவந்த அதிகாரம் பறிபோனது. வாழ்ந்துகெட்ட குடும்பங்களின் கதையைப் போல பலம் பொருந்திய பேரரசாக இருந்து வீழ்ந்த சாம்ராஜ்யங்களின் கதைகள் நம் சரித்திரத்தில் நிறைய இருக்கின்றன. அப்படி ஒரு சாம்ராஜ்யத்தில் கடைசிப் பேரரசராக இருந்தவரின் கதைதான் 'The Last Emperor'.

1950. சீனா-ரஷ்ய எல்லையில் உள்ள மஞ்சூரி என்னும் இடத்தில் ராணுவ வீரர்கள் அணிவகுத்து நிற்க, ரயிலில் அழைத்துவரப்பட்ட கைதிகள் வரிசையாக இறங்குகிறார்கள். "கைதுசெய்யப்பட்ட கிரிமினல்கள் எல்லோரும் இறங்குங்கள். எதிரில் உள்ள அறையில் காத்திருங்கள். யாரும் யாருடனும் பேசக்கூடாது" என்று அறிவிப்பு வருகிறது. கைதிகள் வரிசையாக அந்த அறையில் சென்று உட்கார்கிறார்கள். ரயில் நிலையத்தில் கம்யூனிஸ ஓவியங்கள் வரையப்படுகின்றன. அதைப் பார்த்துக்கொண்டு இருக்கும் கைதியான இளைஞர் புயுவை கூட்டத்திலிருக்கும் ஒருவர் அடையாளம் கண்டுகொண்டு, "பேரரசரே"

என்று சொல்லிக் காலில் விழுகிறார். அவரைத் தொடர்ந்து மேலும் சிலர், "நீங்கள் நெடுங்காலம் வாழவேண்டும்" என்று சொல்லிக் காலில் விழுகிறார்கள். இதைப் பார்க்கும் போலீஸார் அவர்களை விரட்டுகிறார்கள்.

இதையெல்லாம் வேதனையுடன் பார்த்துக்கொண்டு இருக்கும் அந்த இளைஞர் மெதுவாக எழுந்து அருகிலிருக்கும் கழிவறைக்குள் சென்று கதவைத் தாழிடுகிறார். கைக்கழுவும் தொட்டி அருகே போய் நிற்கிறார். ஒரு முடிவுடன் இரு கைகளின் மணிக்கட்டையும் அறுத்துக்கொண்டு நீர் நிரம்பிய தொட்டியில் கைகளை அமிழ்த்துகிறார். ரத்தம் நீரில் மெல்லப் பரவத்துவங்குகிறது. அந்த இளைஞர் உள்ளே போய் வெகுநேரமாக வெளியில் வராததை அறிந்த ராணுவ அதிகாரி ஒருவர் கதவைத் தட்டுகிறார். நீருக்குள் ரத்தம் பரவிக்கொண்டே இருக்கிறது. கதவை வெளியே இருப்பவன் பலமாகத்தட்ட உள்ளிருக்கும் இளைஞர் தீர்க்கமாகத் திரும்பிப் பார்க்க, "கதவைத்திற கதவைத்திற" என்ற சத்தம் அறைக்குள் தேய்ந்து ஒலிக்க... பெரிய அரண்மனையின் கதவு திறக்கப்படுகிறது... நினைவுகள் மீள்கின்றன.

பீகிங் 1908. அரண்மனையின் கதவுகள் திறக்கப்பட குதிரையில் வரும் வீரர்கள் மூன்று வயதுச் சிறுவனான புயுவை பல்லக்கில் வைத்து பெரிய அரண்மனைக்கு அழைத்துச்செல்கிறார்கள். அங்கிருக்கும் சாம்ராஜ்யத்தின் அரசி, தான் இறக்கும் தருவாயில் சிறுவனான புயுவை 10000 வருடங்களுக்கு சீன வம்சத்தின் பேரரசராக நியமித்து இறந்துபோகிறாள். குழந்தையான மன்னரை அரச உடை அணிந்து சிம்மாசனத்தில் உட்காரவைத்து மன்னரை

வாழ்த்திப் பாடுகிறார்கள். குழந்தையான மன்னர் நடப்பதன் முக்கியத்துவம் அறியாமல் சிம்மாசனத்தில் ஏறி ஆடுகிறான். படைவீரர்கள் பெரிய அணிவகுப்பை நடத்துகிறார்கள். அதை வேடிக்கைப் பார்க்கும் குழந்தை ஒரு வீரனிடம் போய் அவன் கக்கத்தில் வைத்திருக்கும் சிறிய உலோக டப்பாவுக்குள் இருக்கும் வெட்டுக்கிளியைக் கேட்கிறான். இன்றிலிருந்து இது சாதாரண வெட்டுக்கிளியல்ல. பேரரசரின் வெட்டுக்கிளி என்று அவனும் அதைக் கொடுக்கிறான்.

நினைவுகள் முடிய இப்போது போலீசார் அறையின் கதவை உடைக்கிறார்கள் நிறைய ரத்தம் வெளியேறிய நிலையில் மயங்கிக் கிடக்கும் இளைஞனான பேரசரரை தூக்கி நிறுத்துகிறார்கள், "நான் இப்போ எங்கேயிருக்கேன்?" "மக்களாட்சி நடக்கும் சீனக்குடியரசில்" "ஏன் என்னைச் சாகவிடாம தடுத்தீங்க?" நீ கிரிமினல். தீர்ப்பு சொல்லும்வரை நீ உயிரோடு இருக்கணும், "நான் கிரிமினல் இல்ல. 10000 வருஷத்துக்கு அரசன்" என்று சொல்கிறான். "எந்திரி" என்று சொல்லி அவரது சட்டையைப் பிடித்து அதிகாரி தூக்கி நிறுத்துகிறார். கைதிகளை எல்லாம் வண்டிகளில் அடைத்து சிறைச்சாலைக்கு அழைத்துவருகிறார்கள். பேரரசர் கைதிகளோடு கைதியாக தன் சிறைக்கு வருகிறார். அவரது அறைக்குத் தங்கவரும் இன்னொரு கைதியான தன் தம்பியைப் பார்த்ததும் புயுவுக்கு புன்னகை மலர்கிறது. ராஜவாழ்க்கையின் நினைவுகள் திரும்பவும் மீள்கின்றன. பத்துவயது இருக்கும் சிறுவனான பேரரசரும் அவரது தம்பியும் அரண்மனையில் ஓடிவிளையாடிய நாட்கள் காட்சிகளாக விரிகின்றன. பேரரசரின் சின்ன அசைவுக்குக்கூட நூற்றுக்கணக்கான பணியாட்கள் பின்னால் வருகிறார்கள். விதவிதமான உணவு வகைகளும், ராஜபோகமும் இருந்த அந்த நாட்கள் நினைவுக்குவர சிறைச்சாலையில் இந்தக் கோலத்தில் அண்ணனைப் பார்த்ததும்

WINNER OF 9 ACADEMY AWARDS®
INCLUDING BEST PICTURE
NOW PRESENTED
IN THE ORIGINAL DIRECTOR'S CUT
THE
LAST EMPEROR
CONTAINS AN ADDITIONAL HOUR OF
NEVER-BEFORE-SEEN FOOTAGE

கண்ணீர் வடித்து அவரைக் கட்டிக்கொள்கிறான்.

பேரரசராக இருந்த புயுவின் சிறை நடவடிக்கைகளைக் கவனிக்கும் அதிகாரி தன் அறைக்குத் திரும்பி சீனாவிலிருந்த மன்னர் பரம்பரை பற்றி 1919-ல் சீனப் பயணியாக வந்த ஜான்ஸ்டன் என்ற ஆங்கிலேயர் எழுதிய நூலைப் படிக்கத் துவங்குகிறார். மன்னர் பரம்பரையின் கடைசி மன்னரான புயுவைப் பற்றி எழுதிய அத்தியாயத்தில் இருந்து படிக்கத் துவங்குகிறார். “அப்போது நான் சீனா வந்தபோது மாணவர்கள் எழுச்சி நடந்துகொண்டு இருந்தது” என்று அவர் படிக்கத்துவங்க காட்சிகள் விரிகின்றன.

மாணவர்கள்... “சீனாவே விழித்தெழு” எனும் கோஷங்கள் எழுப்பிக்கொண்டிருக்கும் காலகட்டத்தில் பேரரசரான புயுவுக்கு ஆசிரியராக அந்த அமெரிக்கர் வருகிறார். புயுவைச் சந்திக்கிறார். பதினைந்து வயதில் இருக்கும் புயுவுக்கு பாடம் நடத்துகிறார். அரண்மனையில் நடக்கும் விஷயங்களும் அவற்றின் பிரமாண்டமும் அவருக்கு ஆச்சர்யத்தைக் கொடுக்கின்றன. புயு பேரரசராக இருந்தபோதும் அரண்மனையில் அவருக்கு இருக்கும் கட்டுப்பாடுகள் ஜான்ஸ்டனுக்கு அதிர்ச்சியைத் தருகின்றன. புயுவுக்கு கண் பார்வைக் குறைவு ஏற்படும்போது அதற்குக் கண்ணாடி போடுவதற்குக்கூட ராஜவம்சத்தில் அனுமதி மறுக்கப்படுகிறது. அதனால், அதிர்ச்சியடையும் ஜான்ஸ்டன், “அப்படியெனில் நான் இதைப் பற்றி சீனாவில் உள்ள பத்திரிகைகள் அனைத்திலும் பேட்டி கொடுப்பேன். பேரரசர் தன் சொந்த அரண்மனையிலேயே சிறைவைக்கப்பட்டு இருகிறார். இந்த பூமியிலேயே மிகத் தனியான ஒருவர் என்றால் அது பேரரசர்தான்” என்று சொல்லப்போவதாகச் சொல்கிறார். ஒருவழியாக பேரரசர் கண்ணாடி போடச் சம்மதிக்கிறார்கள். கொஞ்சநாட்களில் புயுவுக்கு ராஜபரிவாரங்களுடன் திருமணமும் நடக்கிறது.

பேரரசான புயு அரண்மனைக்குள் சில அதிரடியான மாற்றங்களைச் செய்கிறார். தனது நண்பரும் ஆசிரியருமான ஜான்ஸ்டனின் நண்பரை அரண்மனையின் நிர்வாகியாக நியமிக்கிறார். தன் நீண்ட சடைமுடியை அறுத்தெறிகிறார். தேவையற்ற நூற்றுக்கணக்கான வேலையாட்களை அரண்மனையில் இருந்து வெளியேற்றுகிறார். அரண்மனைக்கு வெளியே நடக்கும்

மக்கள் எழுச்சிபோல அரண்மனைக்கு உள்ளும் வேகமாக மாறுதல்கள் நடக்கத் துவங்குகின்றன.

ஒருநாள் புயு தன் மனைவியருடன் பூப்பந்து விளையாடிக்கொண்டு இருக்கும்போது குடியரசின் துப்பாக்கி ஏந்திய காவலர்கள் புயுவையும் அரண்மனையில் இருக்கும் அனைவரையும் ஒருமணி நேரத்தில் வெளியேறச் சொல்கிறார்கள். அங்கிருந்து தன் குடும்பத்துடன் வெளியேறும் புயு சீனாவுக்கு வெளியே தங்கியிருக்கிறார். தனது சாம்ராஜ்யத்தை திரும்பவும் சீனாவுக்குள் ஸ்தாபிக்க விரும்பும் புயு சீனக் குடியரசுக்கு எதிரான ஜப்பானின் ஆதரவுடன் ஒரு அரசை ஸ்தாபிக்கவும் செய்கிறார். தொடர்ந்து அதிகாரத்தை தக்கவைத்துக்கொள்வதில் நிர்வாகத்திலும், குடும்பத்திலும் பிரச்னைகள் தொடர்கின்றன. அவரது கொள்கைக்கு ஒத்துப்போகாமல் உடன் இருக்கும் அமைச்சர்கள் அவரைவிட்டுச் செல்கிறார்கள். மனைவி போதைப் பழக்கத்துக்கு அடிமையாகிறாள். இந்தக் காலத்தில் நடக்கும் இரண்டாம் உலகப்போரில் ஜப்பான் வீழ்கிறது. தனக்கு ஆதரவாக இருந்த ஜப்பானின் வீழ்ச்சியால் ஆதரவுக்கு யாருமில்லாத நிலையில் விமானத்தில் தப்பித்துப்போக முயற்சிக்கையில் புயு கைது செய்யப்படுகிறார்.

சிறைச்சாலையில் சாதாரண கைதியாக தோட்டவேலை செய்துகொண்டு இருக்கும் புயுவின் ராஜ வாழ்க்கையின் நினைவுகள் இத்துடன் நிறைவடைகின்றன. சிறைச்சாலைக்குள் தங்கியிருக்கும்போதும் சக கைதிகளிடம் ஒரு பேரரசரைப் போல நடந்துகொள்ளும் புயுவை குடியரசின் அதிகாரிகள் சாதாரண மனிதராக மாற்றுகிறார்கள். 1959-ல் தனது பத்துவருட சிறை வாழ்க்கைக்குப் பின் தனது 53-வது வயதில் புயு விடுதலையாகிறார். தோட்டவேலை செய்பவராகவும், ரோஜா பதியன்களை வளர்ப்பவராகவும் தன் வாழ்க்கையைக் கழிக்கிறார் புயு.

1967. வயதாகித் தளர்ந்த புயு அருங்காட்சியகத்தில் பணம் கொடுத்து நுழைவுச்சீட்டு வாங்கிக்கொண்டு, தான் வசித்த பழைய அரண்மனையைப் பார்க்க வருகிறார். யாருமற்ற பிரமாண்டமான அரண்மனை. படைவீரர்கள் அணிவகுக்கும் பரந்த மைதானத்தில் தனியே நடந்து சிம்மாசனம் இருக்கும் இடத்தை நோக்கி வருகிறார். யாரும் நுழையக்கூடாது என்று எழுதப்பட்ட சிறிய கயிறால் ஆன தடுப்பைத் தாண்டி தங்கத்தாலான அந்த பெரிய சிம்மாசனத்தை மெலிதான புன்னகையுடன் பார்க்கிறார். மேடையின் மேலிருக்கும் சிம்மாசனம் நோக்கி படிகளில் மெல்ல ஏறுகிறார். "நில்லுங்க... அங்க நீங்கபோக அனுமதியில்லை" என்று சொல்லிக்கொண்டே ஒரு சிறுவன் ஓடிவருகிறான். புயு திரும்பிப் பார்க்கிறார். "நீ யாருப்பா?" "நான் இங்கதான் இருக்கேன். காவலாளியோட பையன்" என்கிறான் சிறுவன். புயு புன்னகையுடன், "நானும் இங்கதான் இருந்தேன். அதில்தான் உட்கார்ந்திருந்தேன்" என்று

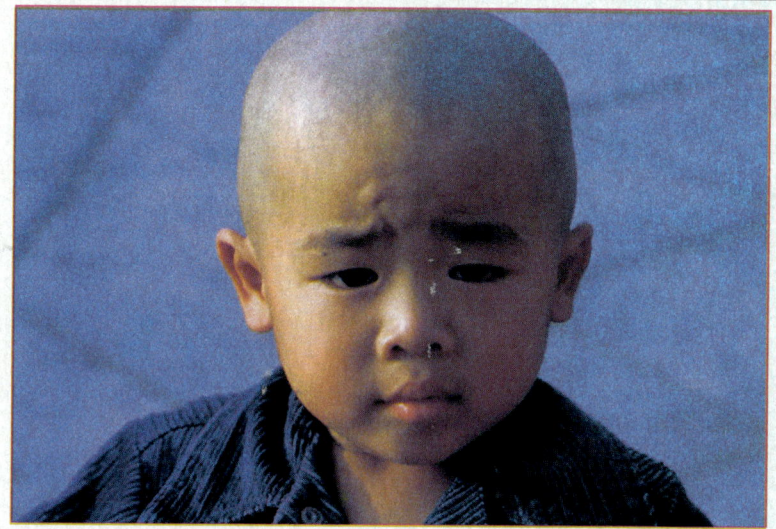

சிம்மாசனத்தைக் காட்டுகிறார். "நீங்க யாரு?" என்று சிறுவன் கேட்கிறான். "நான்... சீனாவோட பேரரசரா இருந்தேன்" "நிரூபிங்க" என்று சிறுவன் சொல்ல புயு சிரித்துக்கொண்டே படிகளில் ஏறி சிம்மாசனத்தில் அமர்ந்து சிறுவயதில் தான் சிம்மாசனத்துக்குக் கீழே ஒளித்துவைத்திருந்த வெட்டுக்கிளி வளர்க்கும் மரக்கூடு ஒன்றை எடுத்து தன் சட்டையில் துடைத்து சிறுவனிடம் கொடுக்கிறார். சிறுவன் அதை ஆச்சர்யமாக வாங்கிப் பார்க்கிறான். மெல்லத் திறக்கிறான். அதனுள்ளிருந்த பெரிய வெட்டுக்கிளி ஒன்று மெல்ல வெளியே வருகிறது. சிறுவன் அதை தனக்குப் பரிசாகக் கொடுத்த முதியவரைத் திரும்பிப் பார்க்கிறான். அங்கு யாருமே இல்லை.

சுற்றுலாப் பயணிகள் கையில் விதவிதமான கேமராக்களுடன் சிம்மாசனத்தை நோக்கி வருகிறார்கள். அவர்களுக்கு வழிகாட்டியாக வரும் ஒரு பெண் அரண்மனையின் பெருமைகளை எடுத்து சொல்கிறாள். ''இதுதான் ராஜமண்டபம். இங்குதான் பேரரசர்களுக்கு பட்டம் சூட்டப்பட்டது. கடைசிப் பேரரசரான அய்சின் கேரோ புயு மூன்று வயதில் இங்குதான் பட்டம் சூட்டப்பட்டார். 1967-ல் இறந்தார்". இசை பெருக யாருமில்லாத அந்த தங்க சிம்மாசனத்தின் மீது எழுத்துக்கள் மேல்நோக்கி நகர ஒரு பிரமாண்டமான சரித்திரம் நிறைவடைகிறது.

சிறைச் சாலையில் இருக்கும் புயுவின் கடந்தகால நினைவாகவும், சிறை அதிகாரி படிக்கும் ஜான்ஸ்டனின் புத்தகம் வழியாகவும், புயுவை அதிகாரிகள் நடத்தும் விசாரணை வழியாகவும் பலமுறை ஃபிளாஷ்பேக் முறையில் சொல்லப்படும் இக்கதை ஒரு சிறந்த வரலாற்று ஆவணமாகவும் சுவாரஸ்யமான திரைப்படமாகவும்

Bernardo Bertolucci

இத்தாலியில் உள்ள பர்மாவில் 1940-ல் பிறந்தார். இவரது தந்தை திரைப்பட விமர்சகராகவும் கவிஞராகவும் இருந்தார். இவருக்குப் பதிமூன்று வயதிருக்கும்போது குடும்பம் ரோம் நகருக்கு குடிபெயர்ந்தது. அங்கிருக்கும் கலவையான காலாசாரமும், கலைரீதியான தொடர்புகளும் திரைப்படம் மீது இவருக்கு இருந்த ஆர்வத்தை வளர்த்தன. தன் பதின்வயதுகளில் கவிஞராக இருந்தார்.

திரைப்படத்தில் உதவி இயக்குனராக வேலை பார்ப்பதற்காக தனது பல்கலைக்கழகப் படிப்பைக் கைவிட்ட இவர் இத்தாலியின் புகழ்பெற்ற இயக்குனர்களில் ஒருவரான பசோலினியிடம் உதவியாளராகச் சேர்ந்தார். தனது 16-வது வயதிலேயே குறும்படம் எடுக்கத் துவங்கிய இவர் தனது 21-வது வயதில் தனது முதல்

நம்மை ஆட்கொள்கிறது. அரண்மனையின் கதவுகள் திறக்கப்பட ராஜமரியாதையுடன் வந்த பேரரசர், நான் கைதி 981. விசாரணைக்காக வந்திருக்கிறேன் கதவு திறங்கள் என்று கேட்பதும், கடைசியில் தோழர்கள் நடத்தும் ஊர்வலத்தில் கைதுசெய்து அழைத்துச் செல்லப்படும் நபர் தன்னைப் புது மனிதனாக உருவாக்கிய சிறை அதிகாரி என்று தெரிந்து அவரை புயு காப்பாற்றச் செல்வதும் உருக்கமான இடங்கள். படத்தின் துவக்கத்தில் தான் 10000 வருடங்களுக்கு பேரரசர் என்று சொல்லும் புயு படத்தின் முடிவில் தன்னை ஒரு தோட்டக்காரன் என்று அறிமுகம் செய்துகொள்வார். மன்னராட்சியின் வீழ்ச்சியையும் மக்கள் சீனத்தின் எழுச்சியையும் இக்காட்சிகள் நுணுக்கமாகப் பதிவுசெய்கின்றன. துவக்கத்தில் சிறுவனான பேரரசரின் நடவடிக்கைகளோடு நகைச்சுவையாகத் துவங்கும் கதை படத்தின் கடைசியில் அழுத்தமான சோகமாக மாறுகிறது. புயு அரண்மனைக்கு வரும் அந்தக் கடைசி காட்சி மிகவும் நெகிழ்ச்சியானது.

ஏறத்தாழ 200 நிமிடங்கள் ஓடும் இப்படம் மிகத்தெளிவாக மன்னராட்சியின் அதிகாரங்களையும் அதன் பிரமாண்டத்தையும்,

படத்தை இயக்கினார். 'கற்பனையான கதையைப் படமாக்குவதாக இருந்தாலும் அதற்குள் இருக்கும் உண்மையைத்தான் ஒரு திரைப்படம் வெளிப்படுத்துகிறது. உண்மையைத் தேடுவதும் அதைக் கண்டறிவதும்தான் ஒரு திரைப்படத்தின் வேலை' என்று சொல்லும் இவர் உலக சினிமாவின் பிரமாண்டமான படங்களை எடுத்தவர்களில் முக்கியமானவர்.

இவரது பிற படங்கள்

The Dreamers (2003) Ten Minutes Older: The Cello (2002) Besieged (1998) Stealing Beauty (1996) Little Buddha (1993) The Sheltering Sky (1990) 12 registi per 12 citta (1989) The Last Emperor (1987) Addio a Enrico Berlinguer, L' (1984) Tragedy of a Ridiculous Man (1981) Luna (1979) 1900 (1976) Last Tango in Paris (1972) Salute e malata, La (1971) The Spider's Stratagem (1970) The Conformist (1970) Love and Anger (1969) Partner (1968) Via del petrolio, La (1967) (TV) Canale, Il (1966) Before the Revolution (1964) The Grim Reaper (1962)

Technical Details

The Last Emperor / 1987 / United Kingdom / 219min / colour /Director-Bernardo Bertolucci / Writers-Mark peploe, Bernardo Bertolucci,Henri Pu-Yi (Auto Biography) / Cast-John Lone, Richard Vuu, John chen / music-David Byrne, Ryuichi Sakamoto, Cong su /Editor-Gabriella Cristiani, Anthony Sloman / cinematography-Vittorio Storaro .

நேர்த்தியாகவும் அழகாகவும் பதிவு செய்கிறது. தேர்ந்த இசை, நல்ல ஒளிப்பதிவு, அரங்கமைப்பு, ஆடை வடிவமைப்பு, சிறந்த இயக்குனர், சிறந்த திரைக்கதை என்று ஒன்பது ஆஸ்கர் விருதுகளையும் உலகெங்கும் நிறைய விருதுகளையும் குவித்த இந்த ஆங்கிலமொழிப் படம் 1987-ல் வெளியானது. இதன் இயக்குனர் இத்தாலி நாட்டைச்சேர்ந்த பெர்னார்டோ பெர்டோலுசி (Bernardo Bertolucci).

இப்போதும் நம் ஊர்களில் இருக்கும் அருங்காட்சியகத்தில் நுழைவுச்சீட்டு வாங்கிக்கொண்டு பழைய அரண்மனைகளுக்குள் நுழையும்போது முதலில் அதன் பிரமாண்டம் நம்மைப் பிரமிக்கவைக்கும். பிறகு புறாக்களின் எச்சங்களுடன் இருளடர்ந்த அந்த விதானங்களையும், அங்கு காட்சிக்கு வைக்கப்பட்டிருக்கும் பழைய பட்டுத்துணியால் ஆன சிம்மாசனத்தையும் பார்க்கும்போது நம்மையறியாமல் ஒரு விதமான வெறுமை நம்மனதில் கவியத்துவங்கும். இன்றைக்கும் மருது சகோதரர்களின் வாழ்க்கையையும் கட்டபொம்மனின் கதையையும் கூத்துப் பாடல்களில் கேட்கும்போது நம் கண்கள் கலங்குகின்றன. வீழ்ச்சிதான் எத்தனை சோகமானது.

31

கிகுஜிரோ

KIKUJIRO

பயணங்கள் இனிமையானவை. ஒவ்வொரு பயணமும் நமக்கு ஏதோ ஒரு அனுபவத்தைத் தருகின்றன. மகிழ்ச்சியைத்தேடி சுற்றுலாத் தலங்களுக்கும், புதிய வேலைகள் தேடி நகரத்துக்கும் போவதைப்போல ஒவ்வொரு பயணத்திலும் கையில் சில முகவரிகளை வைத்துக்கொண்டு நாம் அதைத் தேடிப்போகிறோம். அதுபோல தன் அம்மாவைத் தேடி வெகுதூரம் பயணிக்கிற ஒரு சிறுவனின் பயண அனுபவம்தான் 'kikujiro'.

தேர்வு முடிந்து மறுநாளிலிருந்து கோடை விடுமுறை துவங்குவதால் எட்டுவயதுச் சிறுவனான மாசோ, தன் நண்பனுடன் மகிழ்ச்சியாக தெருவில் சுற்றித்திரிந்து விட்டு வீட்டுக்கு வருகிறான். பாட்டி வீட்டில் தங்கிப்படிக்கிற அவன் வீட்டுக்குள் நுழைகையில் அவனுக்கான உணவு மூடிவைக்கப்பட்டு இருக்கிறது. அதை சாப்பிட்டுவிட்டு கால்பந்து விளையாடுவதற்காக மைதானத்துக்கு வருகிறான். பரந்த மைதானத்தில் யாருமேயில்லை. அங்கிருந்து கிளம்பிக்கொண்டு இருக்கும் பயிற்சியாளர், "மாசோ... கோடை விடுமுறை துவங்கியாச்சு. இனி பயிற்சி வகுப்பு கிடையாது. பீச் அல்லது வேற எங்கயாவது போ... ஜாலியா இருக்கும்" என்று சொல்லிவிட்டு அவரும் கிளம்ப மாசோ மட்டும் தனியாக நிற்கிறான்.

அன்று இரவு வேலைக்குப் போய்விட்டு வீடு திரும்பியிருக்கும் பாட்டி அடுப்படியில் வேலை செய்துகொண்டு இருக்கிறாள். மாசோ சோகமாக உட்கார்ந்து இருக்கிறான். "லீவுக்கு எங்க போறது? யாரு உன்னக் கூட்டிட்டுப் போவா? உன் அப்பாவும் இறந்துட்டார்" என்கிறாள். "அம்மா?" என்று பாட்டியிடம் கேட்கிறான். "அவ ரொம்ப தூரத்துல வேலை பார்க்குறா. அதுவும் உனக்காகத்தான்... நீ நல்லாப்படி... படிச்சு. பெரிய ஆளாகி எங்கவேணுன்னாலும் போகலாம்... சரியா?" என்கிறாள். மறுநாள் காலை பாட்டி அவனுக்குத் தேவையான உணவை சமைத்து வைத்துவிட்டு வேலைக்குக் கிளம்புகிறாள். பாட்டி போனதும் விளையாடுவதற்காக நண்பன் வீட்டுக்கு வந்து அவனை அழைக்கிறான். பதில் இல்லை. அங்கிருந்து இன்னொரு நண்பன் வீட்டுக்கு வருகிறான். அவன் பெற்றோர்களுடன் சுற்றுலா கிளம்பிச்செல்கிறான். மாசோ சோகத்துடன் வீட்டுக்குத் திரும்பி வருகிறான். வீட்டில் தனியாக உட்கார்ந்து அம்மாவின் போட்டோவைப் பார்த்துக்கொண்டே இருக்கிறான். அவள் இருக்கும் முகவரியை எடுத்துக்கொண்டு அவளது போட்டோவையும் சில புத்தகங்களையும் ஒரு பையில் வைத்துக்கொண்டு வீட்டிலிருந்து கிளம்புகிறான்.

அவனது பாட்டியின் உறவினரான ஒரு தம்பதியர் அவன் ஓடி வருவதைப் பார்க்கின்றனர். மாசோ கையில் கொஞ்சம் பணம் வைத்திருக்கிறான். அதைப் பார்க்கும் அவர்கள் அவனை அருகில்

இருக்கும் ஹோட்டலுக்குக் கூட்டிப்போய் ஆறுதலாகப் பேசுகிறார்கள். “மாசோ... அம்மா இருக்கும் ஊர் ரொம்ப தூரத்துல இருக்கு. நீ தனியா போகமுடியாது. சரி இதெல்லாம் உன் பாட்டிக்குத் தெரியுமா?” “தெரியாது” என்று குனிந்துகொண்டே மாசோ தலையசைக்கிறான். அவனைப் பார்த்து மனம் இரங்கும் அவள் தன்னிடம் இருக்கும் பணத்தையும் கொடுத்து, “பாட்டியிடம் நான் சொல்லிக்கிறேன். நீ போயிட்டு வா'' என்று சொல்லி போக்கிரியான தன் கணவனையும் அவனுடன் அனுப்பிவைக்கிறாள். அவர் அங்கிருந்து சைக்கிள் ரேஸ் நடக்கும் இடத்துக்கு அவனை அழைத்துப் போகிறார். கையில் இருக்கும் பணத்தையெல்லாம் ரேஸில் விடுகிறார். பிறகு அவர் மாசோவிடம் இருக்கும் பணத்தையும் கேட்டுவாங்கி ரேஸில் கலந்துகொண்டு பணத்தை இழக்கிறார். மாசோ அழத்துவங்குகிறான். “அழுாத நான் நிச்சயமா உங்க அம்மா கிட்ட கூட்டிட்டுப் போறேன்” என்று அவனுக்கு ஆறுதல் சொல்லி அன்று இரவு அங்கிருந்து ஒரு வாடைகைக் காரில் கிளம்புகிறார்கள். போகும் வழியில் டிரைவர் இறங்கிய நேரம் பார்த்து காரில் இருக்கும் மீட்டரைப் பார்க்கிறார். இவ்வளவு பணம் எப்படி கொடுக்குறது? என்று தனக்குத்தானே சொல்லிக்கொண்டு தானே வண்டியை ஸ்டார்ட் செய்து காரை ஓட்டத்தெரியாமல் ஓட்டுகிறார். நகைச்சுவையான அவரது செயல்கள் தொடர்கின்றன. மறுநாள் காலை கார் பழுதானதும் காரை அங்கேயே நிறுத்திவிட்டு மாசோவை அழைத்துக்கொண்டு நெடுஞ்சாலை வழியே நடக்கத்துவங்குகிறார்.

வழியில் லாரிகள் நிற்கும் இடத்திலிருந்து ஏதாவது வண்டியைப் பிடித்துக் கிளம்பலாம் என்று முடிவுசெய்து மாசோவைப் போய் அங்கு நிற்கும் ஒரு காரில் கேட்கச் சொல்கிறார். காரில் இருக்கும் காதலர்கள் அவனைப் பார்த்ததும் காரில் ஏற்றிக்கொள்ளச் சம்மதிக்கிறார்கள். மாசோ காரில் ஏறும் நேரம் பார்த்து, “ரொம்ப நன்றி'' என்று ஓடிவந்து அவரும் காரில் ஏறிக்கொள்கிறார். அங்கிருந்து செல்லும் வழியில் ஒரு பூங்காவில் இறங்கி அந்தக் காதலர் இருவரும் மாசோவுடன் விளையாடுகிறார்கள். மாசோ சிரிக்கச்சிரிக்க அவர்களுடன் மகிழ்ச்சியாக விளையாடுகிறான். பிறகு அங்கிருந்து கிளம்பும் அவர்கள் மாசோவையும் அவரையும் தாங்கள் செல்லும் வழியில் இறக்கிவிட்டு மாசோவிடம் ஒரு பொம்மைப் பையை பரிசாகக் கொடுத்துவிட்டு கிளம்புகிறார்கள். மாசோ சோகமாகிறான். இருவரும் ஒரு பழைய பஸ் ஸ்டாப்பில் உட்கார்கிறார்கள். அப்போது அங்கு வரும் ஒருவனிடம் இருக்கும் உணவுப் பொட்டலத்தை அவர் லாவகமாகத் திருடுகிறார். அதை இருவரும் சாப்பிடுகிறார்கள். அன்று இரவு முழுக்க அந்த பஸ் ஸ்டாப்பிலேயே கழிக்கிறார்கள். அது பழைய பஸ் ஸ்டாப் என்பதும் அந்த வழியே பேருந்துகள் வராது என்பதும் அவருக்குத் தாமதமாகவே தெரிகிறது. காலையில் சில கார்கள் அந்த வழியே

வருகின்றன. அவர் குருடனைப்போல சாலையில் நின்று நடிக்கிறார். எதுவும் பயன்தராமல் அவரது செயல்கள் யாவும் நகைச்சுவையாக முடிகின்றன. அன்றைய இரவையும் அந்த பஸ் ஸ்டாப்பிலேயே கழிக்கிறார்கள். மாசோ தன் அம்மா போட்டோவை எடுத்துப் பார்க்கிறான். அவர் இது யாரென்று கேட்க அவன் அம்மா என்று சொல்கிறான். நீ அம்மாவை இதுக்கு முன்னால பாத்திருக்கியா என்று கேட்க அவன் அமைதியாக தலையைக் குனிந்தபடியே இருக்கிறான். அன்று இரவு அவர் மடியிலேயே தூங்குகிறான். தூங்குகிற மாசோவை அவர் வாஞ்சையுடன் பார்க்கிறார். காலையில் எழுந்து நடக்கிறார்கள். வழியில் வரும் கார்களில் லிஃப்ட் கேட்டு ஏறி அங்கங்கே இறங்கி திரும்பவும் நடக்கத் துவங்குகிறார்கள்.

அந்தவழியே ஒரு கார் வருகிறது. தான் எழுத்தாளர் என்றும் ஊரூராகப் பயணம் செய்வது தனக்குப் பிடிக்கும் என்றும் சொல்கிற இளைஞர் அவர்களைக் காரில் ஏற்றி அவனது அம்மா இருக்கும் ஊரில் இறக்கிவிடுகிறார்... "சரி நீ உன் அம்மாவைப் பாத்துட்டா அவங்கக்கூடவே தங்கிடுவியா?" மாசோ மகிழ்ச்சியில் "ஆமா" என்கிறான். "அப்ப நான் என்ன செய்றது?" "நீங்களும் என்கூடவே தங்கிடுங்க" என்று மாசோ சிரிக்கிறான். அவர் அவனிடமிருக்கும் முகவரியை வாங்கிக்கொண்டு அந்த வீடு நோக்கி விசாரிக்கப் போகிறார். மாசோ தெருவோரம் நின்று ஆவலுடன் பார்க்கிறான். யதேச்சையாக அம்மா உள்ளிருந்து வருகிறாள். மாசோ தூரத்திலிருந்து பார்க்கிறான். உள்ளிருந்து வரும் அம்மாவுடன் அவளது கணவரும் குழந்தையும் வெளியே வருகிறார்கள். மாசோ அதைப் பார்த்து ஏமாற்றமடைகிறான். அவரும் அதைப் பார்த்து அதிர்ச்சியடைந்து திரும்பிப் பார்க்கிறார். மாசோ தெருவோரத்தில் நின்று அழத்துவங்குகிறான். அவர்

ஆறுதலாக அருகில் வருகிறார். "அட்ரஸ் அதுதான் ஆனா, வேற யாரோ இருக்காங்க" என்று சமாளிக்கிறார்.

இருவரும் கடற்கரைக்கு வருகிறார்கள். மாசோ இன்னும் புறங்கையால் கண்களைத் துடைத்துக்கொண்டே இருக்கிறான். "உங்க அம்மா வேற எங்கேயோ போயிருப்பாங்கன்னு நினைக்கிறேன். நீ இங்கேயே இரு நான் அந்த அம்மாகிட்டயே போயி கேட்டுட்டு வந்துர்றேன்'' என்று சொல்லிவிட்டுக் கிளம்புகிறார். மாசோ கடற்கரையில் நின்று அழுதுகொண்டே இருக்கிறான். அங்கிருந்து அந்தத் தெருவுக்கு வரும் அவர் வழியில் அங்கு நிற்கும் பைக்கில் சிறிய ஒரு தேவதைப் பொம்மை மணியுடன் தொங்குவதைப் பார்க்கிறார். அதை பைக்கில் வந்த இருவரிடம் கேட்டு வாங்கிக்கொண்டு கடற்கரைக்கு வருகிறார். தூரத்தில் கடற்கரையில் மாசோ கால்களைக் கட்டிக்கொண்டு தலையைக் குனிந்து அழுதுகொண்டு இருக்கிறான். அவன் அருகில் வந்து மணலில் அமர்கிறார். "நான் சொன்னேன்ல... உங்க அம்மா அங்கே இல்ல. ஒருவேளை நீ அவங்களைப் பார்க்க வந்தா உன்கிட்ட கொடுக்கச் சொல்லி இந்த பொம்மை மணியைக் கொடுத்திட்டுப் போயிருக்காங்க. உனக்கு கவலையோ கஷ்டமோ வந்தா இந்த மணியை அடிச்சாப் போதும். தேவதை வந்து உனக்கு உதவும்" என்று சொல்லி மணியை அவனிடம் கொடுக்க மாசோ மெல்ல நிமிர்ந்து அந்த மணியை வாங்கி அசைக்கிறான். தேவதை வருமா என்று வானத்தைப் பார்க்கிறான். ஒன்றும் வரவில்லை. திரும்பவும் தலைகுனிந்து அழத்துவங்குகிறான்.

இருவரும் எழுந்து நிற்கிறார்கள். ''சரி நம்ம ஊருக்குப் போகலாமா?" என்று சொல்லிவிட்டு அவர் நடக்க, மாசோ அவரது கையைப் பற்றிக்கொள்கிறான். இருவரும் ஒருவரையொருவர் அன்புடன் பார்த்து நடக்கத் துவங்குகிறார்கள். அங்கிருந்து அவனை ஒரு திருவிழாவுக்கு அழைத்துப் போகிறார். அங்கிருக்கும் கடைக்காரனை ஏமாற்றிப் பணம் வாங்கி மாசோவுக்கு பொம்மை வாங்கித் தருகிறார், தங்க மீன்கள் வாங்கித் தருகிறார். அன்று இரவு ஏமாற்றப்பட்ட கடைக்காரனின் நண்பர்கள் அவரைத் தனியாக

அழைத்துச்சென்று தாக்குகிறார்கள். மாசோ அவரைக் காணாமல் அந்த இரவு முழுக்க தனியாக உட்கார்ந்திருக்கிறான். நள்ளிரவில் மயக்கம் தெளிந்த அவர் மாசோவைத் தேடி வருகிறார். முகமெல்லாம் ரத்தம் இருப்பதைப் பார்த்ததும் மாசோ அங்கிருந்து ஓடிப்போய் பக்கத்துக் கடையில் மருந்து வாங்கி வருகிறான்; அவரது முகத்தை துடைத்துவிடுகிறான். அவர் அவனை வாஞ்சையுடன் பார்க்கிறார்.

மறுநாள் காலையில் பெரிய இலைகளை வெயிலுக்குக் குடை மாதிரி சட்டையில் செருகிக்கொண்டு இருவரும் நடக்கத் துவங்குகிறார்கள். பசிக்கு வழியிலிருக்கும் சோளத் தோட்டத்தில் புகுந்து அவர் மக்காச்சோளம் பறித்து வருகிறார். முன்பு காரில் வந்த ஊர் சுற்றும் எழுத்தாளரைத் திரும்பவும் சந்திக்கிறார்கள். அவர் மாசோவைப் பற்றி அறிந்ததும் இரண்டு நாட்களுக்கு இங்கே கேம்ப் போடலாமா என்று கேட்கிறார். அதற்கு அவரும் சம்மதிக்கிறார். அப்போது தேவதை மணியைக் கொடுத்த பைக்கில் வந்த இருவர் அந்த வழியே வருகிறார்கள். அவர்களும் உடன் சேர்ந்துகொள்ள, மாசோவின் மனநிலை அறிந்து இரண்டு நாட்கள் நால்வரும் விதவிதமான சிறுவர் விளையாட்டுக்களை மாசோவுடன் விளையாடுகிறார்கள். மாசோ கவலை மறந்து சிரிக்கிறான்.

இரண்டாம் நாள் முடிவில் பைக்கில் வந்த நண்பர்கள் விடைபெற அவரும் மாசோவும் எழுத்தாளரின் காரில் ஏறிக் கிளம்புகிறார்கள். கார் சாலைகளின் வழியே மாசோவின் வீடு இருக்கும் நகரத்துக்கு வருகிறது. எழுத்தாளரும் விடைபெறுகிறார். மாசோ அவருக்கு மகிழ்ச்சியாகக் கையசைத்து விடை கொடுக்கிறான். கார் போனதும் அவர் மாசோவை நோக்கித் திரும்புகிறார்... "சரி... இப்ப நாமகூட பிரியப்போறோம்" என்று சொல்கிறார். மாசோ தலைகுனிந்து நிற்கிறான். "இன்னொருதடவை திரும்பவும் உங்க அம்மாவைத் தேடிப் போகலாமா? என்று கேட்கிறார். மாசோ அதற்கு ஒன்றும் சொல்லாமல் அமைதியாக இருக்கிறான். "நல்ல பையன்" என்று அவர் சொல்ல "தேங்க் யு மிஸ்டர்" என்று மாசோ சொல்கிறான். அவனருகில் வந்து அவனைக் கட்டிக்கொண்டு

தலையைக் கோதிக்கொண்டே, "பாட்டிய நல்லாப் பார்த்துக்கணும் சரியா?" "ம்" என்று மாசோ சொல்ல அவர் அங்கிருந்து நடக்கத் துவங்குகிறார். அவர் போவதையே பார்த்திருக்கும் மாசோ, "மிஸ்டர்... உங்க பேர் என்ன?" என்று கேட்கிறான். திரும்பும் அவர், "கிக்குஜிரோ" என்று நகைச்சுவையாகச் சொல்ல அதைக் கேட்டு சிரிக்கும் மாசோ அங்கிருந்து பாட்டியின் வீடு நோக்கி சந்தோஷமாக ஓடத்துவங்குகிறான். அவன் ஓடுவதை உறைந்த முகத்துடன் அவர் பார்க்கிறார். நகரத்தின் தெருக்கள் வழியே மாசோ மகிழ்ச்சியுடன் ஓட அந்த மகிழ்ச்சியின் பின்னிருக்கும் அவன் அறியாத சோகத்தில் நம் கண்கள் கலங்குகின்றன. பெருகும் இசையுடன் படம் நிறைவடைகிறது.

குழந்தைகளின் தனிமை உலகத்தையும் நகர வாழ்க்கையில் அவர்கள் தொலைத்த விளையாட்டுக்களையும் காட்சிகளின் வழியே மீட்டெடுக்கும் இத்திரைப்படம் படம் முழுக்க நகைச்சுவையாகச் சிரிக்கவைத்தாலும் அதனுள் இழையோடும் சோகம் நம்மைக் கலங்க வைக்கிறது. தன்னைப் போலவே அம்மாவைப் பிரிந்திருக்கும் சிறுவனின் உணர்வுகளை கிகுஜிரோ புரிந்துகொண்டு அவனது தனிமையை விளையாட்டுகளால் நிரப்புவதும், படம் முழுக்க வருகிற மனிதர்கள் அவன் மீது காட்டுகிற அன்பும் நம்மை நெகிழவைப்பவை. கிகுஜிரோ தன் வயதான அம்மாவைப் பார்த்து திரும்பும் இடமும், மாசோ தன் அம்மாவுக்கு வேறொரு குடும்பம் இருப்பது தெரிந்து அழும் காட்சியும் கலங்கவைப்பவை. கடைசியில் மாசோ சிரித்துக்கொண்டு ஓடினாலும் அதன்பின் ஒளிந்திருக்கும் சோகம் நம்மைக் கலங்கவைக்கிறது. ஒவ்வொரு காட்சியையும் குழந்தைக் கதைகளில் வருவதுபோல தலைப்புடன் துவங்குவதும் சிறுவனின் கனவுகளாக வரும் காட்சிகளும் புதுமையானவை. 1999-ல் வெளியாகி கேன்ஸ் உலகப்பட விழாவின் தங்கப்பனை விருதுக்காகப் பரிந்துரைக்கப்பட்ட இப்படம் நிறைய விருதுகளைப் பெற்றது. இந்த ஜப்பான் நாட்டுப் படத்தில் கிகுஜிரோவாக நடித்து, திரைக்கதையுடன் படத்தொகுப்பும் செய்து இயக்கியவர் டக்கேஷி கிட்டானோ (Takeshi Kitano).

குடும்ப வருமானம் கருதி பெற்றோர்கள் இருவரும் வேலைக்குப் போகும் வீடுகளில் குறிப்பாக விடுமுறை நாட்களில் பூட்டிய வீடுகளின் உள்ளே குழந்தைகள் தனித்திருக்கின்றன மாசோவைப் போல மூடிவைக்கப்பட்ட உணவை சாப்பிடப் பிடிக்காமல் சன்னல் கம்பிகளில் முகம் அழுந்த தெருவை வேடிக்கை பார்க்கின்றன. அல்லது தொலைக்காட்சியைப் பார்க்கின்றன. போட்டி நிரம்பிய உலகைச் சமாளிக்க சின்னவயதிலேயே அவர்களுக்கு அத்தனை பயிற்சிகள், பாடத்திட்டங்கள்...? நிலத்தையே அறியாமல் வளர்கிற தொட்டிச் செடிகள்போல விளையாட்டே இல்லாமல் ஒரு தலைமுறை வீட்டுக்குள்ளேயே வளர்வது எத்தனை பரிதாபமானது?

Takeshi kitano

1947-ல் டோக்கியோவில் சாதாரண குடும்பத்தில் ஒரு தொழிலாளியின் கடைசி மகனாகப் பிறந்தார். பொறுப்பில்லாத தந்தையின் குடிப்பழக்கத்தினால் அம்மாதான் குழந்தைகளை கஷ்டப்பட்டு வளர்த்தார். தெரு விளக்கில் படித்து வளர்ந்த இவர் இன்ஜினியராக வேண்டும் என்ற கனவுடன் பொறியியல் கல்லூரியில் சேர்ந்தார். ஆனாலும், குடும்பச் சூழலால் பாதியிலேயே படிப்பை நிறுத்தினார். ஹோட்டலில் வெயிட்டராகவும், பளு தூக்குபவராகவும், லிஃப்ட் ஆப்பரேட்டராகவும் வேலை பார்த்த இவர் பின்னாளில் கவிஞராகவும், பத்திரிகையில் பத்தி எழுதுபவராகவும் தன்னை வளர்த்துக்கொண்டார். பிறகு நாடகங்களில் நகைச்சுவை நடிகராகவும் வானொலி மற்றும் தொலைக்காட்சியில் நிகழ்ச்சிகள் நடத்தியும் புகழடைந்தார்.

1989-ல் தனது முதல் படத்தை இயக்கினார். 1994-ல் கடுமையான மோட்டார் சைக்கிள் விபத்தில் சிக்கியதால் இவரது முகத்தின் வலது பகுதி பக்கவாதத்தால் பாதிக்கப்பட்டது. ஆனாலும், தொடர்ந்து நடித்தார். க்ரைம் படங்கள் எடுப்பவராக பெரிதும் அறியப்படும் இவர் 2005-லிருந்து டோக்கியோ நேஷனல் பல்கலைக்கழகத்தில் நுண்கலைப் பிரிவில் பேராசிரியராக இருந்து வருகிறார்.

இவரது பிற படங்கள்

Glory to the Filmmaker (2007) To Each His Cinema (2007) Takeshis' (2005) Zatoichi (2003) Dolls (2002) Brother (2000) Kikujiro (1999) Hana-bi (1997) Kids Return (1996) Getting Any? (1995) Sonachine (1993) A Scene at the Sea (1991) Boiling Point (1990) Violent Cop (1989)

Technical Details

Kikujiro / 1999 / Japan / 121min / colour / Director&Writer-Takeshi Kitano / Cast-Takeshi Kitano, Yusuke Sekiguchi / Editor-Takeshi Kitano, Yoshinori Oota / Music-Joe Hisaishi / Cinematography-Katsumi Yanagishima

32

டெத் ஆன் எ ஃபுல்மூன் டே
DEATH ON A FULLMOON DAY

பிள்ளைகள் வெளியூருக்குப் போனால் அவர்கள் பத்திரமாக வீடு திரும்பும்வரை பெற்றோருக்கு ஒரு பதட்டம் இருந்துகொண்டே இருக்கும். இந்த நிலையில், நாட்டில் தொடர்ந்து போர் நடக்கும் சூழலில் வேறு வருமானம் இல்லாமல் தன் ஒரே மகனை ராணுவத்தில் வேலைக்குச் சேர்த்துவிட்டு அவன் பத்திரமாக எப்போது திரும்பி வருவான் என்று காத்துக்கொண்டிருப்பது எத்தனை பதட்டமானது. அப்படி தன் மகனின் வரவை எதிர்பார்த்துக் காத்திருக்கும் கண் தெரியாத தந்தையின் கதைதான் 'Death on a fullmoon day'.

வறட்சியால் நிலம் விரிவுற்றிருக்கும் குளத்தில் கொஞ்சமாகத் தேங்கியிருக்கும் நீரை எடுத்துச் செல்வதற்காக கண் பார்வை சரியாகத் தெரியாத முதியவரான அப்பா கையிலிருக்கும் கம்பினால் பாதையைத் தட்டித்தட்டி மெதுவாக நடந்து வருகிறார். தான் கொண்டு வந்திருக்கும் சிறிய சுரைக் குடுவையில் கலங்கிக்கிடக்கும் தண்ணீரை வடிகட்டி எடுத்துக்கொண்டு தன் குடிசைக்குத் திரும்பி களைப்புடன் திண்ணையில் உட்கார்கிறார்.

அப்பொழுது அவர் இருக்கும் அந்த கிராமத்தை நோக்கி நகரத்திலிருந்து ஒரு கார் வந்துகொண்டிருக்கிறது. கிராமம் அருகில் வந்ததும் காரை

நிறுத்தி அதிலிருந்து தேசியக்கொடி போர்த்தப்பட்ட சவப்பெட்டியை இறக்குகிறார்கள். ராணுவ வீரர்கள் அதைத் தோளில் தூக்கி வைத்துக்கொண்டு தாங்கள் தேடிவந்த வீடு நோக்கி நடக்கிறார்கள். வயதான அப்பா சிறிய குடிசை வீட்டின் திண்ணையில் உட்கார்ந்திருக்க வாசலில் பாத்திரம் தேய்த்துக்கொண்டு இருக்கும் அவரது மகளான சுனந்தா இதைக் கேள்விப்பட்டு அதிர்ச்சியடைந்து, ''பண்டாரா...'' என்று ராணுவத்துக்குப்போன தன் அண்ணனின் பெயரைக் கத்திக்கொண்டே அவர்களை நோக்கி ஓடுகிறாள்.

சத்தம் கேட்டு அதிர்ச்சியடையும் அப்பா மெல்ல எழுந்து வாசலுக்கு வருகிறார். சுனந்தா சத்தம்போட்டு அழுகிறாள். சவப்பெட்டியைத் தூக்கி வருபவர்கள் அந்தச் சிறிய குடிசைக்குள் குனிந்து அதை உள்ளே கொண்டு செல்கிறார்கள். சிறிய அந்த குடிசைக்குள் நீளமான சவப்பெட்டியை கொண்டுசெல்ல முடியாமல், ''இப்படித் திருப்பு...அந்தப் பக்கம் கொஞ்சம் தூக்குங்க...'' என்று குரல்கள் கேட்க, கண் தெரியாத அப்பா அதைக் கேட்டு உறைந்து நிற்கிறார்.

அன்று இரவு ஊரிலிருந்து மூத்த மகள் மற்றும் சொந்தக்காரர்கள் ஒவ்வொருவராக செய்தி கேட்டு வந்து சேர்கிறார்கள். சவப்பெட்டியுடன் வந்த இரண்டு ராணுவ வீரர்கள் வாசலிலேயே உட்கார்ந்து இருக்கிறார்கள். அப்பா சோகமாகத் திண்ணையில்

உட்கார்ந்திருக்க, அந்த பௌர்ணமி இரவின் நிலவை மேகங்கள் கடந்து செல்கின்றன. கிராம சேவகர் இருசக்கர வாகனத்தில் அங்கு வருகிறார். அங்கு உட்கார்ந்து இருப்பவர்களிடம், "இப்பதான் டிவி பார்த்தேன். போராளிகளும் கடுமையா தாக்கப்பட்டு இருக்காங்க. அவங்க பக்கமும் அதிகமான உயிரிழப்பு" என்று சொல்லிக்கொண்டே குடிசைக்குள் போகிறார்.

வெளியே குடிசையின் முன் உட்கார்ந்திருக்கும் பெரியவர் ஒருவர் தன்னுடன் அமர்ந்திருக்கும் ராணுவ வீரர்களிடம், "சார்... கிராம மக்கள் இறந்துபோனவனோட உடலைப் பார்க்கணும்னு நினைக்கிறாங்க. கொஞ்சம் தயவு பண்ணுங்க சார்..." என்று கேட்க அதற்கு ராணுவ வீரன் ஒருவன், "அரசாங்கத்துல அதை மூடி சீல் வச்சிருக்காங்க. அவர் கன்னி வெடி வெடிச்சு சிதறிட்டார்" என்று பதில்சொல்ல அதை ஒரு மூலையில் அமர்ந்திருக்கும் அப்பா கேட்டுக்கொண்டே சோகமாக உட்கார்ந்திருக்கிறார். காலையில் இறுதி ஊர்வலம் நடக்கிறது. ஊரின் கடைசியில் ஏரிக்கரையில் சவப்பெட்டியுடன் உடல் அடக்கம் செய்யப்படுகிறது.

இரண்டுநாள் கழிந்தும் அப்பா சோகமாகத் திண்ணையில் உட்கார்ந்திருக்கிறார். அப்போது அங்கு வரும் தபால்காரர் ஒரு கடிதம் தருகிறார். சுனந்தா அதை வாங்கிப் பிரித்துப் படிக்கிறாள். அதைப் படிக்கப்படிக்க அவளுக்குள் அழுகை பொங்குகிறது. வாய்விட்டு அழத்துவங்குகிறாள். அக்கா அதைப் பார்த்ததும் அவள் அருகில் ஓடிப்போய் அவளைக் கட்டிக்கொள்கிறாள். அழுகிற சத்தம் கேட்டு, "என்னாச்சும்மா ஏன் அழற?" என்று அப்பா கேட்க, "அப்பா பண்டாரா எழுதிய கடிதம்" என்று அவள் அழுதுகொண்டே சொல்கிறாள். "என்னம்மா எழுதியிருக்கு" என்று அப்பா கேட்கிறார். "அன்பான தங்கைக்கு, எனக்கு விடுமுறை கிடைக்கவில்லை. அவசரகாலம் என்பதால் நாங்கள் ஓரிடத்தில் இல்லாமல் தொடர்ந்து நகர்ந்துகொண்டே இருக்கிறோம். முடிந்தவரையில் நான் சீக்கிரமே வந்துவிடுகிறேன். இந்தமுறை வருகையில் நாம் வீட்டைக் கட்டி முடித்துவிடலாம். உன் கல்யாணத்தையும் நடத்திவிடலாம். அன்புடன் பண்டாரா" என்று எழுதியிருக்கிறது.

அப்பா மனதில் அவனது கடித வார்த்தைகள் கேட்டுக்கொண்டேயிருக்க, தாங்கள் கட்ட நினைத்துப் பாதியில் நிற்கும் கட்டடத்தைப் பார்க்க வருகிறார். அந்த இடத்திலேயே நின்று சோகத்துடன் கட்டப்படாமல் நிற்கும் கட்டடத்தைப் பார்க்கிறார்.

பிறகு அங்கிருந்து தன் மகனின் நினைவிடத்துக்கு வருகிறார். அங்கு சற்றுநேரம் நின்றுவிட்டு சோகத்துடன் வீடு திரும்பும் வழியில் கிராமசேவகர் வண்டியில் வருகிறார். "உங்களைத் தேடித்தான் வீட்டுக்குப் போனேன். உங்க மகன் இறந்ததுக்கு

அரசாங்கத்திடமிருந்து இழப்பீட்டுத் தொகையாக ஒரு லட்சம் ரூபாய் வந்திருக்கு. இந்த விண்ணப்பத்தை சுனந்தா பூர்த்தி செஞ்சதுன்னா நீங்க கைநாட்டு வச்சாக்கூடப் போதும்" என்று சொல்லி விண்ணப்பத்தைக் கொடுக்க அப்பா சோகத்துடன் அதை வாங்கிக் கொள்கிறார். "இந்தப் பணம் கிடைச்சதுன்னா என்கிட்ட வாங்கின கடனைத் திருப்பிக் கொடுத்து அடகுவெச்ச வீட்டை நீங்க மீட்டுக்கலாம்'' என்று சொல்லிவிட்டு தன் வண்டியைக் கிளப்புகிறார். அந்த விண்ணப்பத்தை அப்பா யாருக்கும் தெரியாமல் குடிசையிலிருக்கும் தன் பழைய டிரங்குப் பெட்டியின் உள்ளே வைத்துவிடுகிறார்.

எப்போதும் மகன் நினைவாகவே இருக்கிறார். நாட்கள் மெல்ல நகர்கின்றன. பௌர்ணமி இரவுகளில் திடுக்கிட்டு விழித்து உட்கார்ந்திருக்கிறார். அங்கிருக்கும் வழிபாட்டுத் தலத்துக்குச் சென்று உருக்கமாகப் பிரார்த்திக்கிறார். அப்போது அங்கிருக்கும் புத்தபிக்கு ஒருவர், ''பண்டாரா இறந்து மூணாவது மாதத்துல அவனுக்கு காரியங்கள் செய்யணுமே" என்று கேட்கிறார். அதற்கு அப்பா நம்பிக்கையுடன் அதற்குள் என் மகன் வீட்டுக்கு வந்துவிடுவான் என்று சொல்ல புத்தபிக்கு அவரை வினோதமாகப் பார்க்கிறார்.

இதற்கிடையில் அப்பா விண்ணப்பம் வாங்கியதும் அதைக் கொடுக்காமல் வைத்திருப்பதும் சுனந்தாவுக்குத் தெரியவருகிறது. வறுமையான குடும்பச் சூழலில் வீட்டில் வருமானத்துக்கும் வேறு வழியில்லை. சுனந்தா மறுநாள் காலையில் அப்பாவிடமும் தோழியைப் பார்க்கப் போகிறேன் என்று சொல்லிவிட்டுக் கிளம்புகிறாள். வீட்டில் அப்பா மட்டும் தனிமையில் உட்கார்ந்து இருக்கிறார்.

அப்போது வீட்டுக்கு வரும் கிராம சேவகர் அப்பாவிடம் அந்த விண்ணப்பத்தை ஏன் கொடுக்கவில்லை என்று கேட்கிறார். அப்பா அவரிடம் பதிலுக்குக் கேட்கிறார். "அந்தப் பணம் இறந்ததுக்காகக் கொடுக்கிற பணம்தானே..." "ஆமா" "அப்பிடீன்னா எனக்கு அந்தப் பணம் வேண்டாம்" என்கிறார்.உடனே கிராம சேவகர், "அவன் சாகலைன்னு நம்ப எனக்கும் ஆசைதான். ஆனா... என்ன செய்றது... அவன் இறந்துட்டானே" "இல்ல... என் மகன் சீக்கிரம் வீட்டுக்கு வந்திருவேன்னு கடிதம் எழுதியிருந்தானே..." "ஐயா... அது அவன் கொல்லப்படுறதுக்கு முன்னால எழுதி அனுப்புனது" என்று சொன்னதும் அப்பா ஏதும் பேசாமல் அமைதியாகிறார். அவன் இருக்கானா...இறந்துட்டானான்னு சீக்கிரம் முடிவு பண்ணிச் சொல்லுங்க என்று சொல்லிவிட்டு அவர் கிளம்பிச் செல்கிறார். அப்பா சோகத்தில் உறைந்துபோய் உட்கார்ந்திருக்கிறார்.

அந்த வாரத்தில் ஊரிலிருந்து மூத்தமகளும் அவளது கணவனும் பண்டாராவுக்கு செய்யவேண்டிய காரியங்களுக்காக வீட்டுக்கு

வருகிறார்கள். அன்று இரவு மூத்தமகள், அப்பா தனது டிரங்குப் பெட்டியில் வைத்திருக்கும் அந்த விண்ணப்பத்தைத் தேடி எடுக்கிறாள். அக்காவின் கணவன் அந்த விண்ணப்பத்தைப் பூர்த்தி செய்கிறார். காலையில் மூத்தமகள் அந்த விண்ணப்பத்தை எடுத்துவந்து அப்பாவிடம் கொடுத்து, அவரது கட்டை விரல் ரேகையைப் பதியுமாறு கேட்கிறாள். அப்பா ஏதும் பேசாமல் அமைதியாக உட்கார்ந்து இருக்கிறார். மகள் மனமுடைந்து அழத்துவங்குகிறாள்...

“அப்பா... நீங்க ஒருத்தர் மட்டும்தான் பண்டாரா மேல அன்பா இருக்கிறதா நினைக்கிறீங்க. அவன் எங்க திரும்ப வரப்போறான். அவன்தான் நம்மைவிட்டுப் போயிட்டானே” என்று அழுகிறாள். அமைதியாக அமர்ந்திருக்கும் அப்பா பேசத்துவங்குகிறார். “அம்மா எனக்குத்தான் கண் தெரியாது. உனக்குத் தெரியும் அவன் முகத்தை நீயாவது பாத்தியா?” என்று கேட்க அவள் அமைதியாக இருக்கிறாள். அப்பா அங்கிருந்து எழுந்து நடக்கத்துவங்குகிறார்.

அன்று இரவு அவரைக் காணவில்லை. எல்லோரும் கையில் தீப்பந்தங்களை எடுத்துக்கொண்டு அப்பாவைத் தேடிப் போகிறார்கள். அப்பா ஏரிக்கரையோரம் மயங்கிக் கிடக்கிறார். அவரைத் தூக்கிவந்து மந்திரித்து கழுத்தில் கயிறு கட்டுகிறார்கள். ஆனாலும், அப்பாவின் கண்கள் கலங்கிக்கொண்டே இருக்கின்றன. இரவெல்லாம் தூங்காமல் கலக்கத்துடன் அமர்ந்திருக்கிறார்.

அதிகாலைப் பொழுதில் குடிசையின் பின்னாலிருக்கும் மண்வெட்டியை எடுத்துக்கொண்டு கிளம்புகிறார். கால்களை மெதுவாக எடுத்துவைத்து கையிலிருக்கும் கம்பால் பாதையைத் தட்டித்தட்டி வரப்பில் மெதுவாக நடந்து தன் மகனின் நினைவிடத்துக்கு வருகிறார். அடக்கம் செய்யப்பட்ட இடம் இதுதான் என்று குனிந்து மண் மேட்டைத் தொட்டு உறுதிசெய்து கொண்டபிறகு மண் வெட்டியால் வெட்டத்துவங்குகிறார்.

அப்பா கண்கள் கலங்க தன் கைகளால் மண்ணை அள்ளிப்போட்டு கொண்டிருக்க செய்தியறிந்து அவரது மகள்கள் பதறிப்போய் அங்கு ஓடிவருகிறார்கள். “அப்பா” என்று அவரைக் கட்டிப்பிடித்து அழுகிறார்கள். தெரிந்த ஒருவன் அருகில் வருகிறான். “உள்ள இருக்கிறதை நீங்க பார்க்கணும் அவ்வளவு தானே... கொடுங்க...” என்று மண் வெட்டியை வாங்கித் தோண்டுகிறான். ஊரிலிருக்கும் எல்லோரும் அங்கு கூடிவிடுகிறார்கள். அவன் தோண்ட அங்கிருக்கும் எல்லோரும் கூடி உள்ளிருக்கும் பெட்டியைத் தூக்கி வெளியில் வைக்கிறார்கள். ‘‘சின்னப்பசங்க எல்லாம் அந்தப்பக்கம் போங்க’’ என்று சொல்லிவிட்டு மண்வெட்டியால் அதன் திறப்புகளை நெம்பி அவன் அந்தப் பெட்டியைத் திறக்கிறான். எல்லோரும் ஒரு அடி

பின்வாங்குகிறார்கள். சுனந்தாவும் அக்காவும் அழுதுகொண்டே நிற்கிறார்கள். அப்பா உறைந்துபோய் நிற்கிறார். பெட்டியைத் திறந்ததும் உள்ளிருப்பதைப் பார்த்து எல்லோரும் அதிர்ச்சி அடைகிறார்கள்!

இரண்டு நீளமான வாழைத் தண்டுகளும் பாறாங்கல்லும் உள்ளே இருக்கின்றன. அப்பா மெல்ல அருகில் அமர்ந்து அதைத் தடவிப் பார்க்கிறார். உள்ளே வாழைத்தண்டும் கல்லும் வைக்கப்பட்டு இருப்பதை உணர்ந்ததும் எழுந்து அங்கிருந்து நடக்கிறார். கிராமசேவகர் வேகமாக அங்கு வருகிறார். "என்ன செஞ்சிருக்கீங்க... இப்ப எப்படி பணம் வாங்குறது?" என்று கேட்கிறார். அவர் கேட்பதை யாரும் பொருட்படுத்தாமல் பெட்டியைத் திரும்பவும் மண்ணில் மூடிவைத்துவிட்டு அங்கிருந்து கலைந்துச் செல்கிறார்கள். அப்பா சோகமாக யாருமில்லாத ஒரு ஒத்தையடிப் பாதையில் மெதுவாக நடந்துச் செல்கிறார்.

மறுநாள் வழக்கம்போல தனது சுரைக்குடுவையுடன் நீர் அள்ளுவதற்காக குளத்துக்கு வருகிறார். சிறுவர்கள் நீரில் விளையாடும் சிரிப்பொலியைக் கேட்கிறார். அவருக்குத் தன் மகனின் நினைவு வருகிறது. மழை பெய்யத்துவங்குகிறது. மழையில் நனைந்துகொண்டே அந்தச் சிறுவர்களின் சிரிப்பொலியைக் கேட்கிறார். தன் மகன் திரும்பிவருவான் என்ற நம்பிக்கையுடன் திரை மெல்ல இருளத்துவங்குகிறது.

போரினால் தான் இறந்துபோவோம் என்று தெரிந்தும் இழப்பீட்டுத் தொகை தன் குடும்பத்துக்கு உதவும் என்று வறுமையினால் ராணுவ வேலைக்குப் போகும் இளைஞர்களின் நிலைமையை ஒரு குடும்பத்தின் கதையாக யதார்த்தமாக இப்படம் பதிவு செய்கிறது.

இறந்துபோனதாக எல்லோரும் சொல்லும்போதும் கடைசி வரையில் நம்பாத அப்பா சந்தையில் அவனுக்கு புது டீசர்ட் வாங்கி தனது டிரங்குப் பெட்டிக்குள் வைப்பதும், கடைசியில் மண்வெட்டியை எடுத்துக்கொண்டு கிளம்புகிற காட்சியும் நம்மைக் கலங்கவைப்பவை.

எதற்கும் பதில் சொல்லாமல் பணத்தால் இழப்புகளை நிரப்ப முயலும் அரசாங்கத்தின் அதிகாரமும், தன் முனைப்பும் ஏதும் செய்யமுடியாதபோதும் தன் அன்பினாலும் உள்ளுணர்வாலும் அதை எதிர்கொள்ளும் ஏழைத் தந்தையின் உணர்வையும் பதிவு செய்த இப்படம் உலகெங்கும் விருதுகளைப் பெற்றது.

2000-ல் வெளியான இந்தப் படம் இலங்கை அரசின் ராணுவத்தையும் போரையும் விமர்சிப்பதால் முதலில் தடை செய்யப்பட்டு பின்னர் வெளியானது. இலங்கையில் எடுக்கப்பட்ட பின்னணி இசையே இல்லாத இந்த சிங்கள மொழிப் படத்தின் இயக்குனர் பிரசன்ன விதனாங்கே (Prasanna Vithanage).

குடும்ப வறுமையினால் வேறு வேலை கிடைக்காத இளைஞர்கள் இன்றைக்கும் உயிரைப் பணயம் வைத்து ராணுவ வேலையில் சேர்கிறார்கள். அவர்கள் அனுப்பும் பணத்தை எதிர்பார்த்து கட்டப்படாத வீடுகளும் கட்டிக்கொடுக்க முடியாத தங்கைகளும் வாடகை வீட்டில் காத்திருக்கிறார்கள். இன்றும் சீல் வைக்கப்பட்ட தேசியக்கொடி போர்த்தப்பட்ட மரப்பெட்டிகள் வருகின்றன. உடன் வீரப் பதக்கங்களும் உதவித் தொகையும் வருகிறது. மேடையிலும், திரைப்படத்திலும் நாட்டுப்பற்றை உணர்ச்சி பொங்கப்பேசும் அரசியல் தலைவர்களும், திரைப்படத் துறையினரும், அவர்களது பிள்ளைகளும் ராணுவத்தில் இல்லை. யோசித்துப் பார்த்தால் ஏழைகளின் உயிர்தான் இந்த உலகில் எத்தனை மலிவானது?

Prasanna Vithanage

இலங்கையில் 1962-ல் ஒரு குமாஸ்தாவின் மகனாகப் பிறந்தார். சிறுவயதில் ஓய்வுபெற்ற ஆசிரியையான தன் பாட்டியின் வீட்டில் இலங்கையில் வளர்ந்தார். அந்த வயதில் இலங்கையிலிருந்து வெளிவந்த அனைத்துப் படங்களையும் பார்த்ததாக நினைவுகூறும் இவரது இளமைப்பருவம் திரைப்படம் சார்ந்ததாகவே இருந்தது. இலக்கிய வாசிப்பிலும் அதிக ஆர்வம் கொண்டிருந்தார். 1983-ல் இலங்கையில் தமிழர்களுக்கு எதிரான இனக்கலவரம் வெடித்தபோது, ஒரு படைப்பாளியாக தன்னைப் போன்ற மக்கள் எதுவும் செய்யமுடியவில்லையே என்ற குற்ற உணர்வுக்கு ஆளானார். 1986-ல் போரை கேள்விக்குள்ளாக்கும் கருத்தை உடைய பெர்னாட்ஷாவின் நாடகத்தை இயக்கினார்.

'எங்களைச் சுற்றி என்ன நடக்கிறதோ அதையே படமாக்கத் திட்டமிட்டு இருக்கிறேன். ஒரு திரைப்பட இயக்குனராக நான் மக்களைப் புரிந்துகொள்ள முயல்கிறேன். ஒரு கலைஞனாக அந்த முயற்சி எனது கடமையும்கூட' என்று சொல்லும் இவர் இலங்கையில் போராட்ட குணம் மிகுந்த இயக்குனராக மதிக்கப்படுகிறார். இவர் தனது படங்களின் படத்தொகுப்பு, ஒலிச்சேர்க்கை முதலான வேலைகளை சென்னையில் செய்கிறார்.

இவரது பிற படங்கள்

August Sun (2003) Pavuru Valalu (1997) Death on a Full Moon Day (1997) Dark Night of the Soul (1996)

Technical Details

Death on the FullMoonday / 1997 / Srilanka / 74min / colour / Director&Writer-Prasanna Vithanage / Cast-Joe Abeywickrama, Mahendra Perera, Priyanka Samaraweera / Editor-A.Sreekar Prasad / Cinematography-M.D.Mahindapala

33

டாக் டு ஹெர்

TALK TO HER

நீங்கள் செல்போனில் அதிகநேரம் யாரிடம் பேசியிருக்கிறீர்கள்? பொதுவாகவே காதலிப்பவர்கள் அதிகம் பேசவிரும்புகிறார்கள். எதிர்முனையில் இருப்பவர் கேட்கிறார் என்ற நம்பிக்கையில் எவ்வளவு நேரம் வேண்டுமானாலும் பேசமுடியும். ஆனால், எந்த அசைவும் இல்லாமல் கோமாவில் இருக்கும் பெண்ணுடன் ஒரு காதலன் என்ன பேசமுடியும்? அப்படி ஒரு காதல் கதைதான் 'Talk to her'.

திரை விலக மேடையில் ஒரு சோக நாடகம் துவங்குகிறது. மேடையின் நடுவில் வெள்ளை உடை அணிந்த இரண்டு பெண்கள் நடித்துக்கொண்டு இருக்கிறார்கள். இதைப் பார்வையாளராக கூட்டத்தில் அருகருகே அமர்ந்திருக்கும் பெனினோவும், மார்கோவும் பார்க்கிறார்கள். மேடையில் நிகழும் நாடகத்தின் சோகம் தாங்காது மார்கோ அழுவதை பெனினோ ரகசியமாகப் பார்க்கிறான். மருத்துவமனையில் ஆண் நர்ஸாக வேலை பார்க்கும் பெனினோ மருத்துவமனைக்குத் திரும்பியதும் தான் பார்த்த நாடகத்தின் கதையை அந்த அறையில் சுயநினைவில்லாமல் கோமாவில் படுத்திருக்கும் அலிசியாவிடம் அவளது விரல்களுக்கு மசாஜ் செய்துகொண்டே சொல்கிறான். "உன்னால் கற்பனையே செய்யமுடியாது. அலிசியா, அந்த நாடகம் எப்படி இருந்துச்சு தெரியுமா? என் பக்கத்துல நாற்பது வயதுகள்ல இருந்த ஒருவர் தாங்கமுடியாம அழுதுகிட்டே

இருந்தார்" என்று சொல்கிறான். அலிசியா அசைவற்று கண்கள் மூடிப்படுத்திருக்கிறாள். பெனினோ இன்னொரு பெண் நர்ஸின் துணையுடன் அவளது உடலைத் துடைத்துச் சுத்தம் செய்து புதிய ஆடையை பெனினோ அவளுக்கு அணிவிக்கிறான்.

பெனினோவுடன் நாடகம் பார்த்த பத்திரிகையாளரான மார்கோ தன் வீட்டுத் தொலைக்காட்சியில் காளைச் சண்டையிடும் வீராங்கனையான லிதியா என்னும் பெண்ணின் நேர்காணலைப் பார்க்கிறார். அதைப் பார்த்ததும் அந்தப் பெண்ணைப் பற்றி தனது பத்திரிகையில் கட்டுரை எழுதலாம் எனத் தீர்மானித்து அவளைச் சந்திக்கிறார். இதில் ஏற்படும் அறிமுகத்தில் சில மாதங்களுக்குப் பிறகு இருவரும் நெருக்கமாகிறார்கள். ஒருநாள் காளைச் சண்டையில் கலந்துகொள்வதற்காக லிதியாவை மார்கோ அழைத்து வருகிறார். "காளைச்சண்டை முடிந்ததும் உங்ககிட்ட நான் நிறைய பேசணும்" என்கிறாள் லிதியா. மார்கோவும் சரி என்கிறார். ஆனால், அன்று நடக்கும் சண்டையில் காளை லிதியாவை முட்டி வீழ்த்துகிறது. ரத்தம் வழிய லிதியாவை மருத்துவமனையில் சேர்கிறார்கள். லிதியா கோமாவில் அசைவற்றுப் படுத்திருக்கிறாள். மார்கோ அவள் அருகிலேயே உட்கார்ந்து இருக்கிறார்.

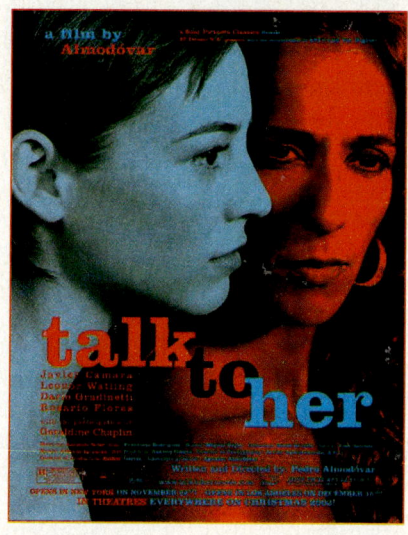

அன்று இரவு மருத்துவமனையின் வாராந்தாவில் மார்கோ தனியாக நடந்துவருகிறார். அப்போது லேசாகத் திறந்திருக்கும் இன்னொரு அறையில் ஒரு பெண் கோமாவில் படுத்திருப்பதைப் பார்க்கிறார். அவள் அருகில் அமர்ந்து பணிவிடை செய்துகொண்டு இருக்கும் பெனினோ மார்க்கோவைப் பார்த்ததும் அவரை அறைக்குள் அழைக்கிறான். மார்கோ தயக்கத்துடன் அறைக்குள் வருகிறார். "உங்களை எனக்குத் தெரியும்... அந்த நாடகத்துல நான் உங்க பக்கத்துலதான் உட்கார்ந்திருந்தேன்" "அப்படியா... நான் உங்களை கவனிக்கலை" என்று மார்கோ சொல்கிறார். அவரிடம் பேசிக்கொண்டே அலிசியாவுக்குப் பணிவிடை செய்யும் பெனினோ, "இது அலிசியா" என்று அவளைக் காட்டுகிறான். தூக்கத்திலிருக்கும் அலிசியாவின் காதருகே போய், "நான் அன்னைக்குச் சொன்னேன்ல... இவர்தான் அந்த நாடகத்தைப்

பார்த்து அழுதார்" என்று சொல்கிறான். அவனது செயல்களை மார்கோ அதிசயமாகப் பார்க்கிறார்.

மார்கோவும் பெனினோவும் ஒரே மருத்துவமனையில் இருப்பதால் அடிக்கடி சந்திக்கிறார்கள். ஒரு நாள் பெனினோ மார்கோவிடம் தன் காதல் கதையைச் சொல்கிறான். "பெனினோவும் அலிசியாவும்" என்ற எழுத்துகள் திரையில் தோன்றி மறைய நான்கு வருடங்களுக்கு முன்னால்... நடன வகுப்பில் பலருடன் அலிசியா ஆடிக்கொண்டு இருக்கிறாள். அதை பக்கத்து வீட்டில் இருக்கும் பெனினோ தன் வீட்டின் ஜன்னல் வழியாகப் பார்க்கிறான். வெளியே வருகிற அலிசியா தன் கைப்பையிலிருந்து பர்ஸ் கீழே விழுவது தெரியாமல் நடந்துபோகிறாள். பெனினோ அதை எடுத்துக்கொண்டு அவள் பின்னால் ஓடிவந்து அவளிடம் கொடுக்கிறான். ஆச்சர்யத்துடன் அதை வாங்கும் அலிசியா அவனுக்கு நன்றி சொல்கிறாள். இந்த அறிமுகத்தை வைத்து பெனினோ அவளுடன் பேசிக்கொண்டே நடக்கிறான். மறுநாள் சன்னலோரம் காத்திருக்கிறான். அவள் வரவில்லை. அவளது அப்பா ஒரு மனநல மருத்துவர் என்று தெரிந்ததால் அவளது அப்பாவை சந்திக்கச் செல்வது மாதிரி அவளது வீட்டுக்குச் சென்று அலிசியாவைப் பார்க்கிறான். அவளுக்குத் தெரியாமல் அவளது ஹேர்கிளிப்பை எடுத்து வருகிறான்.

மறுநாள் சன்னலோரம் நின்று பெனினோ பார்க்கிறான். "அந்த வாரம் முழுக்க அவள் வரவில்லை. அடுத்தமுறை அவளை மருத்துவமனையில்தான் பார்த்தேன்'' என்று அலிசியாவுக்கு முகத்தில் மசாஜ் செய்துகொண்டே அவளுக்கு நடந்த கார் விபத்து பற்றி மார்கோவிடம் சொல்லும் பெனினோ, "இதெல்லாம் நடந்து நாலு வருஷமாச்சு அலிசியா" என்று அவளிடம் சொல்கிறான். "என்னோட ஓய்வு நேரங்கள்ல நான் நிறைய நடன நிகழ்ச்சிகளுக்கும் சினிமாக்களுக்கும் போவேன். பிறகு நான் பார்த்ததெல்லாம் இவகிட்ட சொல்லுவேன்" என்கிறான். "ஆனா நான் லிதியாவுக்கு இதுமாதிரி எதுவுமே செய்ததில்லை" என்கிறார் மார்கோ. உடனே

பெனினோ, "அவங்கக்கூட பேசுங்க" என்கிறான். "அவளால கேட்கமுடியாதே" என்று மார்கோ சொல்ல, "அதெப்படி நீங்க சொல்லமுடியும்? பெண்களோட மூளை ஒரு அதிசயம். இந்த நிலையிலும் அவங்களால கேட்கமுடியும் அவங்க நல்லா இருக்கிறதா நினைச்சுக்கிட்டுப் பேசுங்க. அதுதான் சிகிச்சை" என்று பெனினோ சொல்கிறான்.

மறுநாள் லிதியாவைத் தேடி அவளது பழைய நண்பன் வருகிறார். முன்பு லிதியாவைப் பிரிந்திருந்த அவர் இப்போது உடல்நலமில்லாத அவளோடு இருக்க விரும்புவதாகவும், அவளைத் தான் பார்த்துக்கொள்வதாகவும் சொல்கிறார். ஒன்றும் சொல்லமுடியாத மார்கோ இனி அங்கு இருப்பதற்கான தேவை இல்லாமல் வருத்தத்துடன் கிளம்புகிறார். அன்று இரவு அந்த ஊரிலிருந்து கிளம்பும்முன் பெனினியைச் சந்திக்கிறார். அப்போது பெனினோ, "நான் அலிசியாவைக் கல்யாணம் பண்ணலாம்னு நினைக்கிறேன்" என்கிறான். "நீ என்ன பைத்தியமா? அவ கோமால இருக்கா" என்று மார்கோ கத்துகிறார். "இருந்தா என்ன?" என்று பெனினோ கேட்கிறான். கோபப்படும் மார்கோ முதல்ல கார்ல ஏறு என்று சொல்ல இருவரும் அங்கிருந்து கிளம்புகிறார்கள். மறுநாள் மருத்துவமனையில் ஒரு புதுப்பிரச்னை முளைக்கிறது மயக்கநிலையில் இருக்கும் அலிசியா இரண்டு மாதக் கர்ப்பமாக இருப்பதாகத் தலைமை மருத்துவர்கள் கண்டுபிடிக்கிறார்கள் மருத்துவமனையில் இருக்கும் நர்ஸ்களிடம் விசாரணை நடக்கிறது. விசாரணை பெனினோவின் பக்கம் திரும்புகிறது.

எட்டு மாதங்களுக்குப் பிறகு வேறொரு ஊரில் இருக்கும் மார்கோ, 'காளைச்சண்டை வீராங்கனையான லிதியாவின் உடல் நேற்று அடக்கம் செய்யப்பட்டது' எனும் செய்தியைச் செய்தித் தாளில் பார்க்கிறார். அதிர்ச்சியடையும் மார்கோ, உடனே பெனினோவிடம் பேசுவதற்காக அந்த மருத்துவமனையைத் தொடர்புகொள்கிறார். பெனினோ தற்போது அங்கு வேலையில் இல்லை என்றும், அலிசியாவைக் கற்பழித்த வழக்கில் ஜெயிலில்

இருக்கிறான் என்றும் தகவல் கிடைக்கிறது. இதைக் கேட்டு அதிர்ச்சியடையும் மார்கோ உடனே கிளம்பி அந்த ஜெயிலுக்கு வந்து பெனினோவைச் சந்திக்கிறார். அவரைப் பார்த்ததும் “அலிசியா எப்படி இருக்கா? அவ உயிரோட இருந்தா இந்நேரம் அவளுக்கு குழந்தை இருக்கணும். நீ என் நண்பன்னா அவளை எப்படியாவது கண்டுபிடிச்சிடு” என்று பெனினோ சொல்கிறான். அவனது அன்பை நெகிழ்ச்சியாக உணரும் மார்கோ அங்கிருந்து கிளம்பி பெனினோவின் வீட்டுக்கு வருகிறார்.

யாருமற்ற வீட்டில் கோமாவில் இருக்கும் அலிசியாவின் போட்டோ சட்டமிட்டு வைக்கப்பட்டு இருக்கிறது. மூடியிருக்கும் சன்னலைத் திறக்கிறார். அங்கிருந்து பார்த்தால் நடன வகுப்பு நடந்துகொண்டு இருப்பது தெரிகிறது. ஆண்களும் பெண்களும் ஆடிக்கொண்டு இருக்க அங்கு அமர்ந்திருக்கும் ஒரு பெண் அலிசியா என்று தெரிந்ததும் அவரால் அதிர்ச்சியைத் தாங்க முடியவில்லை. அங்கிருந்து உடனே கிளம்பி பெனினோவின் வக்கீலைச் சந்திக்கிறார். அலிசியாவுக்கு ஆண் குழந்தை இறந்து பிறந்ததையும், அதனால் அவளுக்கு சுயநினைவு திரும்பியதையும் சொல்லும் அவர், இது எதுவும் பெனினோவுக்குத் தெரியாது தெரிந்தால் அவன் இருக்கும் மனநிலையில் என்ன வேண்டுமானாலும் செய்யலாம். அதனால், நீங்களும் தயவுசெய்து இதை அவனிடம் சொல்லவேண்டாம் என்று கேட்டுக்கொள்கிறார். மார்கோ அமைதியாக அங்கிருந்து ஜெயிலுக்கு வருகிறார். நல்ல மழை பெய்துகொண்டு இருக்கிறது. நனைந்துகொண்டே பெனினோவைப் பார்த்துவிட்டு அவனிடம் ஏதும் சொல்லாமல் திரும்பி வருகிறார்.

மாறுநாள் காலை பெனினோவின் வீட்டில் தங்கியிருக்கும் மார்கோ விழித்துப் பார்க்கையில் அவரது செல்போனில் பதிவு

செய்யப்பட்ட குரலுடன் ஒரு செய்தி வந்திருக்கிறது. அதை எடுத்துக் கேட்கிறார்... "மார்கோ, லிசியா இல்லாத உலகத்தில் எனக்கு வாழப் பிடிக்கலை. அவளோட ஹேர் கிளிப்பைக்கூட என்கூட வச்சுக்கமுடியாத இடத்தில் நான் எப்படி இருக்கமுடியும். அதனால், நான் தப்பிக்கிறதுன்னு முடிவெடுத்துட்டேன்" என்று பெனினோ சொல்லியிருப்பதைக் கேட்டதும் மார்கோ அவசரமாக ஜெயிலுக்கு விரைகிறார். அங்கு போனதும் உயரதிகாரி மார்கோவிடம் ஒரு கடிதத்தைக் கொடுக்கிறார். பதட்டத்துடன் மார்கோ அதை வேகமாக வாங்கிப் பிரிக்கிறார்... "அன்பான மார்கோ... நான் எடுத்துக்கொண்ட மாத்திரைகள் என்னைக் கோமாவில் ஆழ்த்தப் போதுமானது என்று நினைக்கிறேன். இதன் மூலம் அவளுடன் நானும் இணைகிறேன். நீதான் என் ஒரே நண்பன். அலிசியாவுக்கும் எனக்குமாக நான் உருவாக்கிய வீட்டை நான் உன்னிடம் விட்டுச் செல்கிறேன். நான் எங்கே இருந்தாலும் நீ என்னை வந்து பார்க்கவேண்டும். என்னுடன் பேசவேண்டும். எந்த ரகசியமும் இல்லாமல் என்னிடம் எல்லாவற்றையும் சொல்லவேண்டும். என் நண்பனே விடைபெறுகிறேன்." மார்கோ வாய்விட்டு அழுகிறார். ஜெயிலில் இருந்து கிளம்பும்போது பெனினோ வைத்திருந்த பொருட்களை மார்கோவிடம் திருப்பித் தருகிறார்கள். அதில் அலிசியாவின் ஹேர் கிளிப்பும் இருக்கிறது.

பெனினோவின் கல்லறையில் மார்கோ பூங்கொத்துடன் நிற்கிறார். அதன்முன் நின்று மார்கோ பேசுகிறார். "பெனினோ... அலிசியா உயிரோடு இருக்கா. நீதான் அவள் நல்லா ஆகிறதுக்குக் காரணம். உன் மெசேஜ் கிடைச்சதும் எல்லா உண்மையும் சொல்லிடலாம்னு ஓடிவந்தேன். ஆனா, அதுக்குள்ள எல்லாம் முடிஞ்சிடுச்சு. நான் உன் சட்டைப் பைக்குள்ள அலிசியாவோட ஹேர் கிளிப்பையும் அவள் போட்டோவையும் வச்சிருக்கேன். அவ எப்பவுமே உன்கூட இருப்பா" என்று சொல்லி கண்கள் கலங்க பூங்கொத்தைக் கல்லறையில் வைக்கிறார்.

சில நாட்கள் கழித்து, ஒரு நாடக அரங்கில் அலிசியா தன் நடன ஆசிரியையுடன் அமர்ந்து நாடகம் பார்த்துக்கொண்டு இருக்கிறாள். அவளுக்கு இரண்டு இருக்கைகள் முன்னால் அமர்ந்து அந்த நாடகத்தை அழுதுகொண்டே மார்கோவும் பார்க்கிறார். இடைவேளையில் வாக்கிங் ஸ்டிக் ஊன்றி நடந்துவரும் அலிசியாவும் மார்கோவும் சந்திக்கிறார்கள். நலம் விசாரித்துக்கொள்கிறார்கள். இடைவேளை முடிந்து மகிழ்ச்சியான நடனத்துடன் நாடகம் திரும்பவும் துவங்குகிறது. புன்சிரிப்புடன் அதைப் பார்க்கும் மார்கோ மெதுவாகத் திரும்பி பின்னால் அமர்ந்திருக்கும் அலிசியாவைப் பார்க்கிறார். அவளும் அவரைப் பார்த்துப் புன்னகைக்கிறாள். "மார்க்கோவும் அலிசியாவும்" என்ற எழுத்துக்கள் திரையில் தோன்றி மறைய இதமான இசையுடன் படம் நிறைவடைகிறது.

படத்தில் இருக்கும் ஒவ்வொருவரும் மற்றவருடன் மனம்விட்டுப் பேச முயல்கிறார்கள். ஆனால், சந்தர்ப்பமும் சூழலும் அதற்கு வாய்ப்பைத் தருவதில்லை. மார்கோவிடம் தன் அன்பைச் சொல்ல நினைக்கும் லிதியா அதற்கு வாய்ப்பில்லாமல் கோமாவில் வீழ்கிறாள். பெனினோ நான்கு வருடங்களாக கோமாவிலிருக்கும் காதலியுடன் பேசியிருந்தும் அவளுக்கு நினைவு திரும்பும்போது பேசமுடியாமல் போகிறது. கடைசியில், மார்கோ தான் பெனினோவிடம் சொல்லவிரும்பியதை அவன் கல்லறையிடமே சொல்லமுடிகிறது.

மௌனப்படக் காட்சிகளும், கதையின் தொடக்கத்திலும் முடிவிலும் வரும் நாடகக் காட்சிகளும் கதாபாத்திரங்களின் மனநிலையோடு பொருத்தப்பட்ட விதம் அற்புதமானது. ஜெயிலில் மார்கோவும் பெனினோவும் கண்ணாடியின் வழியே தொட்டுக்கொள்ளும் காட்சி நம்மைக் கலங்கவைக்கிறது. இருவரின் கதையையும் தொடர்ச்சியற்ற நினைவுகளின் வழியாக புதுமையாகப் பதிவுசெய்த இப்படம் சிறந்த திரைக்கதைக்காக ஆஸ்கார் விருதையும் சிறந்த வெளிநாட்டுப் படத்துக்கான கோல்டன் குளோப் விருதையும் பெற்றது.

2002-ல் வெளிவந்த ஸ்பானிய மொழியில் எடுக்கப்பட்ட இந்த ஸ்பெயின் நாட்டுப்படத்தின் இயக்குனர் பெத்ரோ அல்மதோவர் (Pedro Almodovar).

வாழ்க்கையில் பல சந்திப்புகளும், பிரிவுகளும் தற்செயலானவை. மார்கோ லிதியாவிடம் சொல்வதைப் போல நம் வாழ்க்கையின் பெரியசோகம், விரும்பியவர்களைப் பிரிவதுதான் அப்படிப் பிரிந்தவர்களை நினைத்துப் பார்த்தால் அவர்களிடம் பேசுவதற்கு இன்னும் வார்த்தைகள் இருக்கின்றன. காலத்தின் ஏதாவது ஒரு நாளில் நாம் அவர்களைச் சந்திக்க நேரலாம். பெனினோவும் லிதியாவும் போல திரும்பவும் சந்திக்க முடியாமலேகூட போகலாம். வாழ்க்கைதான் எத்தனை நிச்சயமற்றது.

Pedro Almodovar

1949-ல் ஸ்பெயினில் பிறந்தார். எட்டு வயதிலேயே அவரது குடும்பம் ஸ்பெயின் நாட்டின் இன்னொரு பிரதேசத்துக்குக் குடிபெயர்ந்தது. சிறுவயதிலேயே திரைப்படங்கள் பார்ப்பதில் ஆதிக ஆர்வம் காட்டினார். 16 வயதில் கையில் எந்தக் காசும் இல்லாமல் யார் துணையும் இல்லாமல் திரைப்படக் கல்வி கற்பதற்காக வீட்டைவிட்டு கிளம்பினார். அங்கு இடம் கிடைக்காதபோதும் மனம் தளராமல் ஒரு டெலிபோன் கம்பெனியில் வேலை பார்த்து, சொந்தமாக 8 mm கேமராவை வாங்கி, அதில் நிறைய விஷயங்களை படமாக்கிப் பார்த்தார்.

எழுதுவதிலும் நாடகத்திலும் அதிக ஆர்வம் கொண்ட இவர், தன் கதை சொல்லும் விதத்தில் காட்சிகளை முன்பின்னாகச் சொல்வதின் மூலம் ஒரு கொலாஜ் ஓவியம் போன்ற உத்தியைக் கையாள்கிறார். 'சினிமா எடுப்பதற்கு கற்பனை மட்டும் போதுமானதில்லை. அந்த சாதனத்தின் மீது அளவுகடந்த காதலும் இருக்கவேண்டும்' என்று சொல்லும் இவர் தன் ஒவ்வொரு படத்தின் மனநிலையையும் குறிக்கும் விதமாக ஒரு வண்ணத்தைப் பயன்படுத்துகிறார்.

இவரது பிற படங்கள்

Volver (2006/I) Bad Education (2004) Talk to Her (2002) All About My Mother (1999) Live Flesh (1997) The Flower of My Secret (1995) Kika (1993) High Heels (1991) Tie Me Up! Tie Me Down! (1990) Women on the Verge of a Nervous Breakdown (1988) Law of Desire (1987) The Bullfighter (1986) Trailer para amantes de lo prohibido (1985) (TV) What Have I Done to Deserve This? (1984) Dark Habits (1983) Labyrinth of Passion (1982) Pepi, Luci, Bom and Other Girls Like Mom (1980) Folle... folle... folleme Tim! (1978) Salome (1978) Sexo va, sexo viene (1977) Muerte en la carretera (1976) Sea caritativo (1976) Trailer de 'Who's Afraid of Virginia Woolf?' (1976) Blancor (1975) Caida de Sodoma, La (1975) Homenaje (1975) Sueno, o la estrella, El (1975) Dos putas, o historia de amor que termina en boda (1974) Film politico (1974)

Technical Details

Talk to her / 2002 / Spain / 112min / colour, B&W / Director&Writer-Pedro Almodovar / Cast-Javier camera, Dario Grandi netti, Leonar Watling, Rosario Flores / Editor-Jose Salcedo / Music-Alberto Iglesias / Cinema tography-Javier Aquirresarobe

34

அட் ஃபைவ் இன் தி ஆஃப்டர்நூன்

AT FIVE IN THE AFTERNOON

ஜனாதிபதியாக உங்களுக்கு ஆசை இருக்கிறதா? ஒருவேளை ஜனாதிபதியானால் இந்த நாட்டுக்கு நீங்கள் என்ன செய்ய விரும்புவீர்கள்? பள்ளியில் படிக்கும்போது கேட்கப்படும் இதுமாதிரியான கேள்விகள் நிஜமாகவே அந்த ஆசையை நம் மனதில் ஏற்படுத்திவிடுவதுண்டு. போரினால் நாட்டில் கடுமையான பஞ்சமும் வறுமையும் சூழ்ந்த நேரத்தில் ஒரு மாணவியின் மனதில் அப்படி ஒரு ஆசை தோன்றுகிறது. அவளின் கதைதான் 'at five in the afternoon'.

மலைகள் சூழ்ந்த யாருமற்ற நிலத்தில் நோக்ராவும் லைலமாவும் தண்ணீரைத் தேடிக் களைப்புடன் நடந்து வருகிறார்கள். நோக்ரா தனக்குள் அந்தக் கவிதை வரியைச் சொல்லிக்கொண்டே நடந்து வருகிறாள். "அது அந்த மதியப்பொழுதின் கொடுமையான ஐந்துமணி. எல்லாக் கடிகாரத்திலும் மணி அப்போது ஐந்தாகத்தான் இருந்தது" காட்சிகள் பின்னோக்கி விரிகின்றன.

கையில் வேத நூலை வைத்துக்கொண்டு உடல் முழுக்க பர்தா மூடிய நோக்ரா தன் அப்பாவின் குதிரை வண்டியில் ஏறி பள்ளிக்குக் கிளம்புகிறாள். தாலிபான்களின் வீழ்ச்சிக்குப் பிறகு ஆப்கானில் பெண்கள் கல்வி கற்க வருகிறார்கள். அவர்களுடன் படிக்க நெரிசலான வீடுகளுக்கு

நடுவில் நடக்கும் அந்தப் பள்ளிக்கு நோக்ரா வருகிறாள். மாணவிகள் எல்லோரும் தரையில் உட்கார்ந்திருக்க ஆசிரியை கேட்கிறார். "உங்கள்ல யாரு டாக்டர், என்ஜினீயர் ஆகவிரும்புறீங்க..?" என்று கேட்கிறார். பல மாணவிகள் எழுந்து நிற்கிறார்கள். "சரி நம்ம மக்களுக்கு சேவை செய்ய விரும்பி யாராவது குடியரசுத் தலைவராக விரும்புறீங்களா?" என்று ஆசிரியை கேட்க மூன்று மாணவிகள் மட்டும் எழுந்து நிற்கிறார்கள். அதில் ஒருத்தியாக நோக்ராவும் எழுந்து நிற்கிறாள்.

குடியரசுத் தலைவராக விரும்பும் மூன்று மாணவிகளிடமும் இன்னொரு மாணவி கேள்வி கேட்கிறாள். 'பர்தாவை அணிந்துகொண்டு பள்ளிக்கு வருவதற்கே முடியாத சூழலில் நீங்கள் எப்படி நாட்டுக்கே தலைவராக முடியும்" என்று கேட்க, நோக்ரா எழுந்து, ''அதெல்லாம் முடியும் நான் பாகிஸ்தானில் இருந்திருக்கிறேன். அங்கு பெனாசிர் பூட்டோ குடியரசுத் தலைவராக இல்லையா? இந்தியாவில் இந்திராகாந்தி இல்லையா?" என்கிறாள். குடியரசுத் தலைவராக விரும்பும் இன்னொரு மாணவியும் எழுந்து, நாடு இருக்கும் சூழலில் தான் குடியரசுத் தலைவராக விரும்புவதற்கான காரணங்களை உருக்கமாகச் சொல்கிறாள். நோக்ரா அவள் பேசுவதையும் கவனிக்கிறாள்.

பள்ளி முடிந்ததும் நோக்ரா தன் அப்பாவின் குதிரை வண்டியில் ஏறி இடிந்த தன் வீட்டுக்குத் திரும்புகிறாள். குண்டுவீச்சில் இடிந்த வீட்டில் கைக்குழந்தையுடன் இருக்கும் அவளது அண்ணன் மனைவியான லைலமா தன் கைக்குழந்தையுடன் உட்கார்ந்து இருக்கிறாள். அவளிடம் வாளியை வாங்கிக்கொண்டு நோக்ரா தண்ணீர் எடுக்கக் கிளம்புகிறாள். அப்போது கூட்டம் கூட்டமாக மக்கள் மூட்டை முடிச்சுகளோடும், கைக்குழந்தைகளோடும் பாகிஸ்தானில் இருந்து அகதிகளாக லாரிகளில் வந்து இறங்குவதைப்

பார்க்கிறாள். அவர்களில் சைக்கிளில் வரும் ஒரு இளைஞனிடம் "பாகிஸ்தானில் குடியரசுத் தலைவர் ஆணா பெண்ணா?" என்று கேட்கிறாள். அரசியல் பிடிக்காது என்று சொல்லும் அவன் போரினால் தன் சகோதரர்கள் இறந்ததைச் சொல்கிறான். இருவருக்கும் ஒரு அறிமுகம் ஏற்படுகிறது.

ஊரே குண்டுவீச்சில் இடிந்து கிடப்பதால் நோக்ரா அகதிகள் அனைவரையும் தான் தங்கியிருக்கும் இடிந்த வீட்டுக்கு அழைத்து வருகிறாள். அந்தச் சிறிய இடத்தில் வயதான ஆண்களும் பெண்களும் கைக்குழந்தைகளும் நிரம்புகிறார்கள். அன்று இரவு அந்த நெரிசலில் தூங்க இடமில்லாத அப்பா நோக்ராவையும் லைலமாவையும் குதிரைவண்டியில் ஏற்றிக்கொண்டு தங்க எதாவது இடமிருக்குமா என்று தேடிக்கிளம்புகிறார். அங்கிருந்து கிளம்பி தரையில் விழுந்து உடைந்து கிடக்கும் ஒரு விமானத்தின் பாழடைந்த உட்பகுதியில் தங்குகிறார்கள். குழந்தை சாப்பிடுவற்கு அவர்களிடம் இருக்கும் கோழியின் முட்டையையே நம்பியிருக்கிறார்கள். அன்று கோழியும் முட்டையிடவில்லை. "குழந்தைக்கு கொடுக்க எதுவுமேயில்லை... பாலும் வற்றிப்போச்சு... என்ன செய்றதுன்னே தெரியல" என்று லைலமா புலம்புகிறாள். நோக்ரா சோகமாக உட்கார்ந்து இருக்கிறாள்.

மறுநாள் நோக்ரா பள்ளிக்குப் போய்த் திரும்பும் வழியில் சைக்கிளுடன்தான் நேற்று பார்த்த அந்த இளைஞனைப் பார்க்கிறாள். அப்போது இளைஞன், "பாகிஸ்தானில் பெனாசிர் குடியரசுத் தலைவர் பதவிக்காக தேர்தல்ல நிக்கிறாங்க... தெரியுமா?" என்று சொல்கிறான். அதைக் கேட்டு ஆச்சர்யப்படும் நோக்ரா "அவங்க ஏன் தேர்தல்ல நிக்கறேன்னு பேசியிருக்காங்களா... அவங்க பேசினது இல்லைன்னாகூட பரவாயில்ல. வேற எந்த பெண் ஜனாதிபதியும் பேசின உரை எனக்கு கிடைக்குமா" என்கிறாள். "ஏன் நீங்க குடியரசுத் தலைவர் ஆக விரும்புறீங்களா?" "அதுக்காக இல்ல... எது மக்களை அவங்களுக்காக ஓட்டுப்போட வைக்குது? மக்கள் விரும்பும் விதத்தில் அவங்க என்ன பேசுறாங்க" என்று நோக்ரா கேட்க அவளை இளைஞன் ஆச்சர்யமா கப்பாற்றுகிறான். மறுநாள் வகுப்பு முடிந்து வெளியில் வரும்போது அந்த இளைஞன் செய்தித்தாளில் தான் சேகரித்த ஜனாதிபதியின் உரையைக் கொடுக்கிறான். அதை நன்றியுடன் வாங்கிக்கொள்ளும் நோக்ரா அப்பாவுடன் தாங்கள் தங்கியிருக்கும் இடத்துக்கு வருகிறாள்.

உடைந்த விமானத்தில் இடமிருப்பது அறிந்து அங்கும் நூற்றுக்கணக்கான அகதிகள் வந்து இறங்குகிறார்கள். அங்கும் இடமில்லாததால் தங்க வேறு இடம் தேடி தங்கள் உடைமைகளான அரிக்கேன் விளக்கையும் கிழிந்த பாயையும் தண்ணீர் வாளியையும் கோழிகள் அடைக்கும் கூடையையும் தூக்கிக்கொண்டு மூவரும்

கைக்குழந்தையுடன் கிளம்புகிறார்கள். அங்கிருந்து குண்டு வீச்சில் சேதமான யாருமேயில்லாத பெரிய அரண்மனைக்கு வருகிறார்கள்.

அன்று மாலை இடிந்த அரண்மனையின் மேலிருந்து தன்னை ஒரு குடியரசுத் தலைவி போல நினைத்துக்கொண்டு நோக்ரா நடந்து வருகிறாள். அந்த அரண்மனையின் கீழே ரோந்துப் பணியிலிருக்கும் பிரான்சு நாட்டுப் படைவீரன் ஒருவனைப் பார்க்கிறாள். அப்போது சைக்கிளில் அங்குவரும் அவளது நண்பனான இளைஞன், "அவங்கதான் ஆப்கானோட அடுத்த குடியரசுத் தலைவர்'' என்று சொல்கிறான். அதைக் கேட்டதும் சிப்பாய் நோக்ராவைப் பார்த்து மரியாதையாக ராணுவ வணக்கம் சொல்கிறான். நோக்ராவும் புன்னகையுடன் அவன் மரியாதையைப் பெற்றுக் கொள்கிறாள். மேலும் அந்த சிப்பாய், ''குடியரசுத் தலைவராக வேண்டுமெனில் நீங்கள் விளம்பரம் செய்யவேண்டுமே'' என்கிறான். ''அதற்கு என்னிடம் பணம் இல்லையே" என்று நோக்ரா சொல்ல அதை "நான் பார்த்துக்கொள்கிறேன்" என்று சொல்லி நண்பன் அவளை சைக்கிளில் வைத்து அழைத்துச் செல்கிறான்.

விதவிதமாகப் போட்டோ எடுக்கிறார்கள். போட்டோ எடுப்பவன், ''ஏன் இத்தனை எடுக்கிறீர்கள்'' என்று கேட்க, "அவங்க அதிபர் தேர்தல்ல நிக்கப் போறாங்க'' என்று இளைஞன் சொல்ல, போட்டோ எடுப்பவன் சிரிக்கிறான். ''பெண்கள்னா வீட்டுக்குள்ளதான் இருக்கணும். அதிபராகி அப்புறம் கர்ப்பமானா

எல்லோரும் சிரிப்பாங்க" என்று சொல்ல நோக்ரா கோபமாக எழுந்து நடக்கிறாள். அவளை சமாதானப்படுத்தி இளைஞன் சைக்கிளில் அழைத்து வருகிறான். மறுநாள் காலையில் தண்ணீர் எடுக்கக் கிளம்பும்போது அந்த அரண்மனையின் தூண்களில் நோக்ராவின் போஸ்டர்களை வரிசையாக இளைஞன் ஒட்டிக் கொண்டிருக்கிறான். "ஏன் இதெல்லாம் ஒட்டுறீங்க..." என்று நோக்ரா கேட்க, தேர்தலுக்கு எல்லாம் தயாராக இருப்பதாகவும் அவளுக்கான பேச்சை தயார்செய்து விட்டதாகவும் அவன் சொல்கிறான். "என்னால் தனியா இருக்கும்போது பேசமுடியுது. ஆனா, மத்தவங்க முன்னால் நிக்கும்போது என்னால பேச முடியல. உடம்பெல்லாம் நடுங்குது" என்று நோக்ரா சொல்கிறாள். "எல்லா அதிபர்களும் அதிக தடவை ஒத்திகை பார்த்ததுக்கு அப்புறம்தான் பேசுறாங்க. எனக்கு தெரிஞ்சு நிறையப் பேர் கால்நடைகள் முன்னால பேசி பழகுவாங்க. அப்புறம் மக்கள் முன்னால பேசும்போது அவங்களையும் அதுமாதிரி நினைச்சிட்டு பேசிடுவாங்க. நான் உங்களுக்காக ஒரு கவிதை கொண்டு வந்திருக்கேன், ஒரு கவிஞன் தன்னோட மாடு இறந்துபோனதுக்காக எழுதிய கவிதை. அதைச் சொல்லிப் பழகுங்கள்" என்று சொல்லி அந்தக் கவிதையை வாசிக்கிறான். "அது பின் மதியப்பொழுதின் ஐந்துமணி. மிகச்சரியாக ஐந்துமணி மரணம்... எங்கும் மரணம் மட்டுமே இருந்தது. நீ இறந்துவிட்டாய். ஓ..! அது பின் மதியத்தின் பயங்கரமான ஐந்துமணி. எல்லா கடிகாரத்திலும் அப்போது ஐந்துமணிதான்" என்று வாசிக்கிறான்.

மறுநாள் அப்பா குதிரை வண்டியில் சவாரி ஏற்றித் திரும்பும்போது லாரி டிரைவரான தனது மகன் லைலமாவின் கணவன் இறந்துவிட்ட செய்தியைக் கேள்விப்படுகிறார். அதைக் கேட்டதும் அப்பா சோகமாகிறார். காலையில் விடிந்ததும் அப்பா நோக்ராவையும் லைலமாவையும் அவள் குழந்தையையும் குதிரைவண்டியில் ஏற்றிக்கொண்டு, பிழைப்பு தேடி வேறொரு இடத்துக்கு அழைத்துச் செல்கிறார். மலைகள் சூழ்ந்த, யாருமில்லாத வெளியில் தொடர்கிறது அவர்களது பயணம்... "குழந்தை

அழவேயில்லை. ஒண்ணும் குடிக்கவும் இல்லை. நான் என்ன செய்வேன்" என்று தனக்குத்தானே லைலமா பேசிக்கொண்டு வருகிறாள். அவளது கணவன் இறந்த செய்தியை லைலமாவிடம் சொல்லமுடியாமல் இறுகிய முகத்துடன் அப்பா வண்டியை ஓட்டிச்செல்கிறார். லைலமா தொடர்ந்து பேசிக்கொண்டே வருகிறாள். "நாம தப்பான நேரத்துல ஊரைவிட்டுக் கிளம்புறோம். அவரு வந்தா எப்படி நம்மைத் தேடிக் கண்டுபிடிப்பாரு. நான் சொல்றது உங்களுக்குக் கேட்குதா? என்று அவள் கேட்க அப்பா உறைந்த முகத்துடன் இருக்கிறார்.

அன்று இரவு நடு வழியில் தங்குகிறார்கள். மனித நடமாட்டமே இல்லை. குளிர் கடுமையாக இருக்கிறது. இருப்பதை வைத்து நெருப்புமூட்டி குளிர்காய்கிறார்கள். லைலமா கலக்கத்துடன், "குழந்தை அழவேயில்லை. அசையாமப் படுத்திருக்கான் தொட்டுப் பாருங்க. உடம்பு ஜில்லுனு இருக்கு" என்று சொல்ல அப்பா அருகில் வந்து பார்க்கிறார். விடிந்ததும் அப்பா லைலமாவை வண்டியில் உட்காரவைத்து இழுத்து வருகிறார். பசியால் மயங்கிய குதிரையை பிடித்துக்கொண்டு நோக்ரா நடந்து வருகிறாள். பசியுடன் மூவரும் நடந்துச் செல்கிறார்கள். தலைக்குமேலே போர் விமானங்கள் பறந்துச் செல்கின்றன.

அப்பா பேரக்குழந்தையைக் கையில் தூக்கிக்கொண்டே சோகம் கவிய நடந்து வருகிறார். லைலமா அழுதுகொண்டே நடந்து வருகிறாள். "அழாத லைலமா... குழந்தை முழிச்சுக்குவான்" என்று கலக்கத்துடன் சொல்லும் அப்பா, தூரத்தில் ஒருவர் இருப்பதை பார்க்கிறார். வயதான ஒருவர் வழியில் நடக்கமுடியாமல் களைப்புடன் மலை அடிவாரத்தில் உட்கார்ந்து இருக்கிறார். பாரம் சுமந்து வந்த அவரது கழுதை கீழே விழுந்து இறக்கும் நிலையில் கிடக்கிறது. அப்பா அவரைப் பார்த்ததும், "குடிக்கத் தண்ணீர் இருக்கிறதா" என்று கேட்கிறார். "மலைக்கு மேலே ஒரு ஊற்றில் கொஞ்சம் இருக்கிறது" என்று அவர் சொல்கிறார். அப்பா, லைலமாவையும், நோக்ராவையும் தண்ணீர் எடுக்கப் போகச்

சொல்கிறார். இருவரும் கிளம்புகிறார்கள். அவர்கள் போனதும் அப்பா அந்தக் கிழவரிடம் பேசிக்கொண்டே கூர்மையான கல்லைக் கொண்டு அந்த இடத்திலேயே ஒரு குழியைத் தோண்டுகிறார். "கடவுளே நீ எனக்குக் கடனாகத் தந்ததை நான் உனக்குத் திருப்பித் தருகிறேன்" என்று சொல்லி குழந்தையைப் புதைக்கிறார்.

லைலமாவும் நோக்ராவும் தாகத்துடன் தண்ணீரைத்தேடி நடந்துகொண்டு இருக்கிறார்கள். நோக்ரா தான் பேசிப் பழகிய அந்தக் கவிதையை தனக்குள் முணுமுணுத்துக்கொண்டே நடக்கிறாள். "அப்போது பின் மதியத்தின் ஐந்துமணி. எல்லா கடிகாரத்திலும் ஐந்துமணி..." தனக்குத்தானே சொல்லிக்கொண்டே நடக்க மனதை அறுக்கும் பாடலுடன் படம் துவங்கிய காட்சியிலேயே முடிகிறது.

நோக்ரா குடியரசுத் தலைவராக ஆசைப்பட்டு பார்க்கிற எல்லோரிடத்திலும் அதுபற்றிய தகவல்களை ஆர்வமாகக் கேட்பதும், குதிகால் செருப்பைப் போட்டுக்கொண்டு குடை பிடித்துக்கொண்டு தன்னை ஒரு அதிபராக கற்பனை செய்துகொள்வதும், ஒரு நிலையில் தனது கனவு கலைந்து போவதாக உணர்ந்து, அந்த செருப்பைத் தள்ளிவிடுவதும் ஒரு பெண்ணின் மனநிலையை அழகாகச் சொல்லும் இடங்கள். கவிதையைப் பேசிப் பழகுவதற்காக நோக்ரா நள்ளிரவில் குதிரையைத் தேடிவரும்போது அப்பா அதனிடம் தன் மகன் இறந்ததைச் சொல்லிக்கொண்டிருக்கும் காட்சி நெருடலானது. கடைசியில் குளிர் அதிகமாக இருப்பதால் குழந்தையைக் காப்பாற்ற வேறு வழியில்லாமல் தாங்கள் பயணம் செய்த வண்டியைக் கொளுத்துகையில் நிகழும் சோகம் அதீதமானது. ஸ்பானியக் கவிஞரான லோர்காவின் கவிதை வரியையே தலைப்பாகக் கொண்ட இப்படம் ஒரு சோகக் கவிதையாக நம் மனதை அழுத்துகிறது. 2003-ல் வெளியாகி கேன்ஸ் திரைப்பட விழாவில் அந்த வருடத்துக்கான நடுவர்களின் சிறப்புப் பரிசைப் பெற்ற இந்த ஈரானியப் படத்தின் இயக்குனர் சமீரா மக்மல்பஃப் (Samira Makhmalbaf).

ஒவ்வொரு வருடமும் வீட்டை இழந்தவர்களின் எண்ணிக்கை கூடிக்கொண்டே இருக்கிறது. நம் தேவைகளை மீறி நீளமான வராந்தாக்களும் பெரிய அறைகளையும் உடைய வீடுகளுக்குப் போகும்போதெல்லாம் வீடில்லாமல் சாலையோரத்தில் தூங்குபவர்களின் நினைவு வரும். கூடுதலாக ஒரு மனிதனைத் தங்கவைப்பதற்கு எல்லா வீட்டிலும் இடம் இருக்கிறது. ஆனால்...? பின் இருக்கும் பதில்கள் புதிரானவை. நோக்ராவைப்போல நாட்டை இழந்து, தூங்குவதற்குக்கூட இடமில்லாமல் அலைந்துத் திரியும் எல்லோருக்கும் ஏதோவொரு கனவு இருக்கிறது. கடைசிவரை அது கனவாகவே இருக்கிறது.

samira makhmalbaf

1980-ல் டெஹ்ரானில் பிறந்தார். 14 வயதிலேயே தன் பள்ளிப்படிப்பை முடித்துக்கொண்டு தன் தந்தையும் இயக்குனருமான மக்மல்பஃபின் திரைப்படப் பள்ளியில் எட்டு வருடங்கள் திரைப்படக்கலை பயின்றார். 17 வயதிலேயே 'ஆப்பிள்' எனும் தன் முதல் படத்தை இயக்கினார்.

கேன்ஸ் திரைப்பட வரலாற்றிலேயே முதன்முறையாக மிகக்குறைந்த வயதில் போட்டிக்காகத் தேர்ந்தெடுக்கப்பட்டு விருதும் பெற்ற பெருமை அடைந்தார். சிறுவயதிலேயே உலகின் மிக உயர்ந்த திரைப்பட விழாக்களான கேன்ஸ், பெர்லின், வெனிஸ் முதலான விழாக்களில் நடுவராகக் கலந்துகொள்ளும் தகுதியைப் பெற்றார். மூன்று படங்களையே இயக்கியிருக்கும் இவர், உலகப் பெண் இயக்குனர்களில் முக்கியமானவர்.

'என் கதைக்கு நடிகர்கள் தேவையில்லை. என் கதையில் வருவதைப் போன்ற சாயல் உடைய நிஜ மனிதர்களைத் தேடி கிராமம் கிராமமாக அலைகிறேன். அவர்கள் தங்கள் இயல்பான மொழியில் பேசிநடிப்பதே எனக்குப் போதுமானது' என்று சொல்லும் இவரது இந்தப் படத்திலும் நடித்திருப்பது தெருவோரத்தில் கண்டுபிடித்த சாதாரண மனிதர்களே.

இவரது பிற படங்கள்

Two-Legged Horse (2008) (filming) At Five in the Afternoon (2003) 11'09"01 - September 11 (2002) Blackboards (2000) The Apple (1998)

Technical Details

At Five in the Afternoon / 2003 / Iran / 105min /colour / Director- Samira Makhmalbaf / Writer-Mohsen Makhmalbaf, Samira Makhmalbaf / Cast-Agheleh Rezaie, Abdolgani Yousefrazi / Editor- Mohsen Makhmalbaf / Music-Mohmmed Reza Darvishi / Cinematography- Ebrahim Ghafori, Samira Makhmalbaf

35

சிட்டி ஆஃப் காட்

CITY OF GOD

இளம்வயதில் குற்றவாளிகள் எப்படி உருவாகிறார்கள்? தாங்கள் வளரும் சூழலில் கண்முன்னால் நடப்பதைக் குழந்தைகள் பார்த்து வளர்கிறார்கள். தாங்களும் அதைப்போல வளர ஆசைப்படுகிறார்கள். அப்படிக் குற்றம் நிரம்பிய இடத்தில் வளரும் இளம் குற்றவாளிகளின் உண்மைக் கதைதான் 'Ciy of God'

அந்தக் குடியிருப்பின் தாதாவான லில்டைஸ் தலைமையில் ஒரு விருந்து நடக்கிறது. சிறுவர்களும் இளைஞர்களும் நடனமாடுகிறார்கள். அப்போது அங்கு சமைப்பதற்காக கட்டப்பட்டு இருக்கும் கோழி மிரண்டு அங்கிருந்து தப்பித்து ஓடத்துவங்குகிறது. லில்டைஸ், "அந்தக் கோழியைப் புடிங்க" என்று கத்துகிறான். எல்லோரும் துப்பாக்கியுடன் அந்தக் கோழியை துரத்திச் செல்கிறார்கள். அப்போது போட்டோகிராபரான ராக்கெட் கேமராவுடன் அந்த வழியே வருகிறான். அவன் நிற்கும் திசையை நோக்கி கோழி ஓடிவருகிறது. துப்பாக்கியுடன் கோழியைத் துரத்தி வந்தவர்கள் எதிரில் நிற்க, கோழி இப்போது ராக்கெட்டுக்கும் அவர்களுக்கும் இடையில் நிற்கிறது. லில்டைஸ் துப்பாக்கியுடன் ராக்கெட்டைப் பார்த்து, "அந்தக் கோழியை பிடி" என்று கத்துகிறான். ராக்கெட் பிடிப்பதற்காகக் குனியும்போது பார்க்கிறான். அவனுக்குப் பின்னால் லில்டைஸின் கும்பலைப் பிடிப்பதற்காக போலீஸார்

விகடன் பிரசுரம்

துப்பாக்கியுடன் வண்டியில் வந்து இறங்குகிறார்கள். ஒருபக்கம் லில்டைஸின் ஆட்கள். இன்னொரு பக்கம் போலீஸ். இரண்டு பக்கமும் துப்பாக்கிகள். நடுவில் ராக்கெட். "இங்கிருந்து தப்பித்து ஓடினாலும் பிடித்துவிடுவார்கள். ஓடாவிட்டாலும் சுட்டுவிடுவார்கள்'' இக்கட்டான இந்தக் கணத்தில் போட்டோகிராபர் ராக்கெட்டின் நினைவுகளில் அந்தக் குடியிருப்பு பற்றிய நினைவுகள் பல கதைகளாக விரிகின்றன.

1960-கள். அந்த இடத்தின் கதை அங்கிருந்த மூன்று நண்பர்களின் கதையாகத் துவங்குகிறது. பதினாறு வயதிருக்கும் ஷேகி, கூஸ், கிளிப்பர் மூவரும் நண்பர்கள். இதில் லில்டைஸ், பென்னி இருவரும் சிறுவர்கள். சிறுவனான ராக்கெட் கூஸின் தம்பி. இதில் தைரியம் இல்லாத ராக்கெட், அவர்கள் செய்யும் எந்தக் காரியத்திலும் கலந்துகொள்வதில்லை. ஒரு நாள் ஷேகி, கிளிப்பர், கூஸ் மூவருடன் லில்டைஸ் அமர்ந்திருக்கிறான். செலவுக்குப் பணம் தேவைப்படுவதால் ஏதாவது ஹோட்டலில் கொள்ளையடிக்கலாம் என்று முடிவுசெய்து நாலுபேரும் அன்று இரவே துப்பாக்கியுடன் கிளம்புகிறார்கள். லில்டைஸ் மிகவும் துடிப்பாக இருக்கிறான். "நீ சிறுவன். அதனால், இங்கேயே இரு. போலீஸ் வந்தால் தெரிவிப்பதற்காக அந்த சன்னலில் சுடு" என்று அவனிடம் ஒரு துப்பாக்கியைக் கொடுத்துவிட்டு மூவரும் ஹோட்டலுக்குள் போய் யாரையும் கொலை செய்யாமல் கொள்ளையடிக்கிறார்கள். திடீரென்று சன்னலில் சுடும் சத்தம் கேட்கிறது. போலீஸ் வந்துவிட்டது என்று நினைத்துக்கொண்டு அங்கிருந்து வெளியே வந்து பார்த்தால் லில்டைஸைக் காணவில்லை. மூவரும் அங்கிருந்து குடியிருப்புக்குத் திரும்புகிறார்கள்.

ஆனால், கொள்ளையடித்த ஹோட்டலில் நிறையப்பேர் சுட்டுக்கொல்லப்பட்டு இருக்கிறார்கள் என்பது பின்னர்தான் மூவருக்கும் தெரிகிறது. லில்டைஸையும் காணவில்லை. என்ன

நடந்தது என்று தெரியவில்லை. இந்த சம்பவத்தினால் அவர்கள் வாழ்க்கையில் பெரிய மாற்றம் ஏற்படுகிறது. கொலைகள் நடந்திருப்பதால் மூவரையும் தேடி போலீஸ் வருகிறது. அன்று இரவு முழுக்க கூஸூம் கிளிப்பரும் காட்டுக்குள் ஒளிந்து கொள்கிறார்கள். தன் தவறை உணர்ந்த கிளிப்பர் இந்த வாழ்க்கை தனக்கு வேண்டாம் என்று சொல்லி மனம் திருந்துகிறான். கூஸ், அப்பா திட்டியதால் மனம் திருந்தி மீன் விற்கத் துவங்குகிறான். ஷேகி தன் காதலி வீட்டில் ஒளிந்திருக்கிறான். அதன்பிறகு போலீஸ் தினமும் ரோந்து வருகிறார்கள். யாரையாவது கைது செய்கிறார்கள். மூன்று மாதத்துக்குப் பிறகு... தெருவில் மீன் விற்கும் கூஸூக்கும் அந்தத் தெருவிலிருக்கும் கடைக்காரன் மனைவிக்கும் தொடர்பு ஏற்படுகிறது. இது தெரிந்த கடைக்காரன் ஒருநாள் கூஸை அடித்து விரட்டுகிறான். இதனால், கூஸ் அந்தக் குடியிருப்பை விட்டு தப்பித்து ஓடும்போது ரொம்ப நாட்களுக்குப் பிறகு சிறுவனான லில்டைஸைப் பார்க்கிறான். இத்தனைநாள் திருடிச் சம்பாதித்த பணத்தை தன் நண்பனான பென்னியுடன் உட்கார்ந்து லில்டைஸ் எண்ணிக்கொண்டு இருக்கிறான். அன்று ஹோட்டலைக் கொள்ளையடிக்கப் போகும்போது அவன் காணாமல் போனதற்காக கூஸ் அவனை அடித்துவிட்டு அங்கிருந்து ஓடமுயற்சிக்கிறான்.

இதற்கிடையில் தன் காதலியின் பேச்சைக் கேட்டுத் திருந்தும் ஷேகி அவளுடன் குடியிருப்பிலிருந்து தப்பித்துப்போக முயற்சிக்கிறான். அப்போது போலீஸ் அவனைச் சுட்டுக் கொல்கிறது.

1970-கள். பத்து வருடங்களில் அந்தக் குடியிருப்பில் பெரிய மாற்றம் ஏற்படுகிறது. சிறுவனாக இருந்த லில்டைஸ் இப்போது பதினெட்டு வயது இளைஞனாக இருக்கிறான். அந்தப் பகுதியில் கேரட் என்பவன் போதை மருந்துகளை வாங்கி விற்றுவருகிறான். அவனது வீட்டை இப்போது தாதாவாக வளர்ந்திருக்கும் லில்டைஸ் கைப்பற்றுகிறான். லில்டைஸின் கதை என்ற எழுத்துக்கள் திரையில் தோன்றுகின்றன.

முன்பு ஷேகி, கூஸ், கிளிப்பருடன் ஹோட்டலில் கொள்ளையடிக்கப் போகும்போது லில்டைஸை மட்டும் வெளியில் நிறுத்திவிட்டுப் போன இடத்திலிருந்து கதை திரும்பவும் துவங்குகிறது. வெளியில் காவல் காக்கும் சிறுவனான லில்டைஸ், "அவங்க மட்டும் கொள்ளையடிக்கணும். நான் காவல் காக்கணுமா?" என்று தனக்குத்தானே சொல்லிக்கொண்டு சன்னலில் சுடுகிறான். போலீஸ் வந்துவிட்டதாகத் தவறாக உணர்ந்த ஷேகி, கூஸ், கிளிப்பர் மூவரும் அங்கிருந்து ஓட சிறுவனான லில்டைஸ் ஹோட்டலுக்கு உள்ளே போகிறான். விளையாட்டாக உள்ளிருப்பவர்களை சுடுகிறான். அவர்கள் செத்து விழுவதை பார்த்துச் சிரிக்கும் அவன், இன்னும் பலரைக் கொல்கிறான். இதெல்லாம் தெரிந்தால்

தன்னைக் கொன்றுவிடுவார்கள் என்று பயந்து அவன் அந்த ஊரைவிட்டுப் போகிறான். ஒருநாள்... திருட்டுகள் செய்து சேர்த்த பணத்துடன் தங்கள் குடியிருப்புக்குத் திரும்பிவருகிறான். அப்போது கடைக்காரன் துரத்தியதால் கூஸ் ஓடிவருகிறான். அன்று ஹோட்டலில் ஓடியதற்காக கூஸ் அவனை அடிக்கிறான். எனவே, அவனை லில்டைஸ் சுட்டுக்கொல்கிறான். அன்றிலிருந்து தன்னை எதிர்ப்பவர்களை எல்லாம் ஈவு இரக்கமில்லாமல் சுட்டுக் கொல்லும் லில்டைஸ் சின்ன வயதிலேயே அந்தக் குடியிருப்பில் பெரிய தாதாவாகிறான். அந்தப் பகுதியில் கேரட் மட்டும் மீதமிருக்கிறான். அவனையும் கொன்றுவிட்டால் போதை மருந்து விற்கும் தொழிலில் தனக்கு யாரும் போட்டியில்லை என்று திட்டமிடுகிறான். இதற்கிடையில் லில்டைஸைக் கொல்ல கேரட்டும் ரகசியமாக முயற்சி எடுக்கிறான். ஒருநாள் இரவு நடக்கும் பார்ட்டியில் கேரட்டின் ஆட்கள் லில்டைஸைச் சுடுவதற்குப் பதிலாக அவன் நண்பனான பென்னியைச் சுட்டுக் கொல்கிறார்கள். சிறுவயதிலிருந்து கூடவே இருந்த நண்பன் இறந்ததும் லில்டைஸ் துடிக்கிறான். கொன்றவர்களைத் தேடி வருகிறான். அப்போது நாக் அவுட் என்பவன் தன் தோழியுடன் எதிரில் வருகிறான். தனக்கு இருக்கும் கோபத்தில் லில்டைஸ் நாக் அவுட்டைத் தாக்கி அவன் தோழியைப் பலாத்காரம் செய்கிறான்.

அப்படியும் கோபம் அடங்காமல் அவன் வீட்டுக்குத் தேடிப்போய் நாக் அவுட்டின் தம்பியைக் கொல்கிறான். இதனால், கோபமடைந்த நாக் அவுட் லில்டைஸின் எதிரியான கேரட்டுடன் சேர்கிறான். அவனிடம் ஒரு துப்பாக்கி வாங்கி லில்டைஸைத் தேடிப்போய் சுடுகிறான். அதில் லில்டைஸ் காயத்துடன் தப்புகிறான் அந்தப் பகுதியின் தாதாவான லில்டைஸைச் சுட்டதால் ஒரு இரவிலேயே

நாக் அவுட்டின் புகழ் பரவுகிறது. 'நாக் அவுட் நெட்டின் கதை' என்ற எழுத்துக்கள் தோன்ற அவனது கதை துவங்குகிறது.

லில்டைஸை எதிர்கொள்ள நிறைய ஆயுதம் வேண்டும் என்பதால் கேரட்டும் நாக் அவுட்டும் சேர்ந்து கொள்ளை அடிக்கிறார்கள். கிடைத்த பணத்தை வைத்து துப்பாக்கிகள் வாங்குகிறார்கள். போதை மருந்து விற்கும் தொழிலை யார் கைப்பற்றுவது என்பதற்காக இரண்டு கோஷ்டிக்கும் இடையில் ஒருநாள் இரவு போர் துவங்குகிறது. இதற்கிடையில் ராக்கெட், நகரத்தில் இருக்கும் ஒரு பத்திரிகையில் வேலைக்குச் சேர்கிறான். இரு குழுவுக்கும் சண்டை தொடர்ந்து நடக்க ஒரு நாள் நாக் அவுட்டின் படங்கள் பத்திரிகையில் வருகின்றன. அதைப் பார்க்கும் லில்டைஸ் கோபமடைகிறான். "இந்தக் குடியிருப்பில் நான்தான் தலைவன் என் போட்டோ வராம எவன் போட்டோவோ வந்திருக்கு" என்று கோபப்படும் அவன் தன்னிடம் போதை மருந்துக்காக அடகுக்கு வந்த கேமராவைத் தேடி எடுக்கிறான். அவனது ஆட்கள் ஏற்கனவே போட்டோ எடுக்கத்தெரிந்த ராக்கெட்டைத் தேடி அழைத்து வருகிறார்கள். அவனிடம் கேமராவைக் கொடுத்து, விதவிதமாக தாங்கள் துப்பாக்கியுடன் இருப்பது மாதிரி போட்டோ எடுக்கச் சொல்கிறான். ராக்கெட் போட்டோ எடுக்கிறான். எடுத்து முடித்ததும் அந்தக் கேமராவைப் பரிசாகப் பெறும் ராக்கெட் பெருமையுடன் தன் பத்திரிகை அலுவலகத்துக்கு வந்து தான் எடுத்த படங்களை கழுவித்தரச் சொல்கிறான்.

மறுநாள் காலையில் ராக்கெட் பத்திரிகை பார்த்து அதிர்ச்சி அடைகிறான். அவனுக்குத் தெரியாமலேயே அவன் எடுத்த லில்டைஸின் படங்கள் பத்திரிகையின் முதல் பக்கத்தில் வந்திருப்பது அறிந்து கலவரமடைகிறான். லில்டைஸுக்குத்

தெரிந்தால் தன்னைக் கொன்றுவிடுவான் என்று பயப்படுகிறான். ஆனால், கலவரப்பகுதிக்குள் போய் யாரும் எடுக்கமுடியாத போட்டோவை எடுத்ததற்காக அவனுக்கு சன்மானமும் பாராட்டும் கிடைக்கிறது. இன்னும் இதுபோல நிறைய போட்டோவை எடுத்துவருமாறு சொல்கிறார்கள். ராக்கெட் தயக்கத்துடன் சம்மதிக்கிறான். இதற்கிடையில் லில்டைஸ் தன் படம் பேப்பரில் வந்திருப்பதைப் பார்த்து மிகுந்த மகிழ்ச்சியடைந்து பகலிலேயே ஒரு விருந்துக்கு ஏற்பாடு செய்கிறான்.

முடிவின் ஆரம்பம் என்ற எழுத்து திரையில் தோன்ற படத்தின் முதலில் தோன்றிய காட்சி திரும்பவும் தோன்றுகிறது. ஒரு கோழி தப்பித்து ஓட அதை லில்டைஸின் ஆட்கள் துரத்தி ஓட, அந்தப் பக்கமாக ராக்கெட் வர, ஒரு பக்கம் லில்டைஸின் ஆட்கள். இன்னொருபுறம் அவனைப் பிடிக்க துப்பாக்கியுடன் வந்திறங்கும் போலீஸார். நடுவில் ராக்கெட். எல்லோரிடமும் துப்பாக்கி இருப்பதைப் பார்த்த போலீஸ் பின்வாங்குகிறது. வெற்றியில் சிரிக்கும் லில்டைஸ். "ராக்கெட் இன்னும் எங்களைப் போட்டோ எடு" என்று சொல்ல ராக்கெட் போட்டோ எடுக்கப் போகிறான். அப்போது எதிர்பாராமல் நாக் அவுட்டின் ஆட்கள் உள்ளே நுழைந்து சுடத்துவங்க சண்டை திரும்பவும் துவங்குகிறது. ராக்கெட் அந்த இடத்திலிருந்து தப்பித்து நடக்கும் சண்டையை ஒளிந்திருந்து போட்டோ எடுக்கத் துவங்குகிறான்.

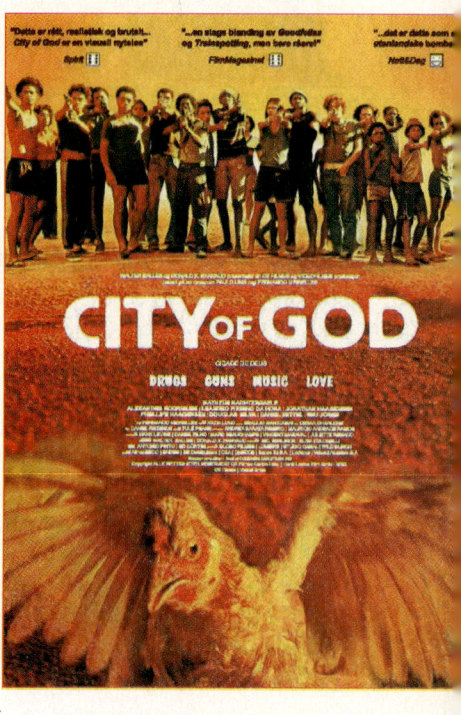

தெருவில் நேரடியாக நடக்கும் துப்பாக்கிச் சண்டையில் நாக் அவுட் இறக்கிறான். தெருவெங்கும் ரத்தம். அங்கங்கே இறந்துகிடக்கும் சிறுவர்கள்; மனித உடல்கள். முடிவில் கேரட் சரணடைகிறான். லில்டைஸைக் கைது செய்யும் போலீஸார் அவனைத் தனியே அழைத்துச் செல்கிறார்கள். ராக்கெட் மூச்சிறைக்க ஓடிப்போய் ஒரு வீட்டின் சன்னல் கிராதி வழியே ஒளிந்திருந்து நடப்பதைப் பார்க்கிறான். போலீஸார் லில்டைஸிடமிருக்கும் பணத்தையும் அவன் கையில் போட்டிருக்கும் மோதிரத்தையும் லஞ்சமாக வாங்கிக்கொண்டு அவனை

விடுவிக்கிறார்கள். அப்போது லில்டைஸைப் பார்க்க சில சிறுவர்கள் வருகிறார்கள். அவர்களிடம், "பசங்களா. வாங்க திரும்பவும் நம்ம தொழிலை ஆரம்பிக்கலாம்" என்கிறான். அங்கு கூடும் சிறுவர்கள் எதிர்பாராதவிதமாக லில்டைஸை சுட்டுக் கொல்கிறார்கள். கொன்றுவிட்டு, "இனிமே அந்தத் தொழில் நமக்குதான்" என்று மகிழ்ச்சியாகக் கத்திக்கொண்டே ஓடுகிறார்கள். இது எல்லாவற்றையும் ராக்கெட் ஒளிந்திருந்து போட்டோ எடுக்கிறான். இதனால், அவனுக்கு பெயரும் புகழும் கிடைக்கிறது. ராக்கெட்டாக இருந்த அவனது பெயர் வில்ஸன் ரோட்ரிகஸ் என மாறுகிறது. கலவரம் முடிந்த சில நாட்களில் அந்தக் குடியிருப்பின் தெருக்களில் பத்து வயதுக்கும் குறைவான சிறுவர்கள், கையில் துப்பாக்கியுடன் அடுத்து யாரைக் கொல்வது, எங்கு கொள்ளையடிப்பது என்று பேசிக்கொண்டே நடந்துச் செல்கிறார்கள். 'உண்மைக் கதையை அடிப்படையாக வைத்து எடுக்கப்பட்டது' எனும் எழுத்துக்களுடன் படம் நிறைவடைகிறது.

கதையை முன்பின்னாக சொல்லும் வகையிலும், துவக்கக் காட்சியைப் படத்தின் கடைசியில் சேர்த்த விதத்திலும் பல புதுமைகள் செய்து ஒளிப்பதிவிலும், படத்தொகுப்பிலும் புதிய உத்திகளைக் கையாண்ட இப்படம் தொழில்நுட்பத்தில் ஆக்ஷன் படங்களின் மிகச்சிறந்த முன்னோடியாகக் கருதப்படுகிறது. படத்தின் துவக்கத்தில் காட்சிகள் அடுக்கப்பட்ட வேகத்தை இதன் உதாரணமாகச் சொல்லலாம். லில்டைஸைப் போல நடித்துக் காட்டும் சிறுவனை, ஒரு சிறுவனை வைத்தே சுட்டுக்கொல்லும் காட்சி நம்மை அதிரவைக்கிறது. வன்முறை நிரம்பிய ரியோடி ஜெனிரோ நகரின் நிழலுலகத்தை அடிப்படையாகக் கொண்டு பாவ்லோ லின்ஸ் எழுதிய நாவலைத் தழுவி இளம் குற்றவாளிகளின் உலகைத் துல்லியமாகப் பதிவுசெய்த இப்படம் உலகெங்கும் நாற்பதுக்கும் மேற்பட்ட விருதுகள் பெற்றது. அந்த நகரத்தில் உள்ளவர்களையே நடிகர்களாக நடிக்கவைத்து 2002-ல் வெளியான போர்ச்சுகீசிய மொழியில் எடுக்கப்பட்ட இந்த பிரேசில் நாட்டுப் படத்தின் இயக்குனர் ஃபெர்னாண்டோ மெய்ரெல்லஸ் (Fernando Meirelles)

முன்பு குழந்தைகளின் விளையாட்டில் மரப்பாச்சிகள் இருந்தன. இப்போது பொம்மைத் துப்பாக்கிகளும், போர் வீரர்களும் இருக்கின்றனர். விடியோ விளையாட்டில் வாகனங்கள் மோதிச் சிதறுகின்றன. செய்திகளில் தினம் ரத்தம். இறந்தவர்களின் கோர முகங்கள். இன்னொருபுறம் திரைப்பட நாயகர்கள் கொன்று குவிக்கிறார்கள். சிறுவர்கள் எப்போதும் சாகசங்களை விரும்புகிறார்கள். மூத்தவர்களையே மாதிரியாகக் கொள்கிறார்கள். சமீபகாலமாக சிறுவர்களின் குற்றங்கள் பெருகிவருகின்றன. ஏன்? ஊடகங்களிலும் நிஜத்திலும் வன்முறையைக் கொண்டாடும் சமுதாயத்தில் ஒரு அப்பாவிச் சிறுவன் எதைக் கற்றுக்கொள்ள முடியும்?

Fernando Meirelles

1955-ல் பிரேசில் நாட்டில் உள்ள சா பாலோ நகரில் ஒரு நடுத்தரக் குடும்பத்தில் பிறந்தார். அந்த நகரிலேயே உள்ள பல்கலைக்கழகத்தில் ஆர்கிடெக்சர் துறையில் பட்டம் பெற்றார். திரைப்படத்தின் மீது இருந்த ஆர்வத்தால் நண்பர்களுடன் சேர்ந்து நிறைய பரிசோதனைப் படங்களை எடுத்தார். ஒன்பது வருடங்கள் தொலைக்காட்சியில் பணிபுரிந்துவிட்டு பிறகு விளம்பரப்படங்களை இயக்கினார்.

'சிட்டி ஆஃப் காட்' எனும் நாவலைப் படித்ததும் அதைப் படமாக்க விரும்பினார். 'இந்தப் படத்தைப் பார்க்கும்போது அதனுடைய வன்முறைக் கும்பலுடன் நாமும் ஒருவராக பங்கேற்கும் எண்ணம் நமக்குத் தோணுவதில்லை. ஒரு வன்முறை சார்ந்த படத்துக்கு இந்த நேர்மை இருக்கவேண்டும் என்று நம்புகிறேன். குற்றம் செய்வதை ஈர்க்கும் விதத்தில் காட்டவேண்டிய அவசியம் இல்லை' என்று சொல்லும் இவர் வன்முறைப்படங்கள் எடுப்பதில் தனக்கு ஆர்வமில்லை என்கிறார்.

இவரது பிற படங்கள்

Blindness (2008) (filming) "Antonia" (2006) City of Men (4 episodes, 2002-2005) Em Algum Lugar do Futuro (2005) TV Episode Sabado (2003) TV Episode Tomada Gosta de um Homem (2003) TV Episode Uolace e Joao Victor (2002) TV Episode The Constant Gardener (2005) City of God (2002) Golden Gate (2002) Maids (2001) "Brava Gente" (1 episode, 2000) Palace II (2000) TV Episode The Nutty Boy 2 (1998) E no meio passa um trem (1998) "A Comédia da Vida Privada" (1 episode, 1997) O Que Você Vai Ser Quando Crescer? (1997) TV Episode Olhar Eletrônico (1986) (V)

Technical Details

City Of God / 2002 /Brazil / 130min /colour /Director-Fernando Meirelles / Writer-Paulo Lins(novel) Braulio Mantorani / Cast-Alexandre Rodrigues, Leandro Firmino, Douglas Silva / Editor-Daniel Rezende / Music-Ed Cortes, Antonio Pinto / cinematography-Cesar Charlone

36

இன் தி மூட் ஃபார் லவ்
IN THE MOOD FOR LOVE

திருமணத்துக்குப் பிறகு காதலிக்கலாமா? ஆணுக்கும் பெண்ணுக்கும் அதற்கான தேவை ஏன் ஏற்படுகிறது? தனிமை, அன்பு காட்ட தன்னை அங்கீகரிக்க யாரும் இல்லாத வெறுமை இரண்டும் சேரும்பொழுது ஒருவரின் துணை தேவைப்படுகிறது. அந்த அன்பு நெருக்கமடையும்போது..? அந்த மனநிலையில் இருந்த இருவரின் கதைதான் 'In the mood for love'.

"அது ஒரு அலைபாயும் தருணம். அவள் தலைகுனிந்து இருந்தாள். நெருங்கி வருவதற்கான வாய்ப்பை அவனுக்குத் தருவதுபோல. ஆயினும் அவனால் முடியவில்லை. அதற்கு போதிய தைரியம் இல்லை. எனவே, அவள் திரும்பினாள். அங்கிருந்து நடந்துச்சென்றாள்."

1962. அருகருகே இருக்கும் இரண்டு வீட்டில் மிஸ்டர் சௌ என்ற இளைஞரும், மிஸஸ் சான் என்ற பெண்ணும் ஒரேநாளில் குடிவருகிறார்கள். இரண்டு வீட்டின் கதவுகளும் அருகருகே இருப்பதால் பொருட்களைத் தூக்கிவருபவர்கள் வீடு தெரியாமல் மாற்றிமாற்றி கொண்டுவருகிறார்கள். அந்தப் பெண் வீட்டுக்குள் நின்று இது என்னுடையதில்லை என்கிறாள். அவர் தன் வீட்டிலிருந்து இது தன்னுடையதில்லை என்கிறார். இதன்மூலம் ஒருவருக்கொருவர் அறிமுகமாகிறார்கள். மிஸஸ் சானின் கணவர் வெளிநாட்டில்

இருப்பதால் எப்போதாவதுதான் வீட்டுக்கு வருகிறார். பத்திரிகை அலுவலகத்தில் வேலை பார்க்கும் சௌ வேலை முடித்து இரவு தாமதமாக வருகிறார். அவரது மனைவியும் வேலை முடித்து பின்னிரவில் வருவதால் இருவரும் சந்தித்துக்கொள்வது அரிதாக இருக்கிறது. பல நாட்கள் தன் மனைவியைப் பிரிந்து சௌவும், வெளிநாட்டில் இருக்கும் கணவனைப் பிரிந்து மிஸஸ் சானும் தனியாக இருக்கிறார்கள். வீடுகள் அருகருகே இருப்பதால் இருவரும் அடிக்கடி பார்த்துக்கொள்ளும் சந்தர்ப்பம் ஏற்படுகிறது.

சௌவும் அவரது மனைவியும் பெரும்பாலான நேரங்களில் தொலைபேசியில்தான் பேசிக்கொள்கிறார்கள். ஒருநாள் அவளை எங்காவது சாப்பிட அழைத்துச் செல்லலாம் என்று அவள் வேலை பார்க்கும் இடத்துக்கு சௌ செல்கிறார். ஆனால், அங்கிருக்கும் அலுவலர் அவரது மனைவி விடுப்பு எடுத்துக்கொண்டு சீக்கிரமே போய்விட்டதாகச் சொல்கிறார். "ஏன் உங்கக்கிட்ட அவங்க சொல்லலையா" என்று அவர் கேட்க, "சொல்ல மறந்திருப்பாங்க..." என்று சமாளித்து அங்கிருந்து கிளம்பி தெரு விளக்கடியில் மன உளைச்சலுடன் நிற்கிறார். தன் கணவன் இல்லாததால் சமைக்கப் பிடிக்காத மிஸஸ் சென் இரவு உணவை வாங்க அந்த வழியே வருகிறாள். தனிமையின் இரண்டுவிதமான மனநிலையில் இருக்கும் இருவரும் ஒருவரை ஒருவர் பார்த்துக்கொள்கிறார்கள்.

மறுநாள் இரவு வழக்கம்போல மிஸஸ் சென் உணவு வாங்கித் திரும்புகிறாள். சௌ தன் வேலை முடிந்து வீடு திரும்புகிறார்.

உலக சினிமா-II

அருகருகே இருக்கும் வீடுகளின் கதவைத் திறக்கும்போது இருவரும் பார்த்துக்கொள்கின்றனர். "எங்க..? உங்க கணவரை கொஞ்சநாளா பாக்கமுடியல..." "வேலை விஷயமா வெளிநாடு போயிருக்கார்..." "உங்க மனைவி வீட்ல இல்லையா?" "அம்மாவுக்கு முடியலைன்னு அவங்க வீட்டுக்குப் போயிருக்காங்க..." இருவரும் சம்பிரதாயமாகப் புன்னகைத்து வீட்டுக்குள் நுழைகிறார்கள்.

ஒருநாள் இரவு உணவுக்கு இருவரும் ஒரே உணவு விடுதியில் சந்திக்கிறார்கள். செள தயக்கத்துடன் பேசத் துவங்குகிறார்... "கேட்க ஒருமாதிரியா இருக்கு இருந்தாலும் கேட்கிறேன். நீங்க நேற்று வச்சிருந்த ஹேண்ட்பேக் எங்க வாங்குனீங்க? அதுமாதிரி என் மனைவிக்கு ஒண்ணு வாங்கணும்" "மனைவிமேல ரொம்பப் பிரியமா இருக்கீங்க" "அப்படியில்லை. ரெண்டு நாள்ல அவங்களுக்கு பிறந்தநாள் வருது. அதான்..." "இது இங்கே கிடைக்குமான்னு தெரியல... என்னோட கணவர் வெளிநாட்டுல இருந்து வாங்கிட்டு வந்தார்" "அப்படியா... பரவாயில்லை" என்று அவர் சிரிக்கிறார். அவள் சற்று தயக்கத்துடன், "நானும் உங்கக்கிட்ட ஒண்ணு கேட்கணும். இந்த டை எங்க வாங்குனீங்க" அவர் சிரித்துக்கொண்டே "என்னோட டை எல்லாம் என் மனைவிதான் வாங்குவா... இது ஒருமுறை வெளிநாடு போயிருக்கும்போது வாங்கிட்டு வந்தா..." என்று சொல்கிறார். "இதே மாதிரி ஒரு டை என் கணவர்கிட்டயும் இருக்கு" என்று அவள் சொன்னதும் செள தீவிரமாக யோசித்தவராக, "உங்க பேக் மாதிரி என் மனைவி ஒண்ணுவச்சிருக்கா" என்று சொல்கிறார். "எனக்குத் தெரியும்" என்கிறாள் அவள். அடிக்கடி வெளிநாடு செல்லும் இவளது கணவனுக்கும் அவரது மனைவிக்கும் இருக்கும் உறவு இருவருக்கும் புரிகிறது. இருவரும் மௌனமாக அங்கிருந்து நடந்துச் செல்கிறார்கள்.

வெளிநாட்டிலிருந்து அவர்கள் இருவரும் எப்போது வருவார்கள் என்று தெரியாத நிலையில் செளவும் மிஸஸ் சென்னும் தங்களின் புதிரான தனிமையை உணர்கிறார்கள். அடிக்கடி சந்திக்கிறார்கள். செள தன் தனிமைக்கு மாற்றாக, "தற்காப்புக் கலையைப்பத்தி

ஒரு தொடர் எழுதலாம்னு இருக்கேன்... உங்களுக்கு ஆர்வம் இருந்தா ரெண்டுபேரும் சேர்ந்து பேசி எழுதலாமே" என்கிறார். அதற்கு அவள் சம்மதிக்கிறாள். அன்று அவளுக்காக இரவு உணவை அவர் வாங்கி வருகிறார். அவள் அவருக்குப் பிடித்த சூப் செய்து தருகிறாள். இருவரும் தொடரை எழுதத் துவங்குகிறார்கள்.

ஒருநாள் அவள் தங்கியிருக்கும் வீட்டில் பார்ட்டி நடப்பதால் எல்லோரும் குடித்து மகிழ்ச்சியாக இருக்கிறார்கள். அன்று இரவு இவள் தன் வீட்டுக்குப் போக விரும்பாமல் அவர் வீட்டிலேயே தூங்குகிறாள். சற்றுத்தள்ளி நாற்காலியில் உட்கார்ந்துகொண்டே அவரும் தூங்குகிறார். ஒருநாள் இரவு இருவரும் சாப்பிட்டுவிட்டு வீடு திரும்பும்போது தனக்கு இன்னும் தொடர்கள் எழுத வாய்ப்புகள் வந்திருப்பதால் எழுதுவதற்கு வசதியாக இன்னொரு வீட்டுக்குப் போய்விடலாம் என்று தான் நினைப்பதாக சௌ சொல்கிறார். "நமக்குள்ள எதுவும் இல்லை. ஆனா, நான் வேற இடத்துல தங்கினா தேவையற்ற வதந்திகளைத் தவிர்க்கலாமே..." என்று சௌ சொல்கிறார். "நான் வந்து உதவி பண்றது வேணானா நீங்களே தனியா எழுதுங்க...'' என்று சொல்லிவிட்டு அவள் கிளம்புகிறாள்.

அன்றிலிருந்து பல நாட்கள் அவரைப் பார்க்க முடியவில்லை. அவர் வேலைப் பார்க்கும் அலுவலகத்துக்கு போன் செய்து விசாரிக்கிறாள். அவருக்கு உடல்நலமில்லாது இருப்பதை அறிந்து அவர் தங்கியிருக்கும் அறைக்கு அவரைப் பார்க்கப் போகிறாள். ஆறுதலாகப் பேசுகிறாள், "நாளைக்குத் திரும்பவும் வருகிறேன். உங்களுக்கு என்ன பிடிக்கும்..? சமைத்துக்கொண்டு வருகிறேன்..." என்று சொல்கிறாள். "வேண்டாம். கொஞ்சம் ஓய்வெடுத்தால் சரியாயிடும்'' என்று சௌ சொல்கிறார். இருவரும் என்ன பேசுவதென்று தெரியாமல் தலைகுனிந்து நிற்கின்றனர். அப்போது அவர் மெல்லத் தலை நிமிர்ந்து, "நீங்க வருவீங்கன்னு நான் நினைக்கவே இல்லை" என்கிறார். அவரைத் தலைநிமிர்ந்து பார்க்கும் அவள், "அவங்க எப்படியும் இருந்துட்டுப் போகட்டும்

அவங்கமாதிரி நாம எப்பவுமே இருக்கவேணாம். உடம்பைப் பாத்துக்கங்க. நாளைக்கு வர்றேன்...'' என்று சொல்லிப் புன்னகைத்துவிட்டுக் கிளம்புகிறாள்.

மறுநாளிலிருந்து உடல்நலம் சரியாகி அவர் எழுதத் துவங்க அவள் அருகிலிருந்து உதவுகிறாள். அன்று இரவு தாமதமாக வீட்டுக்கு வரும்போது வீட்டு உரிமையாளரான வயதான பெண் தினமும் அவள் தாமதமாக வருவது குறித்து அவளுக்கு அறிவுரை சொல்கிறாள்... "கணவரை அதிகமாக வெளியூருக்கு அனுப்பாதம்மா. சேர்ந்து வாழ்றதுதான் குடும்ப வாழ்க்கை..." என்று சொல்ல அதை ஏற்றுக்கொள்ளும் அவள் அழுதுகொண்டே தனது அறைக்குப் போகிறாள். மறுநாள் செள தொலைபேசியில் அழைக்கிறார். இவள் நேற்று இரவு வீட்டுக்காரப் பெண் சொன்னதை நினைவுபடுத்தி, "வரமுடியாது... நாம இனிமே அடிக்கடி சந்திக்கவேண்டாம்" என்று சொல்லி ரிசீவரை வைக்கிறாள். அன்று அவள் தன் வீட்டில் தனியாக இருக்க செள தான் வேலைப்பார்க்கும் இடத்தில் சிகரெட் புகைத்துக்கொண்டே தனிமையை உணர்கிறார்.

அன்று இரவு மழை பெய்கிறது. வீட்டுக்குத் திரும்பும் வழியில் இருவரும் வழக்கமாகச் சந்தித்துக்கொள்ளும் இடத்தில் சந்திக்கிறார்கள். தான் வேலைக்காக சிங்கப்பூர் போகப்போவதாக செள சொல்கிறார். "எவ்வளவு நாள் அங்கே தங்குவீங்க?" "தெரியலை" "இப்ப எதுக்கு அவசரமா அங்கே போகணும்?'' ''எல்லோரும் என்னைப்பத்தி அதிகமா தப்பாப் பேசுறாங்க'' என்று செள சொல்கிறார். "அது உண்மையில்லைன்னு நமக்குத் தெரியுமே அப்புறம் ஏன் கவலைப்படுறீங்க?" "நான் கவலைப்படலை. நீங்களும் உங்க கணவரை விட்டு வரப்போறதில்லை. அதனால், நான் உங்களை விட்டுப்போறேன்" என்று செள சொல்கிறார். "என் மேல் நீங்க காதல் வசப்படுவீங்கன்னு நான் நினைக்கலை" "இல்லை... இது எங்கே ஆரம்பிச்சதுன்னு எனக்குத் தெரியல... நான் கட்டுப்பாடோடுதான் இருக்கேன். ஆனா, உங்க கணவர் ஊரிலிருந்து வராம அங்கேயே இருக்கட்டும்னு நினைக்கிறேன். நான் எவ்வளவு மோசம்" என்று சொல்ல அவள் அவரை நிமிர்ந்து பார்க்கிறாள். "நீங்க என்னைப் பார்க்காம இருக்கிறதுதான் நல்லது"

அவர் தீர்க்கமான முடிவுடன் அவளருகில் வருகிறார். குனிந்துகொண்டே அவளிடம் பேசுகிறார், ‘‘நான் இனிமே எப்பவுமே உங்களைப் பாக்கமாட்டேன்... உங்க கணவரை நல்லா கவனிச்சுக்கங்க” என்று கைக்கொடுத்துப் பிரிய அவள் அடக்கமுடியாத சோகத்துடன் அவர் தோளில் சாய்ந்து அழுகிறாள். இருவரும் பிரிகிறார்கள்.

1963 சிங்கப்பூர். அங்குள்ள ஒரு நாளிதழில் வேலைக்குச் சேரும் சௌ மறக்கமுடியாத தன் நினைவுகளுடன் இருக்கிறார். ஒருநாள் இரவு தன் நண்பர் ஒருவருடன் பேசிக்கொண்டு இருக்கிறார், ‘‘அந்தக் காலத்துல யாருகிட்டயும் சொல்லமுடியாத ரகசியம் இருந்தா என்ன செய்வாங்க தெரியுமா? மலை மேல போயி அங்க இருக்கிற மரத்துல ஒரு துளையைப் போட்டு அதுக்குள்ள அந்த ரகசியத்தைச் சொல்லி பிறகு களிமண் வச்சு அந்தத் துளையை அடைச்சிடுவாங்களாம்” என்று சொல்கிறார். உன்கிட்ட ஏதாவது ரகசியம் இருந்தா சொல்லு என்று நண்பர் கேட்கிறார். சௌ இல்லையென்று மௌனமாகத் தலையாட்டுகிறார். ஒரு நாள் சிங்கபூரில் அவர் வேலைப் பார்க்கும் அலுவலகத்துக்குப் போன் வருகிறது. “ஹலோ... ஹலோ...” என்று அழைக்கிறார். எதிர்முனையில் பதிலில்லை. அவருக்குப் பேசும் அவள் அவர் குரலைக் கேட்டதும் பேசமுடியாமல் வைத்து விடுகிறாள்.

மூன்று வருடங்களுக்குப் பிறகு அவள் தாங்கள் முன்பு தங்கியிருந்த அதே பிளாட்டுக்கு வருகிறாள். வீட்டைக் காலி செய்துகொண்டிருக்கும் பழைய வீட்டுக்காரப் பெண்மணி அவளை அன்புடன் வரவேற்கிறாள். அந்த வீட்டுக்கு வந்ததும் பக்கத்தில் யார் இருக்கிறார்கள் என்று அந்தக் கதவின் வழியே நின்று பார்க்கிறாள். அங்கு வேறு யாரோ இருப்பதை அறிந்து கண்கள் கலங்க பழைய நினைவுகளுடன் அங்கிருந்து கிளம்புகிறாள். சில நாட்கள் கழித்து சௌ அவளைப் பார்க்கலாமென்று தான் தங்கியிருந்த அதே பழைய வீட்டுக்கு வருகிறார். அந்த வீட்டில் இருந்தவர்கள் மாறிச் சென்றுவிட பக்கத்திலிருக்கும் வீட்டில் யாராவது இருக்கிறார்களா

என்று பார்க்கிறார் எல்லோரும் வீட்டைக் காலி செய்துவிட்டதாகச் சொல்ல வாங்கிவந்த பரிசுப்பொருளை அந்த வீட்டுக்காரரிடமே கொடுத்துவிட்டு கிளம்பும்போது, அவள் தங்கியிருந்த அந்த பூட்டிய வீட்டை ஒருகணம் நின்று பார்க்கிறார். அங்கிருந்து ஒரு புராதனமான புத்தமதக் கோயிலுக்குப் போகிறார். பாழடைந்த அதன் சுவரில் ஒரு துளை இருப்பதைப் பார்க்கிறார். அதனருகே சென்று தன் ரகசியத்தையெல்லாம் அதற்குள் சொல்கிறார். சொல்லிவிட்டு அங்கிருந்து நடக்கிறார். அந்தத் துளை காய்ந்த புற்களால் அடைக்கப்பட்டிருக்க யாருமில்லாத அந்த கோயில் அவரது ரகசியத்துடன் தனிமையில் இருக்கிறது. "தூசி படிந்த சன்னல் கண்ணாடி வழியே பார்ப்பது போல அவர் மறைந்த அந்த வருடங்களை நினைத்துப் பார்த்தார். கடந்து போனவற்றைக் கொஞ்சம் பார்க்க முடிந்தபோதும் அதைத் தொட முடிவதில்லை. அவர் பார்க்கிறவை எல்லாம் கலங்கியதாவும், தெளிவற்றதாகவுமே தெரிகின்றன" என்னும் எழுத்துக்கள் மறைய ஒரு கவிதையைப்போல படம் நிறைவடைகிறது.

ஒரு ஆணுக்கும் பெண்ணுக்குமான ஈர்ப்பையும் அவர்களுக்கு இடையேயிருக்கும் மனத்தகிப்பையும் அழகுணர்வுடன் இப்படம் பதிவுசெய்கிறது. படம் முழுக்க சௌவின் மனைவியோ, மிஸஸ் சென்னின் கணவனோ காட்டப்படாமல் முழுக்க இவர்கள் கோணத்தில் கதையைப் புதுமையாகக் கையாளும் இப்படம் காட்சிகளின் வழியே கதை சொல்லும் விதம் அழகு. வேலைப் பார்க்கும் அலுவலகத்தில் தன் மனைவியுடன் பேசுவதற்குக்கூட நேரமில்லாத அதிகாரியும், பிறந்தநாள் வாழ்த்தைக்கூட ரேடியோவில் கேட்டுக்கொள்கிற மிஸஸ் சென்னும் என படம் முழுக்க மனிதர்களின் தனிமையை இப்படம் பதிவு செய்கிறது. ஆட்களற்ற பாதையில் தனிமையில் எரியும் தெருவிளக்கும் அதன் மீது பெய்யும் மழையும் ஒரு குறியீடாக தனிமையைப் பதிவு செய்கிறது. கேமராவின் நகர்வும், மனதை நெகிழ்த்தும் இசையும் ஒரு லயத்துடன் ஒன்றிணைந்த இப்படம் பல விருதுகளைப் பெற்றது. 2000-ல் வெளியான இந்த ஹாங்காங் நாட்டுப் படத்தின் இயக்குனர் வாங் கர் வய் (Wong kar wai).

தனிமையை ஒரு நிலைக்குமேல் நாம் யாருமே விரும்புவதில்லை. வெற்றிடத்தைத் தேடிக் காற்று நிரப்புவதுபோல நம் தனிமையை இசையினால், புத்தகங்களினால், அன்பு காட்டும் ஒருவரின் அருகாமையினால் நாம் நிரப்பிக்கொண்டே இருக்கிறோம். திருமண உறவை அதிகம் மதிக்கும் நமது கலாசாரத்தில் சமீப காலமாக விவாகரத்துகளும், தவறான தொடர்புகளும் அதிகரித்துக் கொண்டே இருக்கின்றன. மனநல மருத்துவர்கள் இதற்குத் தீர்வாக ஒரு கேள்வியைத்தான் கேட்கிறார்கள். குடும்பத்தில் ஒரு நாளில் ஒருவருக்காக மற்றவர் ஒதுக்கும் நேரம் எவ்வளவு?

Wong kar wai

1958-ல் சீனாவிலுள்ள ஷாங்காய் நகரில் பிறந்தார். தனது ஐந்தாவது வயதிலேயே அம்மாவுடன் ஹாங்காங் நாட்டுக்கு குடிபெயர்ந்தார். அதற்கடுத்த இரண்டு வருடங்களில் நடந்த காலாசார மாற்றங்களினால் அப்பாவையும் சகோதரர்களையும் பத்து வருடங்களுக்கு மேலாக பிரிந்திருக்க நேர்ந்தது. சிறுவயதிலேயே சீன ஐரோப்பிய இலக்கியங்களில் பரிச்சயம் கொண்டிருந்தார்.

புகைப்படக் கலையின் மீதிருக்கும் ஆர்வத்தால் ஹாங்காங்கிலுள்ள பாலிடெக்னிக்கில் கிராஃபிக் டிசைன் படித்தார். படிக்கும்போதே தொலைக்காட்சியில் நாடகப் பயிற்சி வகுப்பில் சேர்ந்தார். தொலைக்காட்சி நாடகங்களில் தயாரிப்பு உதவியாளராகவும், உதவி இயக்குனராகவும் பணிபுரிந்தார். 5 வருடங்களில் 50 திரைக்கதைகளை எழுதினார். அதில் பத்து திரைக்கதைகள் திரைப்படமாக்கப்பட்டன.

தனது முப்பத்து ஒன்றாவது வயதில் முதல் படத்தை இயக்கிய இவர், நேரடியாகக் கதை சொல்வதைவிட கதைக்கான மனநிலையை, ஒளிப்பதிவும் இசையும் கலந்த லயத்தோடு கவிதையைப்போல பதிவு செய்கிறார். கேன்ஸ் திரைப்பட விழாவில் சிறந்த இயக்குனர் விருது பெற்ற இவர், திரைக்கதை எதுவும் இல்லாமலேயே தனது படப்பிடிப்பைத் துவங்குகிறார். படம் பிடிக்கும்போதும் படத்தொகுப்பின்போதும் கதையை உருவாக்குகிறார்.

இவரது பிற படங்கள்

The Lady from Shanghai (2008) (pre-production) To Each His Cinema (2007) My Blueberry Nights (2007) Eros (2004) 2046 (2004) Six Days (2002) (V) The Follow (2001) In the Mood for Love (2000) Hua yang de nian hua (2000) Happy Together (1997) wkw/tk/1996@7'55"hk.net (1996) Fallen Angels (1995) Ashes of Time (1994) Chung King Express (1994) Days of Being Wild (1991) As Tears Go By (1988)

Technical Details

In the Mood for Love / 2000 / HongKong / 98min / colour / Director&Writer-Wong Kar Wai / Cast-Maggie Cheung, Tonny Leung Chic Wai / Editor-William Chang / Music-Michael Galasso, Shigeru Umebayashi / Cinematography-Christopher Doyle, Pin Bing Lee

37

மூலாத்

MOOLAADE

காணிக்கை செலுத்துவதிலிருந்து அலகு குத்துவதுவரை விதவிதமான சடங்குகள் எல்லா மதத்திலும் இருக்கின்றன. இதில் பழங்குடியினர்களிடம் இருக்கும் சில சடங்குகள் உயிருக்கே ஆபத்தானவை. ஆண்களுக்கு சுன்னத் திருமணம் செய்வதுபோல பெண்களுக்கும் அவ்விதமான ஒரு சடங்கினைக் கட்டாயமாகச் செய்வது பழங்குடியினர்களின் வழக்கமாக இருக்கிறது. அந்தச் சடங்கினை எதிர்த்துக் கிளர்ந்தெழுகிற ஒரு சாதாரண கிராமத்துப் பெண்ணின் கதைதான் 'moolaade'

மண் வீடுகளாலான அந்த எளிய கிராமத்தில் வசிக்கும் கோலே தன் வீட்டு வாசலை பெருக்கிக் கொண்டிருக்கிறாள். அப்போது வெற்றுடம்பில் வெள்ளித் துணியைப் போர்வை போல் போர்த்திய நான்கு சிறுமிகள் "கோலே... அம்மா எங்களக் காப்பாத்துங்க" என்று அலறிக்கொண்டே ஓடிவந்து அவளது காலில் விழுகின்றன. ஒன்றும் புரியாமல் கோலே விழிக்கிறாள். அப்போது பதினாறு வயதான கோலேயின் மகள் அம்சதோ "அம்மா... இவங்கெல்லாம் உடம்பை நறுக்கும் அந்தச் சடங்கு வேணான்னு ஓடிவந்திருக்காங்க" என்று சொல்ல கோலேக்கு விஷயம் புரிகிறது. கோலே அந்த நான்கு சிறுமிகளையும் வீட்டுக்குள் இருக்கச் சொல்கிறாள்.

கோலேயின் கணவரான களீதுக்கு மூன்று மனைவிகள். அன்று அவர் வெளியூருக்கு போவதற்காக கிளம்புகிறார். அவர் போனதும்

கோலே தன்னைத் தேடி அடைக்கலமாக ஓடிவந்திருக்கும் அந்தச் சிறுமிகளுக்கு வீட்டிலிருக்கும் உடையைக் கொடுத்து உடுத்தச் சொல்கிறாள். அவர்கள் யாரும் தன்னைக் கேட்காமல் வீட்டைவிட்டு வெளியே போகக்கூடாது என்று வாசலில் துணியால் ஆன காப்புக் கயிறு ஒன்றைக் கட்டுகிறாள். இதற்கு மற்ற இரு மனைவிகளும் ஒத்துழைக்கிறார்கள்.

இது தெரிந்து சடங்கை நிறைவேற்றும் சிவப்பு உடை அணிந்த பெண்கள் குழு வீடு நோக்கி வந்து கோலேயின் வீட்டுவாசலில் நிற்கிறது. கோலே யாரும் வீட்டுக்குள் நுழையாதவாறு அரிவாளுடன் வாசலில் நிற்கிறாள். சடங்கு செய்யும் பெண்களின் தலைவி பேசத் துவங்குகிறாள். “கோலே... இதுமாதிரிதான் ஏழு வருஷத்துக்கு முன்னாடி உன் பெண்ணுக்கு சுத்தப்படுத்தும் சடங்கை செய்யவிடாம தடுத்த... உனக்கும்கூட நான்தானே இந்தச் சடங்கைச் செய்தேன்... அப்புறம் ஏன் தடுக்கிற?” என்று கேட்கிறாள். “எனக்கு அறுத்துட்டு ரெண்டு முறை தைச்சீங்க... அதுமட்டுமா என் ரெண்டு குழந்தைங்களை உங்களால் நான் சாகக் கொடுத்தேன். கடைசியா என் மகள் அம்சதோ பிறக்கும்போது... என் வயிறை எப்படிக் கிழிச்சியிருக்காங்க பாருங்க...” என்று தன் வயிற்றிலுள்ள தழும்பைக் காட்டுகிறாள். “யாராவது இந்தக் கயிறைத் தாண்டி உள்ள வந்தீங்க..?” என்று கோபத்துடன் தன் கையிலிருக்கும் அரிவாளை உயர்த்திக் காண்பிக்கிறாள். அதைப் பார்த்துக் கோபமுறும் பெண்களின் தலைவி, “கோலே... நீ மதத்தோட நம்பிக்கைகளை அழிக்க சதிசெய்ற... இரு உன் அதிகாரத்தை ஒடுக்குறேன்'' என்று சொல்ல எல்லோரும் கோபத்துடன் அங்கிருந்து கிளம்புகிறார்கள்.

மறுநாளே மசூதிக்கு எதிரில் இருக்கும் மரத்தடியில் ஊரிலிருக்கும் ஆண்கள் பஞ்சாயத்தைக் கூட்டுகிறார்கள். சடங்கு செய்யும் பெண்களின் தலைவி, தன் பிரச்னையைச் சொல்கிறாள். பஞ்சாயத்தில் இருக்கும் ஊர்த்தலைவரின் மகன் இப்ராஹிமை கோலேயின் மகளான அம்சதோவுக்கு ஏற்கனவே நிச்சயம் செய்திருப்பதால் இந்தச் செய்தியைக் கேட்டதும் அவர்

கோபப்பட்டு, "இங்கப் பாருங்க... அப்படி மதச்சடங்கு செய்யாத கோலேயின் மகளை என் மகன் ஒருபோதும் திருமணம் செய்யமாட்டான்" என்று உறுதியாகச் சொல்கிறார். இதையெல்லாம் மரத்தடியில் இருக்கிற கடைக்காரன் பார்த்துக்கொண்டு இருக்கிறான்.

கோலேயின் செயல் ஊர்முழுக்கத் தெரியும் இந்த சமயத்தில் அவளது மகள் அம்சதோவுக்கு நிச்சயம் செய்யப்பட்ட இப்ராஹிம் பிரான்ஸிலிருந்து கிராமத்துக்கு வருகிறான். ஊர்மக்கள் வழிநெடுகத் திரண்டு நின்று அவனை வரவேற்கிறார்கள். ஆனால், அம்சதோ சுத்தப்படுத்தும் சடங்கை செய்யாதவள் என்பதால் அவனை வரவேற்கப் போகமுடியாமல் வீட்டிலேயே இருக்கிறாள்.

அந்த வாரத்தில் ஊருக்குப் போயிருந்த கோலேயின் கணவர் கஸீது திரும்பிவருகிறார். அவர் வரும் வழியிலேயே கோலே நான்கு சிறுமிகளைக் காப்பாற்றி வைத்திருப்பதும், அம்சதோவுக்கு திருமணம் நடக்காது என்ற செய்தியும் சொல்லப்படுகிறது. அவர் கோபமாக வீட்டுக்கு வருகிறார். தன் மூன்று மனைவிகளையும் வரச்சொல்லி நான் இல்லாத நேரத்தில் எப்படி நீங்கள் இதைச் செய்யலாம் என்று திட்டுகிறார். பிறகு கோலேயிடம் உருக்கமாகப் பேசுகிறார். ''நமக்கு இருக்கிறது ஒரே மகள் உன்னோட விருப்பத்துக்காக அவளுக்கு அந்தச் சடங்கைச் செய்ய வேணாம்னு அப்ப சொன்ன நானும் ஒத்துக்கிட்டேன். ஆனா, இன்னைக்கு எல்லோரும் அப்படி இருக்கணும்னு சொன்னா எப்படி? நாளைக்கு அம்சதோவுக்கும் மத்த குழந்தைங்களுக்கும் அந்தச் சடங்கை செஞ்சே ஆகணும்" என்று கட்டளையிடுகிறார். அதற்குக் கோலே, "மன்னிக்கணும்" என்று சொல்லிவிட்டு எழுந்துச்செல்கிறாள்.

கிராமத்திலிருக்கும் பெண்கள் எல்லோரிடமும் ரேடியோ கேட்கும் வழக்கம் இருக்கிறது. அதைக் கேட்பதால்தான் ஆண்கள் சொல்வதைக் கேட்க மறுக்கிறார்கள் என்று சொல்லி ஆண்கள் அதைத் தடை செய்கிறார்கள். எல்லோரது வீட்டிலும் இருக்கும் ரேடியோவைப் பறித்து மசூதிக்கு முன்னால் குவித்து வைக்கிறார்கள். அன்று இரவு பெண்கள் எல்லோரும் ஊருக்கு வெளியில் இருக்கும் மரத்தடியில் கூடி, ரேடியோவைப் பிடுங்கிய ஆண்களின் செயலைக் கண்டித்து தமக்குள் பேசிக்கொள்கிறார்கள்.

இதற்கிடையில் இப்ராஹிமுக்கு பக்கத்து கிராமத்திலிருக்கும் பதினோரு வயதுப் பெண்ணை நிச்சயிக்கிறார்கள். பிரச்னை பெரிதாகிக்கொண்டே இருக்க, கோலேயின் வீட்டுக்கு அவளது கணவரின் அண்ணன் வருகிறார். கோலேயின் கணவரும் அவரது அண்ணனும் வீட்டுக்குள் இருந்துகொண்டு கோலேயைக் கூப்பிடுகிறார்கள். இருவரும் சேர்ந்து அவளைக் கண்டிக்கிறார்கள். "சுத்தப்படுத்துதல் என்பது நம் மதத்தின் வழக்கமான ஒன்று. அதை

ஒரு பொம்பள நீ தடுக்குறியா?" என்று கணவரின் அண்ணன் திட்டுகிறார். அவளை அனுப்பிவிட்டு அண்ணன், கோலேயின் கணவனைத் திட்டத்துவங்குகிறார். "நீயெல்லாம் ஒரு புருஷனா? இந்தக் கிராமமே உன்னைக் கேலி செய்யுது. அவ சொல்றதைக் கேட்காத... அந்த நாலு பொண்ணுங்களை மிதிச்சு வெளியே விரட்டு. அம்சதோவுக்கு அந்த சடங்கைச் செய். இந்தா..." என்று சொல்லி தன் இடுப்பில் வைத்திருந்த சாட்டையை எடுத்துக் கொடுக்கிறார்.

பஞ்சாயத்து திரும்பவும் கூடுகிறது. கோலே அங்கு அழைத்து வரப்படுகிறாள். அங்கு சாட்டையுடன் அவளது கணவன் வருகிறார். "கோலே... சரின்னு சொல்லு" என்று சொல்லிக்கொண்டே சாட்டையால் அவளை அடிக்கத் துவங்குகிறார். ஊரிலிருக்கும் எல்லோரும் மரத்தடியில் கூடுகிறார்கள். அம்சதோ கூட்டத்திலிருந்து கண்ணீர் வடிக்கிறாள். ஊர்த்தலைவர்கள் இன்னும் பலமா அடி என்று கத்துகிறார்கள். அவளது கணவர் வேகமாக சாட்டையால் அடிக்கத்துவங்குகிறார். கோலே பல்லைக்கடித்து வலியைத் தாங்கிக்கொண்டு பிடிவாதமாக நிற்கிறாள். இதையெல்லாம் பார்த்துக்கொண்டு இருக்கும் கடைக்காரன் பொறுக்கமுடியாமல் கூட்டத்துக்குள் வந்து அவர் கையிலிருக்கும் சாட்டையைப் பிடுங்குகிறான். தடுக்க வருபவர்களைத் தள்ளிவிடுகிறான். கூட்டம் தோல்வியை ஒத்துக்கொண்டு கலைய பெண்கள் கோலேயைக் கைத்தாங்கலாகப் பிடித்து வீட்டுக்கு அழைத்து வருகிறார்கள்.

வீட்டில் கோலே காயத்துடன் படுத்திருக்க மூத்த மனைவி அவளுக்கு ஒத்தடம் தருகிறாள். அவளைப் பஞ்சாயத்துக்கு அழைத்துப்போன நேரம் பார்த்து அவள் வீட்டிலிருந்த நான்கு

சிறுமிகளில் ஒருத்தியை அவளது அம்மாவே வந்து பொய் சொல்லி அழைத்துப்போய் அந்தச் சடங்கைச் செய்கிறாள். அந்தச் சிறுமி வலி பொறுக்கமுடியாமல் அங்கேயே இறக்கிறாள். அதுதவிர பஞ்சாயத்தில் எதிர்த்துப் பேசிய கடைக்காரனை அன்று இரவே கொலை செய்கிறார்கள். இதையெல்லாம் கேள்விப்பட்ட கோலே அழுகிறாள். வாசலின் குறுக்காக கட்டியிருந்த காப்புக் கயிறை அவிழ்க்கச் சொல்கிறாள். சடங்குக்காலம் முடிகிறது. எனவே, கோலே வீட்டிலிருந்த சிறுமிகளை அழைத்துச்செல்ல அவர்களது அம்மாக்கள் வருகின்றனர். வந்தவர்கள் கோலேயின் மன உறுதியையும், பிடிவாதத்தையும் புகழ்கிறார்கள்.

நான்கு சிறுமிகளில் தன் பிள்ளையைப் பறிகொடுத்த ஒரு அம்மா மட்டும் அழுது புலம்பிக்கொண்டிருக்கிறாள்... "என் மகள் வேணான்னு அழுதாளே... என் மடியிலேயே இறந்துட்டாளே" என்று அழ அவளுக்கு எல்லோரும் ஆறுதல் சொல்கிறார்கள். அப்போது அங்கிருக்கும் பெண் ஒருத்தி கைக்குழந்தையாக இருக்கும் தனது பெண் குழந்தையை அந்த அம்மாவிடம் கொடுக்கிறாள். அவள் அழுதுகொண்டே அதைத் தூக்கிக்கொண்டு வேகமாக நடக்கிறாள். அவளுடன் கோலேயும் மூத்த மனைவியும் இன்னும் பல பெண்களும் மசூதியை நோக்கி நடந்து வருகிறார்கள். மசூதியிலிருந்து வெளியே வரும் ஆண்கள் வெளியே குவிக்கப்பட்டு இருக்கும் ரேடியோக்களை கொளுத்துகிறார்கள். மற்ற ஆண்கள் பஞ்சாயத்தில் கூடி உட்கார்கிறார்கள். கைக்குழந்தையைத் தூக்கிவரும் பெண் தனது கையிலிருக்கும் குழந்தையைத் தலைக்குமேல் தூக்கி, "இவளுக்கு நான் சுத்தப்படுத்தும் சடங்கைச் செய்யப்போவதில்லை" என்று சொல்கிறாள். கோலே, "இனிமேல் எந்தப் பெண்ணுக்கும் இந்தச் சடங்கை நாங்கள்

செய்யப்போவதில்லை'' என்று ஆண்களை நோக்கிக் குரல் கொடுக்கிறாள்.

குவிக்கப்பட்ட ரேடியோக்கள் எரிந்துகொண்டிருக்க அதைப் பார்த்ததும் பெண்களில் மேலும் சிலர் கோபத்துடன் குரல் கொடுக்கத் துவங்குகிறார்கள். விறகுவெட்டி வீட்டுக்குத் திரும்பும் பெண்கள் கையிலிருக்கும் அரிவாளுடன் வருகிறார்கள். அந்த சமயம் பார்த்து சிவப்பு உடை அணிந்த சடங்கை நிறைவேற்றும் பெண்கள் வருகிறார்கள். "இனிமேல் எந்தப் பெண் குழந்தையையும் அறுக்க விடமாட்டோம், உங்ககிட்ட இருக்கிற கத்தியெல்லாம் போடுங்க'' என்று குரல்கொடுத்து அவர்களை நோக்கி அரிவாளை ஓங்க, சடங்கு செய்யும் பெண்கள் தங்கள் மடியிலிருக்கும் துரு பிடித்த கத்திகளை கீழே போடுகிறார்கள். அதை எடுத்துக்கொண்டு பஞ்சாயத்தார் முன்னால் வந்து கோலே போடுகிறாள். இதைப் பார்த்துக் கோப்படும் ஒருவர் கோலேயைத் திட்டுகிறார். இதைக் கேட்கும் கோலே, ''நீங்க எங்க ரேடியோவைத்தான் கொளுத்துனீங்க... இனி என்னை நோக்கி கையை நீட்டுனீங்க, நான் இந்த கிராமத்தையே கொளுத்திடுவேன்... ரத்தத்தில் எல்லோரும் மூழ்கிடுவீங்க'' என்று ஆவேசமாகப் பேசுகிறாள்.

ஒருவர் ''கோலே சுத்தப்படுத்துதல் இஸ்லாமோட சடங்கு'' என்கிறார். ''இல்லை. ரேடியோவில் மதத்தலைவர் பேசுறதை நாங்கதான் கேட்டோமே... ஒவ்வொரு வருஷமும் சடங்கு செய்யாத லட்சக்கணக்கான பெண்கள் மெக்காவுக்கே போறாங்க'' என்று அவள் சொன்னதைக் கேட்டதும் ஆண்கள் வாயடைத்துப்போய் உட்கார்ந்திருக்கிறார்கள். பெண்கள் கைகளைத் தட்டி தங்கள்

வெற்றியை ஆர்ப்பரித்துக் கொண்டாடுகிறார்கள். அம்சதோ அந்தக் கூட்டத்திலிருந்து முன்னால் வருகிறாள். அவளைப் பார்த்தும் ஆண்களுடன் உட்கார்ந்திருக்கும் இப்ராஹிம் எழுந்து அவளை நோக்கி வருகிறான். அவனது அப்பா, அவளை நீ மணக்கக் கூடாது என்று சொல்லி அவனை அடிக்கிறார். அதைப் பொருட்படுத்தாத இப்ராஹிம், "இனி உங்க அதிகாரம் செல்லாது..." என்று சொல்லி அம்சதோவை நோக்கி நடக்கிறான். ரேடியோ எரிக்கப்பட்ட கிராமத்தில் புதிதாக டி.வி ஆன்ட்டெனா முளைக்கிறது. பெண் குரலில் பாடப்படும் கிராமியப் பாடல் சத்தமாக ஒலிக்க கறுப்புத் திரையில் எழுத்துக்கள் மேல்நோக்கி நகரத்துவங்குகின்றன.

ஒவ்வொரு வருடமும் 2 மில்லியன் பெண் குழந்தைகளுக்கு இந்த அறுவை சிகிச்சை செய்யப்படுகிறது. மதத்தின் பெயரால் பெண்களின் மீதிருக்கும் 'genital mutilation' என்ற இந்த அடக்குமுறையை எதிர்க்கும் இப்படம் ஒரு அசலான கிராமத்தையும் அவர்களின் பழக்கவழக்கங்களையும் வெகு இயல்பாகப் பதிவு செய்கிறது. அறுவை சிகிச்சை செய்யப்படும் காட்சிகளும், சிறுநீர் கழிக்கமுடியாமல் கஷ்டப்படும் சிறுமிகளை கால்கள் அகட்டி குதிக்கச் சொல்கிற காட்சியும் நம்மை உறையவைப்பவை. கோலேயை பஞ்சாயத்தில் சவுக்கால் அடிக்கிற காட்சியில் ஆண்கள், "சரின்னு சொல்லு" என்று கத்த பெண்கள், "சொல்லாத" என்று பதிலுக்குக் கத்த அந்தக் காட்சியில் கிளர்ந்தெழும் பெண்களின் எழுச்சி நம்மை சிலிர்க்கவைக்கிறது. ஒடுக்கப்பட்ட சுதந்திரத்தின் குறியீடென எரியும் ரேடியோவிலிருந்து எழும் கரும்புகை மசூதியின் உயரத்தை தாண்டிச் செல்வதும், பின்னர் முளைக்கிற ஆன்டெனாவும், அந்தக் கடைசிக் காட்சியும் காட்சி மொழியின் கவிதை. இப்படம் கேன்ஸ் திரைப்பட விழாவில் சிறந்த திரைப்படத்துக்கான சிறப்பு விருதைப் பெற்றது. உருது மொழியில் எடுக்கப்பட்ட, செனிகல் நாட்டைச் சேர்ந்த இந்தப் படம் 2004-ல் வெளியானது. இதன் இயக்குனர் உஸ்மான் செம்பேன் (ousmane sembene).

மனதளவிலும் உடலளவிலும் பெண்கள் மீது விதிக்கப்பட்ட கட்டுப்பாடுகள்தான் எத்தனை? எல்லா வகையிலும் ஒரு ஆணைவிட பெண்ணே பலமானவள் என்கிறது விஞ்ஞானம். ஆனால், தன் பலம் அறியாமல் சமையலறையிலேயே முடங்கிப் போகிற பெண்களின் எண்ணிக்கைதான் எத்தனை? ஒருகாலத்தில் வீட்டைவிட்டு வெளியே வரக்கூடாது என்று அடக்கப்பட்ட பெண் விண்வெளிக்குப் போகத்துவங்கும் இந்த நூற்றாண்டிலும் அவர்களுக்கான இடஒதுக்கீடு கனவாகத்தான் இருக்கிறது. கலகம் பிறந்தால்தான் நியாயம் பிறக்கும் என்றொரு பழமொழி இருக்கிறது. அதுதான் எத்தனை வலிமையான உண்மை?

ousmane sembene

1923-ல் தெற்கு செனிகலில் ஒரு மீனவரின் மகனாகப் பிறந்தார். சிறுவயதிலேயே அவரது பெற்றோர்கள் விவாகரத்துப் பெற்றதனால் பாட்டியின் வீட்டில் வளர்ந்தார். 14 வயதிலேயே பள்ளிக்கூடம் பிடிக்காததால் படிக்கப் பிடிக்காமல் மெக்கானிக்காகவும், தச்சராகவும், வேலை பார்த்தார். அங்கிருக்கும் நாடகக் குழுவுடனும், கதைச் சொல்லிகளோடும் அதிக நேரம் செலவிட்டார்.

தனது 19 வயதில் நான்கு ஆண்டுகள் ராணுவத்தில் இருந்தார். பின்னர் கட்டணம் இல்லாமல் கப்பலில் ஒளிந்து பிரான்சுக்குப்போய் அங்கு ஒரு கார் கம்பெனியில் வேலைப் பார்த்தார். அங்கு பிரெஞ்சு கம்யூனிஸ்ட் கட்சியின் உறுப்பினராக தீவிரமான அரசியல் மற்றும் தொழிற்சங்க நடவடிக்கைகளில் ஈடுபட்டார். எழுத்தின் மீதுள்ள ஈடுபாட்டினால் 'the black docker, mandapi, caddo, xala' முதலிய நான்கு நாவல்கள் புத்தகமாக வெளிவந்தன.

தனது நாட்டின் கல்வியறிவற்ற பெரும்பாலான மக்களைச் சென்று சேர்வதற்கு திரைப்படம்தான் சரியான சாதனம் என்று உணரத் துவங்கியதும் திரைப்படம் எடுக்க விரும்பினார். தனது நாற்பதாவது வயதில் மாஸ்கோவில் உள்ள கோர்க்கி இன்ஸ்ட்டியூட்டில் திரைப்படம் பற்றிய நுணுக்கங்களைக் கற்றார். மக்களின் அடிமைத் தனத்தையும் அதிகாரத்தின் அடக்குமுறையையும் 84-வது வயதிலும் எதிர்த்து நிற்கிற கலகக்கார இயக்குனர். ஆப்பிரிக்க சினிமாவின் பிதாமகர்.

இவரது பிற படங்கள்

Moolaade (2004) Faat Kine (2000) Guelwaar (1992) The Camp at Thiaroye (1987) Ceddo (1977) Xala (1975) Hementhal (1971) Tauw (1970) The Money Order (1968) Borom sarret (1966) Black Girl (1966) Niaye (1964) Empire sonhrai, L' (1963) The Sonhrai Empire (USA)

Technical Details

Moolaade / 2004 / Senegal / 120min / colour / Director&Writer-Ousmane Sembene / Cast-Fatoumata Coulibaly, Salimata Traore, Maimouna Helene Diarra / Editor-Abdellatif Raiss / Music- Boncana Naiga / Cinematography-Dominique Gentil

38

பதேர் பாஞ்சாலி

PATHER PANCHALI

வாழ்க்கையின் இனிமையான காலம் நாம் சிறுவர்களாக இருந்த காலம்தான். எதைப் பற்றியும் கவலை இல்லாமல் மகிழ்ச்சியாக ஊர்சுற்றித் திரியவும், விளையாடவும் அந்த வயதில்தான் எத்தனை விளையாட்டுகள். அப்படி மகிழ்ச்சியாக இருந்த இரண்டு குழந்தைகளுடன் ஒரு கிராமத்தில் வாழ்ந்த வறுமையான குடும்பத்தின் கதைதான் ‘pather panchali’.

அந்த கிராமத்திலேயே வசதியான பெண்மணி தனது வீட்டின் மாடியிலுள்ள துளசி மாடத்தை வணங்கிக் கொண்டிருக்கும்போது சத்தம் கேட்டுக் கீழே பார்க்கிறாள். சிறுமியான துர்கா அவளது தோட்டத்திலிருந்து ஒரு கொய்யாப் பழத்தைப் பறித்துக்கொண்டு ஓடுகிறாள். அதைப் பார்த்ததும் பணக்காரப் பெண்மணி கத்துகிறாள். துர்கா ஓடும்போது வழியில் அம்மா தண்ணீர் தூக்க வருவதைப் பார்த்து ஒளிந்துகொள்கிறாள். அவள் போனதும் வீட்டுக்கு வந்து சிறிய மண் சட்டிக்குள் பழத்தை ஒளித்துவைக்கிறாள். சட்டிக்குள் கொய்யாப்பழம் இருப்பதைப் பார்த்த பாட்டி துர்காவைப் பார்த்து ரகசியமாகச் சிரிக்கிறாள்.

தண்ணீர் பிடிப்பதற்காக கர்ப்பிணியாக இருக்கும் துர்காவின் அம்மா வாளியுடன் கிணற்றுக்கு வருகிறாள். அவள் வருவதைப் பார்த்த பணக்காரப் பெண் அவளுக்குக் கேட்குமாறு துர்காவைத் திட்டுகிறாள்.

"மரத்துல ஒரு பழத்தை விட்டுவைக்குதா... புள்ளையா அது... எல்லாம் அவ அம்மாவோட வளர்ப்பு" என்று சொல்ல, அதைக் கேட்கும் அம்மா தண்ணீரைத் தூக்கிக்கொண்டு கோபமாக வீடுநோக்கி வருகிறாள். பாட்டியும் துர்காவும் அந்தப் பழைய வீட்டின் காரை பெயர்ந்த திண்ணையில் உட்கார்ந்து இருப்பதைப் பார்க்கிறாள். "துர்கா... இங்க வா... அந்தத் தோட்டத்திலிருந்து என்ன எடுத்த?" துர்கா தயக்கத்துடன் கொய்யாப் பழத்தைக் காட்டுகிறாள். "போ... முதல்ல குடுத்துட்டு வா" என்று அதட்ட துர்கா அங்கிருந்து போகிறாள். அம்மாவின் கோபம் பாட்டி மீது திரும்புகிறது. "நீங்கதான் அவளைக் கெடுக்குறீங்க... அவ கொண்டு வர்ற பழத்தை நீங்க சாப்பிடல..? சொல்லுங்க... இங்க அடுப்படியில் இருந்து உப்பு, மிளகாய், எண்ணெயெல்லாம் எடுக்குறீங்க? ஏன் இப்படிப் பண்றீங்க... இதெல்லாம் நிறுத்துங்க... முடியலைன்னா வேற யாரு வீட்லயாவது போய் இருந்துக்கங்க. எட்டு வருஷமா உங்களைவச்சுப் பார்த்து நான் பொறுமை இழந்துட்டேன்" என்று பாட்டியைத் திட்டிக்கொண்டு இருக்கும்போதே பாட்டி கோபத்துடன் தன் துணி மூட்டையையும், பாயையும் எடுத்துக்கொண்டு கூனல் விழுந்த முதுகுடன் விடுவிடுவென நடந்து கிளம்புகிறாள்.

அன்று இரவு அம்மாவுக்கு ஆண் குழந்தை பிறக்கிறது. காலையில் துர்கா பாட்டியை அழைத்து வருகிறாள். பாட்டி சிரித்துக்கொண்டே, எதிரில் வருபவர்களிடம், "பேரனைப் பார்க்கப்போறேன்" என்று

சொல்லிக்கொண்டே வீட்டுக்குத் திரும்பி வருகிறாள். அம்மாவும் மகிழ்ச்சியடைகிறாள்.

காலங்கள் கடக்கின்றன. குழந்தை அப்பு சிறுவனாகிறான். துர்கா தலைசீவிவிட அம்மா அவனுக்கு ஆடை அணிவிக்கிறாள். பிறகு துர்கா ஒற்றையடிப் பாதையில் அப்புவை பள்ளிக்கு அழைத்துப் போகிறாள்.

குடும்பத்தில் போதிய வருமானம் இல்லாமல் தொடர்ந்துகொண்டு இருக்கும் கஷ்டம் அம்மாவுக்கு வருத்தத்தை அளிக்கிறது. ஒருநாள் தன் கணவனிடம், "வேறு வேலைக்காவது போங்க... மூணு மாதமா சம்பளம் வாங்கலை. அவன் பள்ளிகூடத்துக்குப் போக ஒழுங்கான சட்டை இல்ல... இடிந்து கிடக்கும் வீட்டை சரி செய்யணும்... வாங்குன கடனைக் குடுக்கணும்'' என்று அம்மா சொல்ல ''இன்னும் ரெண்டு வருஷத்துல நல்லா வந்துடுவோம் கவலைப்படாதே" என்று ஹரிஹர் ஆறுதல் சொல்கிறார்.

கிராமத்துக்கு ஒரு நாள் மிட்டாய்க்காரன் வருகிறான். அல்வா, தேங்காய்மிட்டாய் என்று கூவிக்கொண்டே வரும் அவன் அப்புவையும் துர்காவையும் பார்த்ததும் நிற்கிறான். "அப்பு அப்பா கிட்ட காசு வாங்கிட்டு வா" என்று துர்கா சொல்ல காசு வாங்கப் போகும் அப்பு ஏமாற்றத்துடன் திரும்பி வருகிறான். இருவரும் மிட்டாய்க்காரன் பின்னாலேயே ஓடுகிறார்கள். மிட்டாய்க்காரன் பணக்காரப் பெண்மணியின் வீட்டுக்குப் போகிறான். அவளது மகள் ரானு துர்காவுக்குத் தோழி என்பதால் துர்கா அந்த வீட்டின் மொட்டைமாடிக்குப் போகிறாள். அங்கே ஒரு பெண், பாசியை நூலில் கோர்த்துக்கொண்டு இருக்கிறாள். துர்கா அவளருகில் போய், "பாசி நல்லாருக்கே... நான் கோர்த்துத்தரவா" என்று கேட்கிறாள்.

மறுநாள் காலை பணக்காரப் பெண்மணி இரண்டு சிறுமிகளை அழைத்துக்கொண்டு கோபத்துடன் துர்காவைத்தேடி வீட்டுக்கு வருகிறாள். அம்மா, ''என்ன நடந்துச்சு?'' என்று புரியாமல்

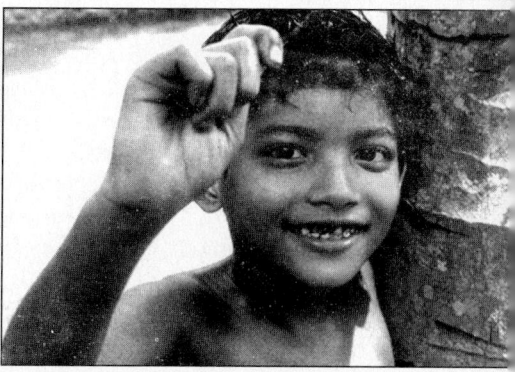

கேட்கிறாள். "உன் திருட்டுப் பொண்ணு இவளோட பாசி நெக்லஸைத் திருடிட்டா..." என்று சொன்னதும் அம்மா அதிர்ச்சியடைகிறாள். துர்காவைக் கூப்பிட அவள் வருகிறாள். "அவளோட நெக்லஸை நீ எடுத்தியா?" என்று அம்மா கேட்க துர்கா இல்லை என்கிறாள்.

துர்காவின் கையைப் பிடித்து அந்தப் பெண் இழுக்க அம்மா கோபத்துடன் அவள் கையைத் தட்டிவிடுகிறாள். அப்போது துர்காவின் மடியிலிருந்து பழங்கள் கீழேவிழுகின்றன. "உனக்கு எத்தனைதடவை சொல்லியிருக்கேன். அது நம்மதோட்டம் இல்லைன்னு... அவ குழந்தை அவளுக்குத் தெரியாது. பழங்கள் மேல பேரா எழுதியிருக்கு" என்று அம்மா சொல்ல, "நல்லாருக்கே. நான் உனக்குக் கடனா குடுத்த பணத்துல பேரா எழுதியிருக்கு... அதை எப்பக் குடுக்கப்போற... ம்... நல்ல அம்மா, நல்ல மகள்... கூட்டுக் களவாணிங்க" என்று சொல்லிக்கொண்டே கோபமாகக் கிளம்புகிறாள்.

அவள் போனதும் அம்மா துர்காவை அடிக்கிறாள். பாட்டி வந்து தடுக்க அவள் கையைத் தட்டிவிடுகிறாள். கோபத்தை அடக்கமுடியாமல் துர்காவின் தலைமுடியைப் பிடித்து தரதரவென இழுத்து வீட்டுக்கு வெளியே தள்ளிக் கதவைச் சாத்திவிட்டு அந்தக் கதவிலேயே சாய்ந்து அம்மா அழுகிறாள். பாட்டி கீழே சிதறிக் கிடக்கும் துர்காவின் விளையாட்டுப் பொருட்களை எடுத்து அடுக்கிவைக்கிறாள். அன்று இரவு பாட்டி அப்புவையும் துர்காவையும் மடியில் படுக்கவைத்துக்கொண்டு கதை சொல்கிறாள்.

ஒருநாள் பாட்டி புதுப்போர்வையைப் போர்த்தியவாறு வீட்டுக்கு வருகிறாள். அதைப் பார்த்ததும் கோபப்படும் அம்மா, பாட்டியிடம் "புதுசு எப்படிக் கிடைத்தது?" என்று கேட்கிறாள். "ஒருவர் கொடுத்ததாகச் சொல்கிறாள்" "துணி குடுத்தவங்க சாப்பாடும் போடவேண்டியதுதானே..." நான் ஹரிகிட்ட

கேட்டேன்” “அவரு வாங்கித் தரமாட்டேன்னா சொன்னாரு... அதுக்காக நீங்க பிச்சை எடுக்கணுமா? வெட்கமா இல்லை... இங்க இருக்கிறவரைக்கும் நீங்க வெளியில யாருகிட்டயும் எதுவும் வாங்கக்கூடாது... அப்படி வாங்கணும்னு நினைச்சா இப்பவே இங்கிருந்து போங்க” என்கிறாள். “எனக்கு வேற இடமில்லைன்னு நினைச்சியா?'' என்று பாட்டி கேட்க, “போங்க. இப்பவே போங்க...” என்று அம்மா சொல்ல பாட்டி சோகத்துடன் இடிந்து நிற்கும் தன் பூர்வீக வீட்டை ஒருமுறை பார்க்கிறாள் அங்கிருந்து கிளம்புகிறாள்.

இதற்கிடையில் குடும்பத்தின் எந்தக் கவலையும் இல்லாமல் அப்புவும் துர்காவும் மகிழ்ச்சியாக விளையாடுகிறார்கள். ஊரின் கடைசியில் நாணல்கள் முளைத்த வயல்வெளியில் ரயில் பார்க்க உற்சாகமாக ஓடுகிறார்கள். அன்று மகிழ்ச்சியாக இருவரும் விளையாடிவிட்டு திரும்பிவரும்போது மூங்கில்கள் வளர்ந்த பாதையில் பாட்டி உட்கார்ந்திருப்பதை துர்கா பார்க்கிறாள் அவளுக்குத் தெரியாமல் அருகில் வந்து பாட்டி என்று கூப்பிடுகிறாள். பதில் வராமல் இருக்க பாட்டி என்று தொட்டு அசைக்கிறாள். பாட்டி இறந்த நிலையில் கீழே சரிகிறாள். இறுதிச் சடங்குகள் நடந்து முடிகிறது. துர்காவும் அப்புவும் பாட்டி இருந்த திண்ணையில் சோகமாக உட்கார்ந்து இருக்கிறார்கள். அந்த வாரத்திலேயே ஹரிஹர் வேலை தேடி நகரத்துக்குக் கிளம்புகிறார். அப்புவும் துர்காவும் அவர் போவதையே பார்த்திருக்கிறார்கள்.

அவர் ஊருக்குப்போன சில நாட்களில் இன்னும் வேலை கிடைக்காத செய்தியுடன் ஒரு கடிதம் வருகிறது. அம்மா ஏமாற்றத்தில் மனமுடைந்து படியிலேயே உட்கார்கிறாள். அன்று இரவு குழந்தைகள் இருவரும் தூங்க, அம்மா அவர்கள் அருகில் அமர்ந்து விழித்திருக்கிறாள். வீட்டில் அன்றாடம் சாப்பிடுவதற்கு என்ன செய்வது என்ற யோசனையுடன் அமர்ந்திருக்கிறாள். அப்போதே ஒரு முடிவுக்கு வந்தவளாக பழைய பெட்டியில் இருக்கும் வெண்கலத் தட்டுகளை எடுத்துவைக்கிறாள். விடிந்ததும் அந்தத் தட்டுகளை எடுத்துக்கொண்டு கிளம்புகிறாள். அரிசியுடன் திரும்பிவருகிறாள். நாளுக்குநாள் கஷ்டம் கூடுகிறது.

ஹரிஹர் நகரத்துக்குப்போய் ஐந்துமாதங்கள் கழித்து நல்ல செய்தியுடன் கடிதம் வருகிறது. வேலை கிடைத்துவிட்டதாகவும் இந்த மாதத்தில் நேரில் வருவதாகவும் ஹரிஹர் எழுதியிருக்க, அதைப் பார்த்து அம்மா மகிழ்ச்சியடைகிறாள். மழைக்காலம் துவங்குகிறது. துர்காவும் அப்புவும் மழையில் நனைந்துகொண்டே விளையாடுகிறாள். அன்று வீடு திரும்பியதும் துர்காவுக்கு குளிர்காய்ச்சல் வருகிறது. வந்து பார்க்கும் வைத்தியர், “திரும்பவும் குளிரடிக்காமல் பார்த்துக்கொள்ளுங்கள்” என்று சொல்லிவிட்டுப் போகிறார். அன்றிரவு துர்காவுக்கு காய்ச்சல் அதிகமாகிறது.

அம்மா கவலையுடன் அருகில் அமர்ந்து துர்காவின் நெற்றியில் ஈரத்துணியால் ஒத்தடம் கொடுத்துக்கொண்டே இருக்கிறாள். இரவு மழையும், காற்றும் பலமாக வீசுகிறது. சன்னலுக்குப் பதிலாக மறைப்பாகக் கட்டிய சாக்குத் துணியை மீறி குளிர் காற்றும் சாரலும் வீட்டுக்குள் அடிக்கிறது. கதவு திறந்துகொள்ள அம்மா வீட்டுக்குள் இருக்கும் டிரங்குப் பெட்டியை வைத்து முட்டுக்கொடுத்துப் பார்க்கிறாள். துர்கா குளிரும் காய்ச்சலும் பொறுக்கமுடியாமல் "அம்மா... அம்மா..." என்று வாய்விட்டுப் புலம்பிக்கொண்டு இருக்கிறாள். அம்மாவை நோக்கிக் கையை நீட்டுகிறாள். மழை வலுத்துக்கொண்டே இருக்கிறது.

காலை. அப்பு தெரிந்த ஒரு பெண்ணின் வீட்டுக் கதவைத் தட்டி, "துர்காவுக்கு ரொம்ப முடியல, அம்மா உங்களை வரச்சொன்னாங்க" என்று சொல்ல அந்தப் பெண் அப்புவை அழைத்துக்கொண்டு வீட்டுக்கு வருகிறாள். இரவு பெய்த மழையில் வீட்டைச் சுற்றி தண்ணீர் தேங்கியிருக்கிறது. சுற்றியிருக்கும் கூரை சரிந்து கிடக்கிறது. அந்தப் பெண் அதிர்ச்சியுடன் உள்ளே வந்து பார்க்க, துர்காவை மடியில் கிடத்திக்கொண்டு அம்மா தலைவிரி கோலமாக உட்கார்ந்து இருக்கிறாள். "துர்கா தூங்குறாளா?" என்று அப்பு கேட்கிறான். வந்திருந்த பெண்மணி அருகில் போக, அம்மா அவள் தோளில் சாய்ந்து அழுகிறாள்.

சில நாட்களில் ஹரிஹர் சம்பாதித்த பணத்தில் குழந்தைகளுக்குப் பொருட்கள் வாங்கிக்கொண்டு, "அப்பூ... துர்...கா..." என்று கூப்பிட்டுக்கொண்டே வருகிறார். வீடு முன்பைவிட இடிந்து கிடப்பதைப் பார்க்கிறார். அந்த இடமே அமைதியாக இருக்கிறது. அவர் வருவதைப் பார்த்த அம்மா ஒன்றும் பேசாமல் இருக்கிறாள். "குழந்தைங்க வெளிய போயிருக்காங்களா? இங்க பாரு..." என்று சொல்லி, தான் வாங்கிவந்த பொருட்களைப் பிரிக்கிறார். துர்காவுக்காக தான் வாங்கிவந்த சேலையைக் காட்டுகிறார். அதைக் கையில் வாங்கும் அம்மா தாங்கமுடியாமல் அவர் காலடியில் விழுந்து அழுகிறாள். நடந்ததைப் புரிந்துகொண்ட ஹரிஹர் இடிந்து உட்கார்கிறார். துர்கா என்று வாய்விட்டு அழுகிறார். அன்று இரவெல்லாம் தூங்காமல் இருக்கும் அவர் காலையில் எழுந்ததும் தன் வீட்டில் இருக்கும் பொருட்களை எல்லாம் எடுத்துவைக்கிறார். அம்மா உள்வீட்டில் அமர்ந்து இருக்கும் பொருட்களைப் பெட்டியில் எடுத்துவைக்கிறாள். இது தெரிந்த கிராமத்துப் பெரியவர்கள் சிலர் ஹரிஹரைத் தேடிவந்து, "நீங்க குடும்பத்தோட பனாரஸ் போகப்போறதா கேள்விப்பட்டோம். மூணு தலைமுறையா உங்க குடும்பம் இங்க இருந்துச்சு. அதனால ஊரைவிட்டுப் போகணுமா... கொஞ்சம் யோசிங்க..." என்று சொல்ல ஹரிஹர் தங்கள் இழப்புகளைச் சொல்லி தங்களைத் தடுக்கவேண்டாம் என்று சொல்கிறார்.

Satyajit Ray

1921-ல் கல்கத்தாவில் பதிப்பகப் பின்னணி உள்ள குடும்பத்தில் பிறந்தார். சிறுவயதிலேயே தந்தையை இழந்து தன் அம்மாவுடன் மாமா வீட்டில் வளர்ந்தார். பள்ளியில் சராசரியான மணவராக இருந்த இவர் மேற்கத்திய இசையைக் கேட்பதிலும், திரைப்படங்கள் பார்ப்பதிலும் ஆர்வமுடையவராக இருந்தார். 18 வயதிலேயே கல்லூரிப் படிப்பை முடித்துவிட்டு வணிகரீதியான ஓவியராக விரும்பிய இவர் தாகூரின் சாந்திநிகேதனில் சேர்ந்து ஓவியம் பயின்றார்.

1947-ல் தன் நண்பர்கள் உதவியுடன் கல்கத்தாவில் ஒரு திரைப்பட சங்கத்தைத் துவங்கினார். பத்திரிகைகளில் திரைப்பட விமர்சனங்களையும், கட்டுரைகளையும் எழுதினார். பின்னர் ஒரு விளம்பர நிறுவனத்தில் ஓவியராக பதின்மூன்று ஆண்டுகள் பணியாற்றினார். புத்தக அட்டையும் சில காட்சிப் படங்களும் வரைவதற்காக தன்னிடம் வந்த 'பதேர்பாஞ்சாலி' எனும் நாவலைப்

மறுநாள் அதிகாலை. சக்கரங்களின் கீழே ஒரு லாந்தர் விளக்கு அசைய மாட்டுவண்டி கிளம்புகிறது. உள்ளே அம்மா, அப்பா, அப்பு மூவரும் அமர்ந்திருக்கிறார்கள். அம்மா சோகத்தில் முகம் பொத்தி தலை கவிழ்ந்து அழுகிறாள். ஹரிஹரும் அப்புவும் சோகம் ததும்ப உட்கார்ந்திருக்கிறார்கள். மாட்டு வண்டி போய்க்கொண்டே இருக்க நெகிழ்த்தும் இசையுடன் படம் நிறைவடைகிறது.

கூட்டாஞ்சோறு ஆக்குவதும், ரயில் பார்க்க ஓடுவதும், கரண்ட் கம்பியில் காதை வைத்து அதன் சத்தத்தைக் கேட்பதும், மழையில் ஆடுவதுமாக குழந்தைகளின் விளையாட்டுகளோடு ஒரு கிராமத்தின் இயல்பையும் அதன் மௌனத்தையும் இப்படம் பதிவுசெய்கிறது. வீட்டுக்குத் திரும்ப வரும் பாட்டி பிறந்த பேரனைப் பார்த்துக் கலங்குவதும், துர்கா தன் தோழியின் திருமண வீட்டில் உணர்கிற சோகமும், அவள் இறந்ததற்குப் பிறகு அப்பு பள்ளிக்குக் கிளம்புகிற காட்சியும் கண்களைக் கலங்கவைப்பவை. கடைசியில் துர்கா ஒளித்துவைத்திருந்த பாசிமாலையை யாருக்கும் தெரியாமல் அப்பு குளத்தில் எறிய, நீரில் படர்ந்திருக்கும் பாசி விலகி அதை ஒரு ரகசியம் போல மூடிக்கொள்ளும் காட்சி கவிதை.

படிக்க நேர்ந்தபோது அதைப் படமாக்கும் ஆவல் பிறந்தது. நிறைய சிறுகதைகளும் கட்டுரைகளும் எழுதியுள்ள இவர், தன் வாழ்நாள் சாதனைக்காக ஆஸ்கார் விருது பெற்றார். உடல்நலம் இல்லாதபோதும் ஸ்டுடியோவுக்கு வெளியே ஆம்புலன்ஸ் நிற்க தனது கடைசிப் படத்தை எடுத்து முடித்தார். 1992-ல் கல்கத்தாவில் மறைந்தார்.

இவரது பிற படங்கள்

Agantuk (1991) Shakha Proshakha (1990) Ganashatru (1989) Sukumar Ray (1987) Ghare-Baire (1984) Pikoor Diary (1981) (TV) Sadgati (1981) (TV) Heerak Rajar Deshe (1980) Joi Baba Felunath (1978) Shatranj Ke Khilari (1977) Jana Aranya (1976) Bala (1976) Sonar Kella (1974) Ashani Sanket (1973) Pratidwandi (1972) The Inner Eye (1972) Seemabaddha (1971) Sikkim (1971) Aranyer Din Ratri (1970) Goopy Gyne Bagha Byne (1968) Chiriyakhana (1967) Nayak (1966) Kapurush (1965) Mahapurush (1965) Two (1965) (TV) Charulata (1964) Mahanagar (1963) Abhijaan (1962) Kanchenjungha (1962) Rabindranath Tagore (1961) Teen Kanya (1961) Devi (1960) Apur Sansar (1959) Jalsaghar (1958) Parash Pathar (1958) Aparajito (1956) Pather Panchali (1955)

Technical Details

Pather Panchali / 1955 / India / 115min / B&W / Director-Satyajit Ray / Writers-Bibhutibushan Bandyopadhyay(novel), Satyajit Ray /Cast-Kanu Bannerjee, Karuna Bannerjee, Subir Bannerjee, Uma Das Gupta, Chunibala Devi / Editor-Dulal Dutta / Music-Ravi Shankar / Cinematography-Subrata Mitra

ஒரு இந்தியக் குடும்பத்தில் வசிக்கும் எளிய மனிதர்களின் வாழ்க்கையை மிக யதார்த்தமாகப் பதிவு செய்த இப்படம் 1955-ல் வெளியாகி கேன்ஸ் திரைப்பட விழாவில் சிறந்த படத்துக்கான விருதையும் உலகெங்கும் பாராட்டுகளையும் பெற்றது. விபூதி பூஷனின் பதேர்பாஞ்சாலி எனும் நாவலை அடிப்படையாகக் கொண்டு வங்காள மொழியில் எடுக்கப்பட்ட இந்த இந்தியப் படத்தின் இயக்குனர் சத்யஜித்ரே (Satyajit Ray).

இன்றைக்கும் பெருநகரங்களின் பேருந்து நிலையங்களில் சோகம் கப்பிய முகங்களுடன் பிழைப்பு தேடி குடும்பத்துடன் வருபவர்களைப் பார்க்கமுடியும். பல தலைமுறையாக வாழ்ந்த வீட்டையும் ஊரையும் விட்டு நகரத்தின் கூட்டத்தில் அவர்கள் தங்கள் அடையாளங்களைத் தொலைக்கிறார்கள். தற்கொலை செய்துகொள்ளும் விவசாயிகள், விளைநிலங்களைப் பறிகொடுத்து கிராமத்திலிருந்து புலம்பெயரும் குடும்பங்கள் என்று ஒவ்வொரு நாளும் கிராமம் தன் ஆன்மாவை இழந்துகொண்டு இருக்கிறது. இந்தியா கிராமங்களில் வசிக்கிறது என்கிறார்கள். எதிர்காலத்தில் அந்தக் கிராமத்தில் யார் வசிக்கப் போகிறார்கள்?

39

நோ மேன்'ஸ் லேண்ட்

NO MAN'S LAND

சாலையில் நடந்துச் செல்லும்போது ஒருவர் கண்ணிவெடியை மிதிப்பதைப் பார்த்துவிடுகிறீர்கள். நிலத்துக்குக்கீழே புதைத்துவைக்கப்படும் கண்ணிவெடிகள் காலால் மிதிக்கும்போது வெடிப்பதில்லை. மிதித்த காலைத் தூக்கினால் அந்தப் பகுதியே வெடித்துச் சிதறும். இந்த நிலையில் என்ன செய்வீர்கள்? எப்படி அவரைக் காப்பாற்றுவீர்கள்? உள்நாட்டுப் போரில் நடந்த அப்படி ஒரு உயிர்ப்போராட்டத்தைச் சொல்லும் கதைதான் 'No man's land'.

இருளில் ஆட்களின் உருவம் தெரியாமல் பனி சூழ்ந்திருக்க ராணுவ வீரர்கள் ஓரிடத்தில் வந்து நிற்கிறார்கள். இதற்குமேல் இங்கிருந்து நடக்கவேண்டாம் எதிரிகள் பார்த்துவிடக்கூடும் என்பதால் விடியும்வரை இங்கேயே இருக்கலாம் என்று சூரியன் உதிப்பதற்காகக் காத்திருக்கிறார்கள். சூரியன் மலைக்குப் பின்னிருந்து மெல்ல மேலே வரத்துவங்க வெளிச்சம் அந்த நிலப்பரப்பெங்கும் பரவியதும் வீரர்கள் எதிரி நாட்டின் எல்லைக்கு அருகில் இருப்பதைப் பார்த்து அதிர்ச்சியடைகிறார்கள். என்ன செய்யலாம் என்று யோசிப்பதற்குள் துப்பாக்கிகள் வெடிக்கின்றன. சிலர் சுடப்பட்டு அங்கேயே விழ மீதமிருப்பவர்கள் ஓடத்துவங்குகிறார்கள் அவர்களை நோக்கி பீரங்கி வெடிக்கிறது. அதில் தப்பித்து ஓடிய சீராவும் சிக்கியும் அருகிலிருக்கும் நீண்ட கால்வாய் நோக்கி வீசப்படுகிறார்கள்.

தாக்குதலை அதோடு விடாமல் அந்தக் கால்வாயில் யாரும் உயிரோடு இருக்கலாம் என்று யூகித்து அவர்களைப் பிடிப்பதற்காக நினோ எனும் வீரனும் இன்னொருவனும் அந்தக் கால்வாய் நோக்கி துப்பாக்கிகளுடன் மெதுவாகத் தவழ்ந்துச் செல்கிறார்கள். கால்வாயில் விழுந்துக் கிடக்கும் சிக்கி, முனகலுடன் விழித்துப் பார்க்கிறான். அவனது தோளில் துப்பாக்கியின் குண்டு பட்டு ரத்தம் கசிந்துகொண்டிருக்கிறது. வலியுடன் முயன்று எழுந்து உட்காரும்போது அவனைத் தேடிவரும் வீரர்களைப் பார்த்துவிடுகிறான். உஷாராகும் சிக்கி, துப்பாக்கியுடன் தயாராக ஒளிந்துகொள்கிறான். மெல்ல முன்னேறிவரும் ராணுவ வீரர்கள் கால்வாயில் யாருமில்லை என்று தேடிப் பார்த்துவிட்டு அங்கு அசைவற்றுக் கிடக்கும் சீராவின் உடலைப் பார்க்கிறார்கள். "கொஞ்சம் விளையாடிப் பார்க்கலாமா?" என்று சொல்லும் ஒரு ராணுவவீரன் தன் கைப்பையிலிருந்து ஒரு சக்திவாய்ந்த கண்ணிவெடியை எடுக்கிறான். "இது சாதாரண கண்ணிவெடி இல்லை... இதுமேல ஒருத்தன் காலை மிதிச்சு எடுத்தா இது தரையிலிருந்து மூணு அடி மேல எழும்பி வெடிக்கும். ஐம்பது அடி தூரத்துக்கு எதுவுமே மிஞ்சாது" என்று சொல்லிக்கொண்டே சிறிய குழி தோண்டி கண்ணிவெடியை வைத்து அதை அழுத்துமாறு சீராவின் உடலைப் புரட்டிப் போடுகிறான். "இவனை யாராவது தூக்குனாங்க இந்த இடமே தூள்" என்று சொல்லிச் சிரிக்கும்போதே

ஒளிந்திருக்கும் சிக்கி துப்பாக்கியுடன் வெளிவந்து கண்ணிமைக்கும் நேரத்தில் இருவரையும் நோக்கி சரமாரியாகச் சுடுகிறான். கண்ணிவெடியை வைத்தவர் இறந்து விழுகிறார். நினா காயத்துடன் கீழே விழுகிறான்.

அந்தக் கால்வாயில் இப்போது எதிரிகளான நினாவும், சிக்கியும் மிஞ்சுகிறார்கள். கையில் துப்பாக்கியுடன் இருக்கும் சிக்கி, நினாவைச் சுட்டுக்கொல்லாமல் தான் அங்கிருந்து தப்பித்துப் போவதற்கான பணயக் கைதியாக அவனைப் பயன்படுத்த முடிவு செய்கிறான். இருட்டும் வரையில் அங்கிருந்து தப்பிக்கமுடியாது என்பதால் இருவரும் அங்கேயே உட்கார்ந்து இருக்கும்போது முனகல் சத்தம் கேட்கிறது. சிக்கி திரும்பிப் பார்த்தால் கண்ணிவெடியின் மீது படுத்திருக்கும் சீரா விழித்துப் பார்த்து எழமுயற்சிக்கிறான். அதைப் பார்த்த சிக்கி, "சீரா எழுந்திரிக்காத... அடியில கண்ணிவெடி இருக்கு'' என்று கத்துகிறான். சீரா அசையாமல் தண்ணீர் வேண்டுமென்று கேட்கிறான். சிக்கி, சீராவின் வாயில் தண்ணீரை ஊற்றுகிறான். "என்ன இங்கேயே சாக விட்றாதடா" என்று சீரா சொல்ல சிக்கி குனிந்து அவனுக்கு ஆறுதல் சொல்கிறான். இப்போது எதிரிகளான சிக்கி, நினோ இருவரும் ஒரு முடிவுக்கு வந்து பதுங்குக் குழிக்கு மேலே வருகிறார்கள். இருவரும் எதிரெதிரே நின்று வெள்ளை நிறப்பனியனைக் கழற்றி தங்கள் எல்லையைப் பார்த்து அசைக்கிறார்கள். இரண்டு எல்லையில் இருப்பவர்களும் இதைப் பார்க்கிறார்கள். அவர்களைக் காப்பாற்ற ஐ.நா சபைக்குத் தகவல் தெரிவிக்கிறார்கள்.

தகவல் கிடைத்ததும் ஐ.நா.வின் கவச வண்டி கால்வாயை நோக்கி வருகிறது. அதைப் பார்த்ததும் சிக்கியும் நினோவும் மகிழ்ச்சியில் கத்துகிறார்கள். கவச வண்டியிலிருந்து இறங்கும் ஐ.நா.வின் படைவீரன் தன் பெயர் நீல் என்று அறிமுகம் செய்துகொண்டு அவர்களுக்கு உதவ வந்திருப்பதாகச் சொல்கிறான். சீராவின் அடியில் கண்ணிவெடி இருப்பதை இருவரும் சொல்கிறார்கள். அப்போது நீலுக்கு மேலிடத்திலிருந்து அழைப்பு வருகிறது. ''யாரோ இரண்டு பேரைக் காப்பாற்றுவதற்காக ஐ.நா.வின் படை வீரர்களைப் பலி கொடுக்க முடியாது. நிலைமை மோசமாக இருப்பதால் ஐந்து நிமிடத்தில் அங்கிருந்து கிளம்பவேண்டும். இல்லையெனில் உங்களைக் கைது செய்வோம்" என்று கட்டளை வர எரிச்சலடையும் நீல் அங்கிருந்து கிளம்புகிறார். அப்போது நினோவும் நீலுடன் செல்ல விரும்புகிறான். "நீ போகாத... நீயும் போயிட்டா உங்க ஆட்கள் எங்க இருவரையும் நோக்கிச் சுட ஆரம்பிச்சிருவாங்க" என்று சிக்கி சொல்ல, அதைக் கேட்காமல் நினோ கிளம்புகிறான். அதனால், கோபப்பட்ட சிக்கி

நினோவின் காலில் சுடுகிறான்... நினோ காலைப் பிடித்துக்கொண்டு அங்கேயே உட்கார்கிறான்.

அந்த நாட்டில் நடைபெறும் உள்நாட்டுக் கலவரத்தைத் தடுக்க ஜெனீவாவில் அமைதிப்பேச்சு நடக்கிறது. இதைப்பற்றிக் கருத்துக் கேட்கும் விதமாக அந்த எல்லைப் பகுதிக்கு ஒரு பெண் நிருபர் தலைமையில் ஒரு தொலைக்காட்சிக் குழு வருகிறது. நீல் வரும் கவச வாகனம் அந்த வழியாக வர அதைப் பார்த்ததும் அந்தப் பெண் நிருபர் அதை நிறுத்துகிறாள். "சற்றுநேரம் முன்பு நீங்கள் தலைமை அதிகாரிகளுடன் வயர்லெஸில் பேசியதை நாங்களும் கேட்டோம்" என்று சொல்லும் அவள், "ஐ.நா.வின் படையினர் இங்கு உதவத்தானே இருக்கிறீர்கள். பிறகு ஏன் பின்வாங்குகிறீர்கள்?" என்று கேட்கிறாள்.

அவள் பேசுவதைப் பார்த்து ஒரு முடிவுக்கு வந்த நீல், அவளைத் தங்கள் தலைமையிடத்துடன் வயர்லெஸில் பேச வைக்கிறான். அவள் ஐ.நா.வின் கேப்டனிடம் பேசுகிறாள். அவர், "நீங்கள் முதலில் எங்கள் அலை வரிசையை ரகசியமாகக் கேட்டது தவறு. உடனே அங்கிருந்து கிளம்புங்கள். இல்லையெனில் உங்கள் நிருபர் அட்டை பறிமுதல் செய்யப்படும்" "மிரட்டுகிறீர்களா?" "உங்களை மிரட்டவேண்டிய கட்டாயம் எனக்கில்லை... அங்கு இருக்கிற நிலைமை ரொம்ப மோசமா இருக்கு" என்று அவர் சொல்ல பெண் நிருபர் பதிலுக்குப் பதில் பேசுகிறாள். "இது பற்றிய செய்தி இன்னும் அரைமணி நேரத்தில் எங்கள் தொலைக்காட்சியில் வரப்போகிறது. அதை லட்சக்கணக்கான மக்கள் பார்க்கப் போகிறார்கள். நன்றி கேப்டன்" என்று அவள் சொல்லி ரிசீவரை நீலிடம் கொடுக்க, அவர் நீலை "அங்கேயே இரு" என்று சொல்கிறார்.

அடுத்த அரைமணி நேரத்தில் அங்கு நடப்பது பற்றிய செய்தித் தொகுப்பு வெளியாகிறது. செய்தி ஒளிபரப்பானவுடன் பல தொலைக்காட்சியைச் சேர்ந்த நிருபர்கள் கேமராவுடன் அங்குவந்து இறங்குகிறார்கள். சிக்கி, தரையில் படுத்திருக்கும் சீராவின் அருகில் உட்கார்ந்து இருக்கிறான். சீரா அசையாமல் உச்சி வெயிலில் வானத்தைப் பார்த்துக்கொண்டு படுத்திருக்கிறான். ஐ.நா.வின் வீரர்கள் அவர்களைத் திரும்பவும் பார்க்கவருகிறார்கள். இந்த நேரம் பார்த்து நினோ தன் காலில் சுட்ட சிக்கியைப் பழிவாங்கும் நோக்கத்தோடு அவனைக் கத்தியால் குத்துகிறான். ஐ.நா வீரர்கள் இருவரையும் சமாதானம் செய்து பிரிக்கிறார்கள். காயம்பட்ட சிக்கி நினோவை எப்படியாவது கொல்லவேண்டும் என்று நினைக்கிறான். சீரா இதையெல்லாம் பார்த்து ஏதும் செய்யமுடியாமல் படுத்தபடியே கலங்குகிறான்.

நிலைமை அறிந்து ஐ.நா.வின் கேப்டன் அங்குவந்து இறங்குகிறார். நிருபர்கள் அவரைச் சூழ்கிறார்கள். அவர்களிடம் பேசும் கேப்டன்,

"அந்தக் கால்வாயில் எங்கு வேண்டுமானாலும் கண்ணிவெடிகள் இருக்கலாம் என்பதால் யாரும் அனுமதியின்றி அங்கு போகவேண்டாம். எங்களுக்கு ஒத்துழைப்புக் கொடுங்கள். இன்னும் சில நிமிடங்களில் எல்லோரையும் அந்த இடத்துக்கு அழைத்துப் போகிறோம்" என்று சொல்கிறார். சில நிமிடங்களில் கண்ணிவெடி நிபுணர் காரில் வந்து இறங்குகிறார். கண்ணிவெடி நிபுணர் கவசங்கள் அணிந்து தயாராகிறார். அந்தப் பகுதியில் இருக்கும் எல்லோரையும் அப்புறப்படுத்துகிறார்கள். சிக்கியையும், நினோவையும் அங்கிருந்து வெளியேறச் சொல்கிறார்கள். "சீரா... கவலைப்படாதே... நான் மேலதான் இருக்கேன்" என்று சொல்லி சிக்கி கால்வாயிலிருந்து வெளியே வருகிறான். நடப்பது அனைத்தையும் வர்ணனை போல அங்கிருக்கும் பெண் நிருபர் நேரடி ஒளிபரப்பாக கேமாராவின் முன் நின்று பேசிக்கொண்டே இருக்கிறாள்.

கண்ணிவெடி நிபுணர் கவச உடையுடன் கால்வாயில் இறங்குகிறார். அசையாமல் படுத்திருக்கும் சீராவின் அருகில் அமர்ந்து மெல்லக் குனிந்து பார்க்கிறார். சீராவின் கைகள் நடுங்கத் துவங்குகிறது. நிசப்தம். கண்ணிவெடி நிபுணர் கொஞ்சநேரம் முயற்சிசெய்து பார்த்தபிறகு வியர்த்து வழிய அங்கிருந்து வெளியே வந்து ஐ.நா வீரர்களை நோக்கி வருகிறார்... "அது என்ன மாதிரியான கண்ணிவெடி என்று நான் தெரிந்துகொள்ள முடியுமா?" என்று கேட்க, நீல் அதேபோன்ற கண்ணிவெடியைக் காட்டுகிறார். அதைப் பார்த்ததும் கண்ணிவெடி நிபுணர் மனம் தளர்கிறார். "நான் செய்றதுக்கு ஒண்ணுமே இல்லை. இதை ஒரு தடவை தயாராக்கி வச்சாச்சுன்னா அதை ஒண்ணுமே செய்யமுடியாது'' இல்ல வேற நிபுணர் யாரையாவது

அழைக்கலாமா?" நீங்க உலகத்துல இருக்கிற யாரை வேணுன்னாலும் கூப்பிடுங்க... அதை வலுவிழக்கச் செய்யமுடியாது" என்கிறார்.

அப்போது ஐ.நா அமைதிக்குழுவின் தலைவர் ஹெலிகாப்டரில் வந்து இறங்குகிறார். விஷயம் ரகசியமாக அவரிடம் சொல்லப்படுகிறது. "பாருங்க... இந்த விஷயம் எவ்வளவு பெரிசாயிடுச்சுன்னு... இதுக்குத்தான் முதல்லேயே வேணான்னு சொன்னேன். இந்த விஷயம் இங்க இருக்கிற நிருபர்களுக்குத் தெரிஞ்சா நம்மைக் காலி பண்ணிடுவாங்க" என்று கோபப்படுகிறார். கண்ணிவெடி நிபுணர், "சார் நான் இப்ப என்ன செய்ய?" என்று கேட்க, "நீங்க முதல்ல கால்வாய்க்குள் போங்க... அதை எடுக்கிறது மாதிரி நடிங்க. போங்க..." என்று கட்டளையிட அவர் சீரா அருகில் பேசாமல் உட்கார்கிறார்.

ஐ.நா.வின் தலைவர் அந்த இடத்திலிருந்து வெளியே வந்ததும் தள்ளி நிற்கும் நிருபர்கள் அவரைச் சூழ்கிறார்கள். "கண்ணி வெடியை எடுக்கும் முயற்சி நடந்துகிட்டு இருக்கு... கொஞ்சம் நேரமாகும். முடிஞ்சதும் நாங்களே சொல்றோம்" என்கிறார். அவர் பேசிக்கொண்டு இருக்கும்போது எல்லோரும் அவரைச் சூழ்ந்து நிற்க, பழிவாங்க இதுதான் சமயம் என்று உணர்ந்த சிக்கி தன்னிடம் இருக்கும் கைத்துப்பாக்கியை வைத்து நினோவைச் சுடுகிறான். படைவீரர்கள் பாதுகாப்புக்காக சிக்கியைச் சுட ஒரு நொடியில் எதிர்பாராத விதமாக சிக்கியும் நினோவும் இறந்து சாய்கிறார்கள். வெயில் மறையத்துவங்கும் அந்த மாலையில் அந்த இடமே அமைதியாகிறது.

இதையெல்லாம் பார்க்கும் ஐ.நா.வின் தலைமை அதிகாரியும் கேப்டனும் தனியாகக் கூடிப் பேசுகிறார்கள். கொஞ்சநேரத்தில்

கண்ணிவெடி வலுவிழக்கச் செய்யப்பட்டதாக அறிவிக்கப்படுகிறது. நிருபர்கள் காப்பாற்றப்பட்ட சீராவை பார்க்க விரும்புவதாகச் சொல்ல அவனது உடல்நிலை மிகவும் மோசமாக இருப்பதால் உடனடியாக மருத்துவமனைக்கு ஹெலிகாப்டரில் கொண்டு செல்வதாகவும் இதுபற்றிய பத்திரிகையாளர் சந்திப்பு இரவு இருப்பதாகவும் தலைமை அதிகாரி சொல்ல, நிருபர்கள் கலைந்துச் செல்கிறார்கள். ஹெலிகாப்டர் கிளம்புகிறது. கொஞ்சநேரத்தில் இருட்டிவிட்டால் அங்கிருந்து செல்வது கடினம் என்பதால் எல்லோரும் உடனடியாக அந்த இடத்திலிருந்து செல்லுமாறு கட்டளையிடப்படுகிறார்கள். அங்கு வந்த வாகனங்கள் கிளம்பிச்செல்லத் துவங்குகின்றன. நீல் ஒன்றும் பேசமுடியாமல் அமைதியாக இருக்கிறார். அவரது வாகனமும் கடைசியாக கிளம்பிச் செல்கிறது. சூரியனின் ஒளி சாய்ந்துகொண்டு இருக்கும் வேளையில் எல்லா வாகனங்களும் கிளம்பிச் சென்றுகொண்டிருக்க உலகின் பார்வையில் காப்பாற்றப்பட்டதாகச் சொல்லப்பட்ட சீரா தன் மனைவியின் புகைப்படத்தைக் கையில் வைத்தவாறு அசையமுடியாமல் கண்ணிவெடியின் மேலே அதே இடத்திலேயே படுத்திருக்கிறான். இருள் மெல்லக் கவிந்து சீராவை மூட, மனதைக் கரைக்கும் இசையும் பாடலுமாகப் படம் நிறைவடைகிறது.

சூரியனின் முதல் ஒளியிலிருந்து துவங்கி கடைசி ஒளியுடன் ஒருநாளில் முடிவது மாதிரி எடுக்கப்பட்ட இப்படம் முடியும்போது எழுப்பும் கேள்விகள் நம்மை அதிரவைக்கின்றன. சீரா தன் மனைவியின் போட்டோவைப் பார்க்க விரும்பும்போது, சிக்கி அதை எடுத்துக் கொடுப்பதும், உச்சிவெயிலில் மல்லாந்து படுத்திருக்கிற சீரா அதைப் பார்க்கமுடியாமல் தவிக்கையில் சிக்கி தன் கையால் வெயிலை மறைத்து நிழலை உருவாக்குவதும் நெருடலான இடங்கள். சிக்கி சுடப்பட்டு செத்துவிழும்போதும் அதை எடுத்திட்டியா என்று ஒளிப்பதிவாளரிடம் பெண் நிருபர் கேட்கும்போதும், ஐ.நா.வின் கேப்டன் சொல்கிற பொய்யும், நிறுவனம் சார்ந்த அவரவரது தந்திரங்களை வெளிச்சப்படுத்துகிறது. போரின் மனநிலையையும் துவேஷங்களையும், துப்பாக்கி கையில் வந்ததும் அது அதிகாரமாக மாறுகிற தருணங்களையும் நுணுக்கமாகப் பதிவுசெய்யும் இப்படம் சிறந்த திரைக்கதைக்காக கேன்ஸ் திரைப்பட விழாவிலும் சிறந்த அயல்நாட்டுப் படத்துக்கான ஆஸ்கார் விருதும் பெற்றது. செர்போ க்ரோஷிய மொழியில் உள்ள இந்த சுலோவேனியா நாட்டுப் படம் 2001-ல் வெளியானது. இதன் இயக்குனர் டேனிஸ் டனோவிக் (Danis Tanovic).

ஒரு நாட்டின் திட்டச் செலவில் கல்விக்காகவும் மருத்துவத்துக்காகவும் ஒதுக்கப்படுகிற செலவை விடவும் ராணுவத்தைப் பேண ஒதுக்கப்படும் பணம் கணிசமானது. ஏன்? பட்டினியில் இறக்கும் மனிதர்களைக் காப்பாற்றமுடியாத

Danis Tanovic

1969-ல் அந்நாளில் யுகோஸ்லேவியா என்று அறியப்பட்ட நாட்டில் பிறந்தார். பியானோ இசையையும், கட்டடப் பொறியியலும் படித்தார். பிறகு பெல்ஜியம் போய் அங்குள்ள திரைப்படக் கல்லூரியில் படித்தார். ஆவணப்படங்களை இயக்கிய இவர் போர் பற்றிய நூறு மணி நேரத்துக்கும் மேலான தனது படப்பதிவுகளை வைத்துகொண்டு 'no man's land'-ஐ எடுத்தார்.

போஸ்னியன் திரைப்பட வரலாற்றில் அதிக விருதுகளைப் பெற்ற இப்படம், இவரது முதல் படமாகும். இந்தப் படத்தில் கதாநாயகன் என்று யாருமேயில்லையே என்ற கேள்விக்குப் பதில் அளிக்கையில், 'நிஜ வாழ்க்கையில் ஹீரோ என்று யாருமேயில்லை. யாரும் குதித்துப் பறந்து சண்டையிடுவதில்லை. துப்பாக்கியில் சுடுவதில்லை. எனவே, என் படத்தில் ஹீரோவுக்கே அவசியமில்லை' என்று சொல்லும் இவர்தான் இந்தப் படத்தின் இசையமைப்பாளர்.

இவரது பிற படங்கள்

Hell (2005) Eleven Minutes, Nine Seconds, One Image: September 11 (2002) (segment "Bosnia-Herzegovina") No Man's land (2001) Budenje (1999) (uncredited) Aube, L' (1996)

Technical Details

No Man's Land /2001 / Bosnia-Herzegovina / 98min / colour / Director&Writer-Danis Tanovic / Cast-Branko Djuric, Rene Bito rajac, Filip Savagovic / Editor-Francesca Calvelli / Music-Danis Tanovic / Cinematography-Walther Van Den Ende

ஒரு தேசத்தில் அதிநவீன விமானங்களும், அணு ஆயுதங்களும் இருப்பது யாரைக் காப்பாற்ற? யோசித்துப் பார்த்தால் கண்ணிவெடியின் மேல் கைவிடப்பட்ட சீராவைப் போல வறுமையின் முன், இயற்கையின் சீற்றங்களின் முன் ஒவ்வொரு நாளும் நாம் எத்தனை மனித உயிர்களை எந்த உதவியும் இல்லாமல் கைவிடுகிறோம்?

40

காந்தி
GANDHI

'**என்** வாழ்க்கைதான் உங்களுக்கு நான் விட்டுச்செல்லும் செய்தி' என்று சொன்னவர். வரலாற்றைப் படிக்கும்போது இப்படியும் ஒருவர் வாழமுடியுமா என்று அதிசயிக்கும் வாழ்க்கை வாழ்ந்தவர். மகாத்மா என்றும் இந்தியாவின் தந்தை என்றும் அழைக்கப்பட்டவர். அவர்தான் மோகன்தாஸ் கரம்சந்த் காந்தி. அவரின் சரிதம் உங்களுக்குத் தெரியுமா? 'Gandhi' படம் பாருங்கள்.

புதுடெல்லி. 1948 ஜனவரி 30. பிரார்த்தனைக் கூட்டத்துக்காக எல்லோரும் போய்க்கொண்டு இருக்கிறார்கள். கனத்த முகத்துடன் இருக்கும் அந்த இளைஞன் கூட்டத்தோடு நடந்துவந்து நிற்கிறான். இரண்டு பெண்கள் கைத்தாங்கலாக அழைத்துவர வயதான காந்திஜி நடந்துவருகிறார். அந்த இளைஞன் அவர் எதிரில் வந்து நின்று கைக்கூப்பி வணங்குகிறான். அவரும் வணங்க, காலில் குனிந்து வணங்கும் அந்த இளைஞன் திடீரென எழுந்து துப்பாக்கி எடுத்து மூன்றுமுறை அவர் மார்பை நோக்கிச் சுடுகிறான். "ஓ கடவுளே" என்று சொல்லியவாறு காந்திஜி சரிய கூட்டம் அவரைச் சூழ்கிறது.

தேசியக்கொடி போர்த்தப்பட்டு பிரமாண்டமான மக்கள் வெள்ளத்தில் காந்திஜியின் இறுதி ஊர்வலம் ராணுவ மரியாதையுடன் செல்கிறது. "ஒரு தனிமனிதர். எந்தச் செல்வமும் சொத்தும் இல்லாதவர். எந்த

நாட்டையும் அவர் ஆளவுமில்லை. எந்த அறிவியல் கண்டுபிடிப்பையும் நிகழ்த்தவும் இல்லை. இடுப்புக் கச்சையுடன் இருந்த ஒரு சாதாரண மனிதர். சுதந்திரம் வாங்க தன் நாட்டுக்கே தலைமை வகித்தவர். தனது சத்தியத்தாலும் பணிவினாலும் மாமன்னர்களைவிட வலிமையானவர். இன்று உலகத் தலைவர்கள் அனைவரும் இங்கு இறுதி மரியாதை செலுத்த வந்திருக்கிறார்கள்" என்று வர்ணனையாளர்கள் விவரிக்க இறுதி ஊர்வலத்திலிருந்து மாகாத்மாவின் வாழ்க்கை பின்காட்சியாக விரியத்துவங்குகிறது.

1893. காந்தி நிறவெறி மிகுந்த தென் ஆப்பிரிக்காவில் ரயிலின் முதல்வகுப்பில் பயணம் செய்கிறார். அதை அறிந்த வெள்ளை அதிகாரிகள் அவரது பயணச்சீட்டைக் கேட்கிறார்கள். தான் ஒரு வழக்கறிஞர், லண்டனில் படித்துப் பட்டம் பெற்றவன் என்று

சொல்லி தன் முதல் வகுப்புப் பயணச் சீட்டைக் காட்டுகிறார். அதைக் கேட்காமல், "கறுப்பனே... பேசாமல் மூன்றாம் வகுப்புக்குப்போ..." என்று சொல்ல அவர் பதிலுக்கு விவாதிக்கிறார். அதைப் பொருட்படுத்தாத வெள்ளை அதிகாரிகள் அடுத்த ஸ்டேஷனில் அவரது பெட்டியைத் தூக்கி எறிந்து அவரைக் கீழே தள்ளிவிடுகிறார்கள். அந்த இரவே ஒரு தீர்க்கமான முடிவுக்கு வருகிறார்.

அந்த நாட்டில் இருக்கும் இந்தியர்கள் சுரங்கத் தொழிலிலும் விவசாயத்திலும் அடிமைகளாக நடத்தப்படுவதை அறிந்து அதற்காகப் போராடத் துவங்குகிறார். பத்திரிகைகளில் எழுதி மக்களைத் திரட்டுகிறார். எனவே, காந்தியைக் கைது செய்து சிறையில் அடைக்கிறார்கள். இது தலைப்புச் செய்தியாக பத்திரிகைகளில்வர சிறை அதிகாரி காந்தியை அழைத்து இந்தியர்களின் சமஉரிமை பற்றி யோசிப்பதாகச் சொல்லி எல்லோரையும் விடுதலை செய்கிறார்.

1915 பம்பாய். காந்தி, தன் மனைவி கஸ்தூரி பாயுடன் இந்தியாவுக்கு கப்பலில் வந்து இறங்குகிறார். அவருக்கு இந்திய தேசிய காங்கிரஸ் உற்சாகமான வரவேற்பு கொடுக்கிறது. நேரு, படேல், திலகர், ஜின்னா முதலிய தலைவர்கள் காந்தியைச் சந்தித்து தேச விடுதலையைப் பற்றிப் பேசுகிறார்கள்.

இந்தியாவுக்காகப் போராடும்முன் நான் இந்தியா முழுவதையும் பார்க்கவேண்டும் என்று சொல்லும் காந்தி, இந்தியாவின் பல இடங்களுக்கு ரயிலில் பயணம் செய்கிறார். விதவிதமான மக்களின் வாழ்க்கை முறைகளைப் பார்க்கிறார். பயணம் முடித்ததும் தனக்கென ஒரு ஆஸ்ரமத்தை அமைத்து, வன்முறையால் எதையும் செய்யமுடியாது என்று சொல்லி, சாத்வீக வழியில் ஆங்கிலேயருக்கு எதிராக இயங்கத் துவங்குகிறார்.

ஒருநாள் விவசாயிகள் படும் கஷ்டத்தை அறிந்து அவர்கள் இருக்கும் கிராமத்துக்குப் போகிறார். அந்தக் கிராமத்தில் சாகும் நிலையில் உள்ள ஒரு விவசாயியைச் சந்திக்கிறார். அந்த விவசாயி காந்தியிடம் உருக்கமாகப் பேசுகிறார்...

"இத்தனை வருஷமாக நாங்கள் பயிரிட்டுவந்த துணிக்குச் சாயமிடும் இன்டிகோ பயிரை நிலக்கிழார்கள் வீட்டு வாடகைக்குப் பதிலாக வாங்கிக் கொள்வார்கள். ஆனால், இப்போது அவர்கள் ஆங்கிலேயரிடமிருந்து நேரடியாகத் துணி வாங்குவதால் எங்கள் பயிரை வாங்க யாருமில்லை. வீட்டு வாடகையையும் பணமாகக் கேட்கிறார்கள். சாப்பிட ஒண்ணும் இல்லை. நாங்கள் என்ன செய்வது?" என்று சொல்ல, "அந்த நிலக்கிழார்கள் ஆங்கிலேயர்களா?" என்று காந்தி கேட்கிறார். அந்த முதியவர் 'ஆம்' என்று சொல்ல ஒரு தீர்க்கமான முடிவுடன் காந்தி அங்கிருந்து கிளம்பும்போது

அமைதி நடவடிக்கைக்காக போலீஸ் அவரைக் கைது செய்கிறது.

சிறையிலிருக்கும் காந்தி அந்த ஏழைகளைப் போல தானும் வாழ்வது என்ற முடிவுடன் இடுப்பில் மட்டும் ஒரு துணியை அணிந்துகொள்கிறார். பிறகு விடுதலையானதும் அந்த விவசாயிகளுடன் தங்குகிறார். அவரைப் பற்றிய செய்திகள் ஆங்கிலப் பத்திரிகைகளில் வரத்துவங்குகின்றன. இதனால், ஆங்கில அரசாங்கம் விவசாயிகளின் மேலிருக்கும் வரியைத் தளர்த்தி, அவர்கள் சொந்தமாகப் பயிரிட்டுக்கொள்ளலாம் என அனுமதிக்கிறது. காந்திஜியின் புகழ் இந்தியா முழுக்கப் பரவத்துவங்குகிறது.

ஆங்கில அரசு எந்த நேரமும் யாரையும் வாரண்ட் இல்லாமல் கைதுசெய்து, சிறையில் அடைக்கலாம் என்ற சட்டத்தை அறிவிக்கிறது. அதை எதிர்க்கும்விதமாக காந்திஜி நாடு முழுவதும் உள்ள 35 கோடி மக்களும் எந்த வேலையும் செய்யாமல் பிரார்த்திக்குமாறு சொல்ல அந்தக் குறிப்பிட்ட நாளில் நாடே ஸ்தம்பிக்கிறது. உலகம் முழுமைக்கும் இது தெரியவர ஆங்கிலேய அரசு பயந்துபோய் காந்திஜியை சிறையில் அடைக்கிறது. இந்த நாட்களில் ஜாலியன் வாலாபாக்கில் கூடியிருந்த ஆயிரக்கணக்கான சீக்கிய மக்களை ஆங்கிலேயப் படையினர் சுட்டுக் கொல்கின்றனர்.

ரத்தம் தோய்ந்த அந்த இடத்தை காந்திஜி வந்து சோகம் ததும்பப் பார்க்கிறார். உடனே, தலைவர்கள் ஆங்கிலேய அதிகாரிகளைச் சந்தித்து, இதுகுறித்த தங்கள் கண்டனத்தை வெளியிடுகிறார்கள். "இது ஒன்றே போதும் நீங்கள் இந்தியாவிலிருந்து வெளியேறவேண்டும்" என்று காந்திஜி சொல்கிறார். "எப்படி அது முடியும்?" என்று ஒரு அதிகாரி கேட்கிறார். "எப்படியும் நீங்கள் இங்கிருந்து போய்த்தான் ஆகவேண்டும். நாங்கள் ஒத்துழைக்க மறுத்தால் ஒரு லட்சம் ஆங்கிலேயர்கள், 35 கோடி இந்தியர்களை எப்படி கட்டுப்படுத்த முடியும்?" ஆங்கிலேயர்கள் அவரது கருத்தை ஏற்க மறுக்கிறார்கள்.

அவர்களை எதிர்ப்பதில் உறுதியாக இருக்கும் காந்திஜி அந்நியத்துணி மறுப்பு இயக்கத்தை உருவாக்குகிறார். எல்லோரும் ஆங்கிலேயத் துணிகளை எரிக்கிறார்கள். ஒருநாள் அவ்வாறு எரிப்பதற்காக ஊர்வலமாகப் போகும்போது போலீசார் அதைத் தடுக்க, ஏற்படும் கலவரத்தில் போலீசாரை மக்கள் அடித்துக் கொல்கிறார்கள்.

வன்முறை குறித்து கேள்விப்பட்டதும் காந்திஜி அமைதியாகிறார். "நாடே எழுச்சியோட இருக்கு. இப்ப நாம சொன்னா யாரும் கேட்கமாட்டாங்க" என்று நேரு சொல்ல, காந்திஜி, "நான்

சொல்றேன். அவங்க வன்முறையை நிறுத்தறவரைக்கும் நான் உண்ணாவிரதம் இருக்கப்போறேன்'' என்று சொல்லி, உண்ணாவிரதத்தைத் துவங்குகிறார். காந்தி உடல் நலிவுறுவதை அறிந்து, நாடே கலவரங்கள் இன்றி அமைதியாகிறது. தன் வேண்டுகோளுக்கு இணங்கி கலவரம் முற்றாக நின்றது என்று தெரிந்து தன் உண்ணாவிரதத்தை முடித்துக்கொண்டு வெளியே வருகிறார். போலீஸ் அவரைத் திரும்பவும் கைது செய்து, ஆறுவருட சிறைத் தண்டனை விதிக்கிறது.

சிறையிலிருந்து வெளிவந்ததும் உப்பு சத்தியாக் கிரகத்தை துவங்குகிறார். ஆஸ்ரமத்திலிருந்து தண்டியாத்திரையைத் துவங்குகிறார். வழியெங்கும் மக்கள் சேர்ந்துகொண்டேயிருக்க ஆயிரக்கணக்கான மக்கள் கடற்கரையை அடைகிறார்கள். காந்தி கடற்கரையில் உப்பெடுக்கிறார். விடுதலை இயக்கத்தில் இருக்கிற அனைவரும் ஆங்காங்கே கடற்கரையில் உப்பெடுக்கத்துவங்க ஆங்கிலேயருக்கு இது பெரும் அவமானத்தைத் தருகிறது. எல்லோரையும் அடித்துக் காயப்படுத்திக் கைதுசெய்வதன் மூலமாகவாவது வன்முறை நடக்கிறதா என்று ஆங்கிலேய அரசு எதிர்பார்க்கிறது. ஆனால், எதுவும் நடக்காத சாத்வீகமான இந்தப் போராட்டம் உலகின் கவனத்தைப் பெறுகிறது.

பிரிட்டிஷ் அரசு மனமிறங்கி இந்திய சுதந்திரத்தைப் பற்றிப் பேச, காந்திஜியை லண்டனில் நடக்கும் வட்டமேசை மாநாட்டுக்கு அழைக்கிறது. அந்தப் பேச்சுவார்த்தை தோல்வியில் முடிகிறது. பிறகு இந்தியாவுக்கு சுதந்திரம் தரலாம் என்று பரிசீலிக்கப்படுகிறது. அதில் மகிழ்ச்சியடையாத ஜின்னா முஸ்லீம்களுக்கு தனிநாடு கேட்கிறார்.

காந்தி, ஜின்னாவிடம் அன்புடன் பேசுகிறார்... “நீங்களே முதல் பிரதமராக இருங்கள்'' என்று சொல்கிறார். நேருவும் அதற்கு சம்மதிக்கிறார். “நாங்கள் முழு மனதோடு சம்மதிக்கிறோம். ஆனால், இந்துக்கள் இதற்கு ஒத்துக்கொள்ள மாட்டார்கள். ஏற்கனவே கலவரம் துவங்கிவிட்டது. பிறகு யாராலும் அதைக்

கட்டுப்படுத்தமுடியாது” என்று பட்டேல் சொல்கிறார். காந்திஜி எதுவும் பேசமுடியாமல் அமைதியாகிறார்.

டெல்லி செங்கோட்டையில் நேரு இருக்கிறார்; இந்தியாவின் தேசியக் கொடி ஏற்றப்பட்டு, இந்தியா சுதந்திரம் பெறுகிறது. இன்னொருபுறம் ஜின்னாவின் முன்னிலையில் பாகிஸ்தான் கொடியேற்றப்பட்டு அதுவும் தனி நாடாகிறது. தன் ஆசிரமத்தில் எந்தக் கொடியும் ஏற்றாமல் வெற்றுக் கம்பத்தின் கீழ் காந்திஜி தன் ராட்டையில் நூல் நூற்றுக்கொண்டு இருக்கிறார். இரண்டு நாடுகளும் பிரிந்ததால் மதக்கலவரம் வெடிக்கிறது. இறந்தவர்களின் எண்ணிக்கை கணக்கில் அடங்காமல் கூடிக்கொண்டே இருக்கிறது. கல்கத்தாவில் இந்து முஸ்லீம் கலவரம் தீவிரமாக இருக்கிறது. இதைக் கேள்விப்பட்டதும் காந்திஜி கல்கத்தாவுக்குப் போய் அங்கு ஒரு சாதாரணமான முஸ்லீம் வீட்டின் மொட்டைமாடியில் தங்குகிறார். இந்து அமைப்பைச் சேர்ந்தவர்கள் கையில் ஆயுதங்களுடன் அந்த வீட்டின் முன்னால் நின்று, “நீங்கள் முஸ்லீம் வீட்டில் தங்கக்கூடாது” என்று ஆவேசத்துடன் கத்துகிறார்கள். காந்திஜி பதிலேதும் சொல்லாமல் சாகும்வரை உண்ணாவிரதத்தை துவக்குகிறார். அவரது ரத்த அழுத்தம் குறைந்து சிறுநீரகங்களின் இயக்கம் பாதிக்கப்படுகிறது. என்றாலும், கலவரம் ஓயும்வரை உண்ணாவிரதத்தை விடாமலிருக்கிறார்.

நிலைமையறிந்து நேரு திரளாகக் கூடியிருக்கும் மக்கள்முன் பேசுகிறார்... “உங்களுடைய பைத்தியக்காரத் தனத்தினால் மகாத்மா காந்தி இறந்துகொண்டு இருக்கிறார். பழிக்குப்பழி வாங்குவதை நிறுத்திக்கொள்ளுங்கள்” என்று பேச அன்று இரவு

ஆயுதம் ஏந்திய சிலர் காந்திஜியைப் பார்த்து, அவர் காலடியில் ஆயுதங்களைப் போட்டுவிட்டு வணங்கிச் செல்கிறார்கள். கலவரம் முற்றிலும் ஓய்கிறது. கல்கத்தாவில் அமைதி திரும்பியதும் மகாத்மா உண்ணாவிரதத்தை முடித்துக்கொள்கிறார்.

புது டெல்லி. காந்திஜி பிரார்த்தனைக் கூட்டத்துக்கு கிளம்பும்முன் தன்னைப் புகைப்படம் எடுக்கும் பெண் நிருபரிடம் அடுத்து தான் பாகிஸ்தானுக்குப் போகப்போவதாகச் சொல்லிவிட்டு கைத்தாங்கலாக நடந்து வருகிறார். நினைவாக விரிந்த அதே முதல்காட்சி. காந்திஜி நடந்துவர அவர்முன் வரும் இளைஞன் அவரை வணங்கிவிட்டு சுடுகிறான். திரை இருள, "ஓ... இறைவனே..." எனும் குரல் ஒலித்து அடங்குகிறது.

சிதையில் உடல் எரிந்து தணிய அஸ்தியை கங்கை நதியில் தூவுகிறார்கள். "என் மனது நம்பிக்கை இழக்கும்போதெல்லாம் நினைத்துப் பார்ப்பேன். வரலாற்றில் அன்பும் உண்மையுமே எப்போதும் வென்றிருக்கிறது. கொடுமையானவர்களும் கொலைகாரர்களும் இருக்கலாம். கடைசியில் எப்போதும் அவர்கள் வீழ்ச்சியடைவார்கள். இதை நினைவில் கொள்ளுங்கள். எப்போதும்..." காந்திஜியின் குரல் ஒலிக்க, பூக்கள் மிதக்கும் நதியலைகளில் மாலைச்சூரியன் பொன்னிறமாக ஒளிர்ந்துகொண்டு இருக்க, 'ரகுபதிராகவ ராஜாராம்...' எனும் பிரார்த்தனைப் பாடலுடன் நம் கண்கள் பனிக்க படம் நிறைவடைகிறது.

ஒரு மாமனிதரின் வாழ்க்கையை அசலாகப் பதிவுசெய்யும் இப்படம் நமக்குத் தரும் அனுபவம் அற்புதமானது. வரலாற்றை நேர்த்தியாகப் பதிவு செய்தவிதமும், காந்தியாக நடித்தவரின் வெகு இயல்பான நடிப்பும் நம்மை வியக்கவைக்கிறது. இறுதி ஊர்வலக் காட்சியும், இந்திய-பாகிஸ்தான் எல்லையில் நடக்கும் கலவரமும், தண்டியாத்திரை எடுக்கப்பட்டவிதமும் ஆச்சர்யம் அளிக்கிறது. நீதிமன்றத்தில் காந்திஜி வரும்போது ஆங்கிலேயே நீதிபதி எழுந்து நிற்கிறபோதும், உப்பு சத்தியாகிரகத்தில் அடிபடும் தொண்டர்களை பெண்கள் தூக்கிச் செல்லும் காட்சியும், ஜாலியன் வாலாபாக் படுகொலையும், நவகாளி உண்ணாவிரதத்தின் போது குழந்தையைக் கொன்றதாக ஒருவர் பேசுகிற காட்சியும் நம் கண்களைக் கலங்கவைப்பவை. பிரமிக்க வைக்கிற இதன் தொழில்நுட்பமும் ஒளிப்பதிவும் ஒன்பது ஆஸ்கார் விருதுகளைப் பெற்றுத் தந்தன. 1982-ல் வெளியான இந்த ஆங்கில மொழிப் படத்தின் இயக்குனர் ரிச்சர்ட் அட்டன்பரோ (Richard Attenborough).

சுதந்திரம் அடைந்தபிறகு, 'எந்த விஷயத்தையும் பணத்தினாலும் வன்முறையாலும் சாதிக்கமுடியும்' என்கிற நிலைக்கு நாம் வந்துவிட்டோம். ஆங்கிலேயர் சொன்னதுபோல, கோவணத்துணியும் மூங்கில்கம்பும் வைத்துக்கொண்டு திரிகிற ஒரு சாதாரண மனிதரின் அன்புக்கு இந்த தேசமே கட்டுப்பட்டிருக்கிறது. அதுவும் எந்தத்

Richard Attenborough

1923-ல் இங்கிலாந்திலுள்ள கேம்பிரிட்ஜ் நகரில் தன் குடும்பத்தின் மூத்த மகனாகப் பிறந்தார். நடிகராக தன் கலைவாழ்க்கையைத் துவக்கினார். தனது 17-வது வயதில் லண்டன் நகரில் உள்ள நாடக நடிப்பிற்கான அமைப்பின் உதவித்தொகையோடு நடிப்புப்பயிற்சி பெற்றார். லண்டனில் இன்றும் கடந்த ஐம்பது வருடங்களுக்கு மேலாகத் தொடர்ந்து நடந்துவரும் 'Mouse trap' எனும் நாடகத்தில் நடித்தார்.

நிறையப்படங்களில் நடித்த இவர், 1969-ல் தனது முதல் படத்தை இயக்கினார். 'காந்தி' படத்தின் பெருவெற்றிக்குப் பிறகு நிறைய சுய வரலாற்றுக்கதைகளை இயக்கினார். அதில் சார்லி சாப்ளினின் வரலாறும் ஒன்று. 'காலத்தை நாமெழுதும் கதைகளில் உருவாக்குவதைவிட இறந்தகாலத்தை ஒரு வராலறை அடிப்படையாகக்கொண்டு மறுஉருவாக்கம் செய்கையில் அதிலிருக்கும் சவால் எனக்குப் பிடித்திருக்கிறது' என்று சொல்லும் இவர் இங்கிலாந்தின் மிக முக்கியமான இயக்குனர்களில் ஒருவர்.

இவரது பிற படங்கள்

Closing the Ring (2007) Grey Owl (1999) In Love and War (1996) Shadowlands (1993) Chaplin (1992) Cry Freedom (1987) A Chorus Line (1985) Gandhi (1982) Magic (1978) A Bridge Too Far (1977) Young Winston (1972) Oh! What a Lovely War (1969)

Technical Details

Gandhi / 1982 / UK / 188min / colour / Director-Richard Attenborough / Writer-John Briley / Cast-Ben Kingsley, Rohini Hattangadi / Editor-John Bloom / Music-Ravi Shankar / Cinematography-Ronnie Taylor, Billy Williams

தகவல் தொழில்நுட்பமும் வளராத ஒரு காலத்தில்! ஆயிரம் விமர்சனங்கள் அவர்மீது வைக்கப்பட்டாலும் அந்த எளிமையும் அர்ப்பணிப்பு உணர்வும் இந்த அறுபது வருடங்களில் எங்கு போனது? யோசித்துப் பார்த்தால் பணமும் சுயநலமும், பதவி ஆசையும் இல்லாத தலைவர் என்று யார் இருக்கிறார்கள்?

41

பேட்டில்ஷிப் போட்டெம்கின்
BATTLESHIP POTEMKIN

கெட்டுப்போன உணவை சாப்பிடக் கொடுத்தால் என்ன செய்வீர்கள்? மறுப்பீர்கள். உங்களை அடிமையாக நினைத்து அதை சாப்பிட்டுத்தான் ஆகவேண்டும் என்று கட்டாயப்படுத்தினால்? கோபப்படுவீர்கள். அப்படி ஒரு இயல்பான கோபத்தினால் எழுந்த தொழிலாளர்களின் எழுச்சியையும் அதற்குக் காரணமாக இருந்த போர்க்கப்பலையும் பற்றிய கதைதான் 'Battleship Potemkin'.

பாகம்: 1 – மனிதர்களும் புழுக்களும்

அலைகளாகச் சீறித் தெறிக்கும் கடல் அலைகளைத் தொடர்ந்து எழுத்துக்கள் தோன்றுகின்றன. "புரட்சி என்பது போர். சரித்திரத்தில் அறியப்படும் எல்லாப் போர்களிலும் புரட்சி ஒன்றுதான் நீதி மிகுந்தது... உரிமைக்கானது. இதுதான் உண்மையிலேயே மிகச்சிறந்த போர். ரஷ்யாவில் இத்தகைய போர் அறிவிக்கப்பட்டு துவங்கியும்விட்டது"

– லெனின், 1905.

நடுக்கடலில் போர்க்கப்பலான பொடெம்கின் நங்கூரமிட்டு நிற்கிறது. அதன் மாலுமியான வாக்குலின்சுக்கிடம் இன்னொரு மாலுமி வந்து, "தொழிலாளர்களின் புரட்சிக்கு நாம் ஒத்துழைப்புத் தரவேண்டும்" என்று

சொல்கிறார். வாக்குலின்சுக் அதற்கு சம்மதிக்கிறார். அன்று இரவு தொழிலாளிகளிடம் வாக்குலின்சுக் பேசுகிறார்... "தோழர்களே! மொத்த ரஷ்யாவும் எழுகிற இந்த நேரத்தில் நாம் எதற்காக காத்திருக்கவேண்டும். நாம் குரல் கொடுக்கவேண்டிய நேரம் வந்துவிட்டது" என்று ஆவேசமாகப் பேச அதை கப்பலில் இருக்கும் சக ஊழியர்கள் உத்வேகத்துடன் கேட்கிறார்கள்.

மறுநாள் கப்பலில் உணவாகக் கொடுக்கப்படும் மாமிசத்தைச் சுற்றி கப்பலின் ஊழியர்கள் கூட்டமாக நிற்கிறார்கள். மாமிசம் அழுகியிருப்பதால் அதைச் சாப்பிடமுடியாது என்று ஊழியர்கள் தமக்குள் கோபமாகப் பேசிக்கொள்கிறார்கள். இதையெல்லாம்

பார்க்கும் மேலதிகாரி, கப்பலின் மருத்துவரைக் கூட்டிவந்து மாமிசத்தைப் பரிசோதிக்கச் சொல்கிறார். அவர் பரிசோதிக்கிறார். மாமிசத்தில் புழுக்கள் நெளிந்துகொண்டு இருக்கின்றன. "ஒன்றுமில்லை கழுவிவிட்டுச் சாப்பிடலாம்" என்று அவர் சொல்ல வாக்குலின்சுக் அவரை எதிர்த்து கோபமாகப் பேசுகிறார்.

அன்று அந்த மாமிசத்திலேயே சூப் செய்கிறார்கள். அவர்கள் யாரும் அதைச் சாப்பிட மறுக்கிறார்கள். இதனால், மேலதிகாரிகள் கோபமடைகிறார்கள். இன்னொருபுறம் மேலதிகாரிகளுக்கான விருந்து தயாராகிறது. அங்கிருக்கும் பீங்கான் தட்டில், "எங்களுக்கான உணவை இன்றே வழங்குங்கள்" என்று எழுதியிருக்கிறது. அதைப் பார்த்த ஒரு அதிகாரி கோபமடைந்து அந்தத் தட்டைக் கீழே எறிந்து உடைக்கிறார்.

பாகம்: 2 – கப்பல் தளத்தின் நாடகம்.

கப்பலின் மேல்தளத்தில் மாலுமிகள், ஊழியர்கள் அனைவரையும் கூடச்சொல்கிறார்கள். அங்கு வரும் கேப்டன் எல்லோரையும் கோபத்துடன் பார்க்கிறார். "சூப் குடித்தவர்கள் மட்டும் முன்னால் வாருங்கள்" என்று சொல்ல, சிலர் மட்டும் முன்னால் வருகிறார்கள். வாக்குலின்சுக் உள்ளிட்ட பிற மாலுமிகளும் ஊழியர்களும் அசையாமல் நின்ற இடத்திலேயே நிற்கின்றனர். இதைப் பார்த்துக் கோபமடைந்த கேப்டன், "உங்களையெல்லாம் நாயைப்போல சுட்டு வீழ்த்திவிடுவேன்'' என்று சொல்லி காவலர்களை அழைக்கிறார்.

துப்பாக்கி ஏந்திய காவலர்கள் அணிவகுத்து வந்து நிற்கிறார்கள். "சுடுங்கள்..." என்று கட்டளை கேட்டதும், காவலர்கள் துப்பாக்கியை இயக்கத்துவங்கும்போது வாக்குலின்சுக் காவலர்களை நோக்கி, "சகோதரர்களே... யாரைச் சுடப்போகிறீர்கள்? என்று கத்துகிறார். அவ்வாறு சொன்னதைக் கேட்டதும் காவலர்கள் நம் தோழர்களை நாமே சுடவேண்டுமா என்று தடுமாறுகிறார்கள். சிலர் தங்கள் துப்பாக்கிகளை கீழே தாழ்த்துகிறார்கள். இதைப் பார்த்த அதிகாரி அவர்களிடம் இருக்கும் துப்பாக்கியைப் பறித்துச் சுடப் பார்க்கிறான். இதற்குள் மாலுமிகள் சுதாரித்துக்கொண்டு அதிகாரிகளைத் தாக்க, காவலர்களும் அவர்களுடன் சேர்ந்துகொண்டு அதிகாரிகளைத் தாக்குகிறார்கள். கப்பலுக்குள் கலகம் வெடிக்கிறது.

தொழிலாளிகள் துப்பாக்கியை எடுத்துக்கொண்டு சுடத்துவங்குகிறார்கள். மருத்துவரைத் தூக்கிக் கடலுக்குள் வீசுகிறார்கள். கொஞ்சநேரத்தில் கலகம் முடிவுக்கு வர ஊழியர்கள் நாம் வெற்றி பெற்றுவிட்டோம் என்று சந்தோஷமாகக் கொண்டாடும்போது அடிப்பட்டுக்கிடந்த அதிகாரி ஒருவன் கலகத்துக்குக் காரணமான வாக்குலின்சுக்கை புறந்தலையில்

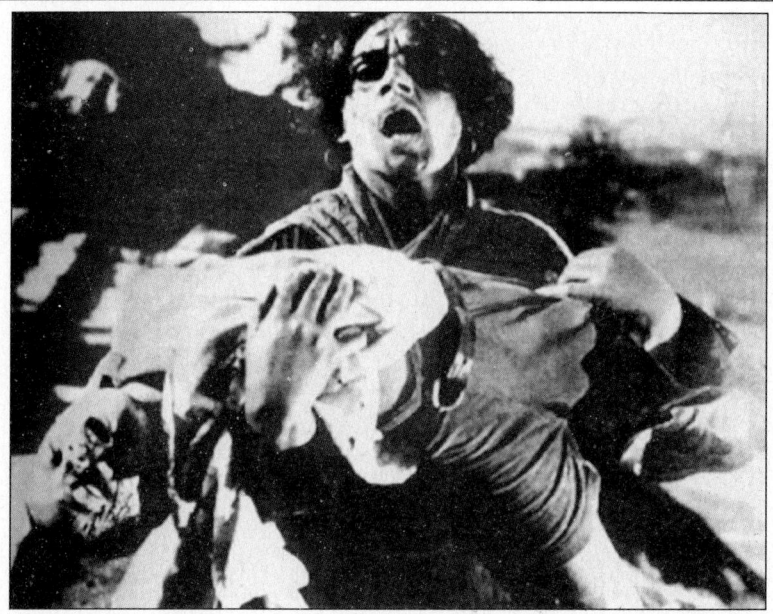

சுடுகிறான். வாக்குலின்சுக் மரணமடைகிறார். அவருடன் இருந்த தொழிலாளிகள் அவரது உடலை ஒரு படகில் வைத்து, அருகிலிருக்கும் 'ஒடேசா' என்னும் துறைமுகம் நோக்கி எடுத்துவருகிறார்கள். துறைமுகத்தில் இருக்கும் கூடாரத்தில் வாக்குலின்சுக்கின் உடல் வைக்கப்படுகிறது. அவரது உடலின் மேல், 'ஒரு கரண்டி கஞ்சிக்காகக் கொல்லப்பட்டவர்' என்று எழுதி வைக்கப்பட்டு இருக்கிறது. அவரது கையில் எரியும் மெழுகு திரியுடன் ஊரின் திசை நோக்கி அவரது உடல் கிடத்தப்பட்டு இருக்கிறது.

பாகம்: 3 – இறந்த மனிதன் நீதி கேட்கிறான்

பனி சூழ்ந்த அந்தக் கடற்கரை அமைதியாக இருக்கிறது. நிலவொளியில் கடல் நீர் அமைதியாக அலைந்துகொண்டு இருக்க, மெல்லப் பொழுது விடிகிறது. அந்தப் பக்கம் வரும் சிலர் கூடாரத்தில் வாக்குலின்சுக் உடல் வைக்கப்பட்டு இருப்பதை வருத்தத்துடன் பார்க்கின்றனர். சில பெண்கள் அவரது உடலின் முன் மண்டியிட்டு அமர்கிறார்கள். சூரிய உதயத்துடன் அந்தச் செய்தியும் நகரத்தைச் சென்றடைகிறது.

மக்கள் கூட்டம் கூட்டமாக வரத்துவங்குகின்றனர். துறைமுகத்துக்கு வரும் பாதையெங்கும் மனிதக் கூட்டம். ஆயிரத்துக்கும் மேற்பட்ட மனிதர்கள் வாக்குலின்சுக் உடல்

வைக்கப்பட்டு இருக்கும் இடத்தை நோக்கி வந்துகொண்டே இருக்கிறார்கள். கூட்டத்தில் இன்னொரு இளைஞன் கோபத்துடன், "ஒடேசா நகரமக்களே... போர்க்கப்பல் பொடெம்கினின் மாலுமியான வாக்குலின்சுக் அநியாயமாகக் கொலை செய்யப்பட்டிருக்கிறார். இதற்கு நாம் பழிக்குப்பழி தீர்க்கவேண்டும்" என்று பேசுகிறான். பெண்கள் வாகுலின்சுக்கின் காலில் விழுந்து அழுகின்றனர். ஒரு பெண் கண்கள் கலங்க அவரது கைகளில் முத்தமிடுகிறாள். கலங்கிய கண்களுடன் பெண்கள் கூடிநின்று, 'புரட்சிக்காக உயிர் இழந்தவரின் புகழ் என்றைக்கும் நிலைக்கட்டும்' என்று பாடத்துவங்குகின்றனர்.

இளைஞர்கள், 'நம் எல்லோருக்காகவும் ஒருவர் உயிரை அர்ப்பணித்திருக்கிறார்' என்று பாடுகின்றனர். ஒவ்வொருவரும் தங்கள் கைகளை மடக்கி ஆவேசத்துடன் குரல் கொடுக்கத் துவங்குகின்றனர். மக்களுக்குள் ஒரு எழுச்சியும் ஆவேசமும் பரவிக்கொண்டே இருக்கிறது.

அந்தத் துறைமுகத்தில் இருக்கும் கப்பலின் தொழிலாளிகள் அனைவரும் கூடுகிறார்கள். "ரஷ்யத் தொழிலாளிகளோடு நாமும் சேர்ந்து போராடுவோம் என்று ஒருவர் எழுச்சியுடன் பேசுகிறார். அதைக் கேட்டு அங்கு கூடியிருக்கும் ஒடேசா நகரத்தின் மக்கள் அனைவரும் ஆர்ப்பரிக்கின்றனர். "போராடுவோம்... வெற்றி பெறுவோம்..." என்ற குரல் ஓங்கி ஒலிக்க அங்கு நிற்கும் கப்பலில் செங்கொடி ஏற்றப்படுகிறது.

பாகம்: 4 – ஒடேசா படிக்கட்டுகள்

கரையில் நின்ற சிறு படகுகள் அனைத்திலும் பாய்மரத்தை ஏற்றிக்கொண்டு அங்கிருக்கும் பலரும் கடலில் சற்று தள்ளி நிற்கும் போர்க்கப்பல் பொடெம்கின் நோக்கிப் புறப்படுகிறார்கள். கரையில் கூடியிருக்கும் மக்கள் அவர்களை உற்சாகமாக கையசைத்து வழியனுப்ப படகுகள் அணிவகுத்துக் கிளம்பிப் போகின்றன. போர்க்கப்பலில் இருக்கும் மாலுமிகள் படகில் வருபவர்களை உற்சாகமாக வரவேற்கிறார்கள். படகில் வந்த ஆண்களும் பெண்களும் போர்க்கப்பலில் இருக்கும் மாலுமிகளுக்கு பரிசுகளை கொடுத்து வெற்றிக் களிப்பில் ஒருவரை ஒருவர் கட்டிக்கொள்கிறார்கள்.

போர்க்கப்பலின் மேலே செங்கொடி பறக்கிறது. கரையில் இருக்கும் ஆண்களும் பெண்களும் குழந்தைகளும் இதைப் பார்த்து ஆரவாரிக்கிறார்கள். ஒரு அம்மா தன் மகனுக்கு கப்பலின் மேல் பறக்கும் சிவப்புக் கொடியைப் பரவசத்துடன் காட்டுகிறாள். ஒடேசாவின் துறைமுகத்திலுள்ள அந்தப் படிக்கட்டுகளில் கூடிநிற்கும் குழந்தைகளும் சிறுவர்களும் பெரியவர்களும் உற்சாகமாக கையசைத்துக்கொண்டு இருக்கும்போது, திடீரென சத்தம் கேட்டு மக்கள் அதிர்ச்சியுடன் ஓடத்துவங்குகிறார்கள். அவர்களின் எழுச்சியை ஒடுக்க, ஜார் மன்னனின் துப்பாக்கி ஏந்திய காவலர்கள் அணிவகுத்து வந்து சுடத்துவங்குகிறார்கள். படிகளில் எல்லோரும் சிதறியோட சிலர் சுடப்பட்டுக் கீழே விழுகிறார்கள்.

ஒரு தாய் தன் மகனுடன் படிகளில் ஓடும்போது, அவளது மகன் துப்பாக்கியால் சுடப்பட்டு கீழே விழுகிறான். தாய் அதிர்ச்சியுடன் கத்துகிறாள். சுடப்பட்டுக் காயத்துடன் இருக்கும் தன் மகனைத் தூக்கிக்கொண்டு காவலர்களை நோக்கித் தைரியமாக நடக்கிறாள்.

காவலர்களின் நிழல் அவளை நெருங்கி வருகிறது, “சுடாதீர்கள்... என் மகன் மோசமாகக் காயம்பட்டு இருக்கிறான்” என்று சொல்லும்போதே காவலாளிகள் அந்த அம்மாவையும் சுடுகிறார்கள். அவள் சரிந்து விழுகிறாள். மீதமிருக்கும் மக்களின் மீது காவலர்கள் மோசமான தாக்குதலை நடத்துகிறார்கள். அவர்களுக்குப் பதிலடி கொடுக்கும் விதமாக போர்க் கப்பலில் இருக்கும் பீரங்கி, ஒடேசா நகரின் கட்டடங்கள் நோக்கித் திரும்புகிறது. பீரங்கி வெடிக்க கட்டடங்கள் இடிந்து விழுகின்றன. கட்டடத்தைச் சுற்றிலும் புகை சூழ்கிறது.

பாகம்: 5 - கடற்படையுடன் சந்திப்பு

போர்க்கப்பலான பொடெம்கினில் இருக்கும் படை வீரர்கள் அனைவரும் கோபத்துடன் கூடிப் பேசுகிறார்கள், “ஒடேசாவின் விடுதலைக்கு ஒரு வழி காணவேண்டும். இதற்கு ஒரு முடிவுகட்ட வேண்டும்” என்று கப்பலின் மேல்தளத்தில் நின்று ஒரு மாலுமி ஆவேசமாகப் பேசுகிறார். “இந்த நேரத்தில் நாம் கரையிரங்க

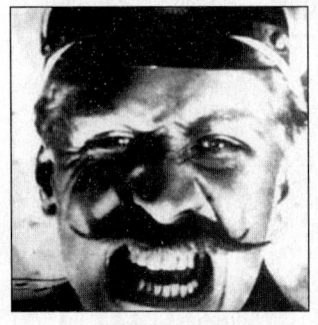

முடியாது. அரசுப் படைகள் நம்மை சூழத்துவங்கிவிட்டன” என்று இன்னொரு மாலுமி சொல்கிறார். ஒருவருக்கொருவர் என்ன செய்வது என்று தீவிரமான ஆலோசனை நடக்கிறார்கள். முடிவில் “அரசுப் படைகளை சந்திக்கப் போர்க்கப்பல் தயாராகட்டும்” என்று தலைமை மாலுமி பிரகடனம் செய்கிறார்.

ஒரு தீர்க்கமான முடிவுக்குப் பிறகு எல்லோரும் தாயாராகிறார்கள். பதட்டமான இரவு வருகிறது. கடல் அமைதியாக இருக்க போர்க்கப்பலின் காவலர்கள் துப்பாக்கியுடன் எதிரிகளின் நடவடிக்கையைக் கண்காணிக்கிறார்கள். அப்போது அடிவானத்தில் அரசுப் படையினரின் கப்பல்கள் வருவது தெரிகிறது. அதைப் பார்த்த கண்காணிப்பாளர் மேல் தளத்திலிருந்து அவசரமாகக் கீழே ஓடிவந்து எல்லோரிடமும் சொல்கிறார். தலைமை மாலுமி, “எல்லோரும் செயல்படத் தயாராகுங்கள்” என்று அறிவிக்கிறார்.

கப்பலில் இருந்த வீரர்கள் அனைவரும் பரபரப்பாக போருக்குத் தயாராகிறார்கள். பீரங்கிகள் தயாராகின்றன. குண்டுகளை வேகமாக எடுத்து அடுக்குகிறார்கள். கடல் மட்டத்திலிருந்து கப்பலுக்குள் ஏறிவருவதற்காக வைக்கப்பட்டு இருக்கும் ஏணிகள் மடக்கப்படுகின்றன. “கப்பலை முழுவேகத்தில் செலுத்துங்கள்” என்று மாலுமி அறிவிக்கிறார். உள்ளிருக்கும் இயந்திரங்கள்

வேகமாக இயங்க, கப்பல் கரும்புகையைக் கக்கிக்கொண்டு வேகமாக முன்னேறிச்செல்கிறது.

பீரங்கியின் குழாய்கள் எதிரிப் படையின் கப்பல்கள் நோக்கித் திருப்பப்படுகின்றன. கப்பல் முன்னிலும் வேகமாக கடலைக் கிழித்துக்கொண்டு செல்கிறது. மாலுமி தொலைநோக்கி வழியாகப் பார்க்கிறார். அரசுப் படையின் நிறைய கப்பல்கள் வந்துகொண்டு இருக்கின்றன. மாலுமி, "எதிரிப் படையின் கப்பல்கள் சுடும் தூரத்துக்குள் வந்துவிட்டன" என்று சொன்னதும் பீரங்கிகள் சுடுவதற்குத் தயாராகின்றன. கப்பல்கள் ஒன்றையொன்று நெருங்குகின்றன.

சுடலாம் என்று தயாராகும்போது நெருங்கிவரும் கப்பலில் இருக்கும் வீரர்களைப் பார்த்ததும் மாலுமிகள் அவர்களை அடையாளம் கண்டு, "சகோதரர்களே" என்று கத்த இரு கப்பலில் இருப்பவர்களும் புன்னகை புரியத்துவங்குகிறார்கள். மகிழ்ச்சியில் கப்பல்களில் இருக்கும் படைவீரர்கள் ஒருவரை ஒருவர் பார்த்து, உற்சாகமாக தங்கள் தொப்பியை உயர்த்தி மகிழ்ச்சியைத் தெரிவிக்கிறார்கள்.

சுதந்திரக்கொடி, பொடெம்கின் கப்பலில் பறக்க அரசுப் படையின் கப்பல்களும் புரட்சி செய்யும் தொழிலாளர்களுடன் சேர்ந்துகொள்ள, பொடெம்கின் கப்பல் மற்ற கப்பல்களுடன் சேர்ந்து வெற்றியுடன் பயணிக்கிறது. கப்பல் படையின் தோழர்கள் அனைவரும் புரட்சிக்கு ஆதரவாக ஒன்றிணைந்து வெற்றிபெற்ற

Sergei Eisenstein

1898-ல் ரஷ்யாவில் கப்பல் கட்டும் பொறியாளரின் மகனாகப் பிறந்தார். தானும் கட்டுமானப் பொறியியல் படித்தார். 1917-ல் நடந்த புரட்சியின்போது செம்படையில் பொறியாளராகச் சேவை செய்தார். அங்கிருந்து வந்தப்பின் நாடகங்களின் அரங்கத்தை வடிவமைப்பவராக இருந்தார். அங்கிருக்கும்போதே அதன் நுட்பங்களை அறிந்து இயக்குனராக தன்னை வளர்த்துக் கொண்டார்.

இயக்குனர் D.W.கிரிபித்தின் படங்களை ஆழ்ந்து பார்த்த இவரை அவரது படத்தொகுப்பு முறை மிகவும் பாதிக்கவே, தனது முதல் ஐந்து நிமிடப் படத்தை எடுத்தார். 1924-ல் 'montage' எனப்படும் துண்டுக் காட்சிகளின் மூலம் படத்தொகுப்பில் புதிய உத்திகளைப் புகுத்தி திரைப்பட மொழியில் ஒரு புதிய கண்டுபிடிப்பை நிறுவினார்.

நவீன திரைப்படத்தின் உத்திகளுக்குக் காரணமாக இருக்கும் இவர் மகிழ்ச்சியில் கைகளை உயர்த்தி ஆரவாரம் செய்ய படம் நிறைவடைகிறது.

ஜார் மன்னனுக்கு எதிராக ரஷ்யாவில் நடந்த கிளர்ச்சியை மையமாக வைத்து எடுக்கப்பட்ட இந்தப் படத்தை காட்சி மொழியில் எழுதப்பட்ட கவிதை எனலாம். 'மான்டேஜ்' எனப்படும் துண்டுக் காட்சிகளை இணைப்பதன் மூலம் காட்சியில் தீவிரமான தாக்கத்தை ஏற்படுத்தமுடியும் என்று உலகுக்கு நிரூபித்த இப்படம் இன்றளவும் ஒரு திரைப்பட அகராதியாகக் கருதப்படுகிறது. தார்ப்பாயை விட்டு தோழர்கள் வெளியே வந்ததும் அத்தார்ப்பாய் ஒரு பறவையைப் போல விழுந்து அடங்குவதும், நடன அரங்கை பீரங்கியால் தாக்கியதும் அந்தச் சுவரில் படுத்திருக்கும் சிங்கத்தின் சிலை எழுவது போலக் காட்டுவதும் இதன் எளிய உதாரணங்கள்.

'Father of montage' என்று அழைக்கப்படுகிறார். உலகின் செவ்வியல் படங்கள் வரிசையில் முக்கியமான இயக்குனராகக் கருதப்படும் இவர், 1948-ல் மாஸ்கோவில் இறந்தார்.

இவரது பிற படங்கள்

Ivan Groznyy III (1988) Que Viva Mexico (1979) Study for a Mexican Film by Eisenstein (1958) Ivan the Terrible, Part Two (1958) Ivan the Terrible, Part One (1944) Seeds of Freedom (1943) Conquering Cross (1941) Idol of Hope (1941) Land and Freedom (1941) Mexican Symphony (1941) Mexico Marches (1941) Spaniard and Indian (1941) Zapotecan Village (1941) Time in the Sun (1940) The Fergana Canal (1939) Alexander Nevsky (1938) Bezhin Meadow (1937) Death Day (1934) Eisenstein in Mexico (1933) Thunder Over Mexico (1933) iQue viva Mexico! (1932) Destrucción de Oaxaca, La (1931) Sentimental Romance (1930) Old and New (1929) The Storming of La Sarraz (1929) Ten Days That Shook the World (1928) Battleship Potemkin (1925) Strike (1925) Glumov's Diary (1923)

Technical Details

Battleship Potemkin / 1925 / Soviet Union / 75min / B&W / Silent / Director-Sergei Eisenstein / Writers-Nina Agadzhanova, Nikolai Aseyev / Cast-Aleksandr Antonov, Vladimir Barsky, Grigori Aleksandrov / Editor-Grigori Aleksandrov, Sergei M.Eisenstein / Music-Eric Allaman (1986) / Yati Durant, Vladimir heifetz, Nikolai Kryukov (1950)/ Chris Lowe (2004) Edmund Meisel, Neil Tennant (2004) / Cinematography-Vladimir Popov, Edward Tisse

அளவுக்கு அதிகமான துண்டுக் காட்சிகளை இணைப்பதன் மூலம் காட்சியின் தீவிரத்தை உணர்த்தும் இடங்களாக ஒடேசா படிக்கட்டில் நடக்கும் தாக்குதலையும், போருக்குத் தயாராகும் கப்பலின் தனித்தனியான துண்டுக் காட்சிகளையும் சொல்லலாம். உலகின் பத்து சிறந்த படங்களில் இன்றைக்கும் முக்கியமாக வைத்துப் போற்றப்படும் ரஷ்யாவில் எடுக்கப்பட்ட இந்த மௌனப்படம் 1924-ல் வெளியானது. இதன் இயக்குனர் செர்கய் ஐசன்ஸ்டீன் (Sergei Eisenstein) .

'மாற்றம் என்பதே மாறாதது' என்று சொன்ன காரல் மார்க்ஸின் தத்துவம்போல மனித சமுதாயம், தான் அடக்கப்படுவதாக உணரும் ஒவ்வொரு சந்தர்ப்பத்திலும் தன் விதிகளைத் தானே மாற்றி எழுதுகிறது. அதிகாரம் எவ்வளவு வலிமையாக இருந்தாலும் ஒடுக்கப்பட்ட மக்கள் ஒன்று சேரும்போது அது பரிதாபமாகத் தோற்றுப்போகிறது என்பதுதான் வரலாறு சொல்லும் உண்மை.

42

சலாம் பாம்பே
SALAAM BOMBAY

வீட்டிலிருந்து ஓடிப்போகிற சிறுவர்கள் என்ன ஆகிறார்கள்? அன்றாடம் தங்கள் பசியைப் போக்கிக்கொள்ள என்ன வேலை செய்வார்கள்? கொஞ்சம் யோசித்துப் பார்த்தால் அதன் பின்னிருக்கும் கதைகள் பயங்கரமானவை. அப்படிப்பட்ட ஒரு சிறுவனின் கதைதான் 'Salaam Bombay'.

ஒரு சர்க்கஸ் கூடாரம் பிரிக்கப்படுகிறது. அதில் வேலை செய்பவர்கள் அவரவர் பொருட்களை எடுத்து கட்டிக்கொண்டு இருக்கிறார்கள். அதில் வேலைப் பார்க்கும் பதினோரு வயதுச் சிறுவனான கிருஷ்ணாவை சர்க்கஸ் முதலாளி அழைத்து அருகில் இருக்கும் நகரத்தில்போய் பான் மசாலா வாங்கிவரச் சொல்கிறார்.

பணத்தை வாங்கிக்கொண்டு அந்த மலைப்பாதை வழியே கிருஷ்ணா ஓடுகிறான். கடைக்காரன் அவன் கேட்டதை எடுத்துத் தரும் அவகாசத்தில் தன் கையிலிருக்கும் பம்பரத்தை சாட்டையில் சுற்றி சுற்றவிடுகிறான். கடைக்காரன் பான் மசாலா கொடுத்ததும் அதை வாங்கிக்கொண்டு வேகமாக சர்க்கஸ் கூடாரம் இருந்த இடம் நோக்கி ஓடிவருகிறான். அங்குவந்து மூச்சிறைக்க நின்று பார்க்கிறான்; அதிர்ச்சி அடைகிறான். எல்லோரும் அவனை விட்டுவிட்டு கிளம்பிப் போயிருக்க அவன் மட்டும் தனியாக நிற்கிறான். கையில் இருக்கும் காசில் பக்கத்தில் இருக்கும்

நகரத்துக்கு ஒரு டிக்கெட் எடுக்கிறான். டிக்கெட் எடுத்துவிட்டு இது எந்த ஊருக்கு என்று கேட்கிறான். அவர் பம்பாய்க்கு என்று சொல்கிறார். பம்பாய் நகரத்தில் வந்து இறங்குகிறான். அழுக்கு உடையுடன் நகரத்தின் நெரிசலை வேடிக்கைப் பார்த்துக்கொண்டு அப்பாவியாக நிற்கிறான்.

அங்கிருக்கும் *109* என்று அழைக்கப்படும் சிவப்பு விளக்குப் பகுதியில் உள்ள தெருவோர டீக்கடையில் டீ கொண்டு செல்லும் பையனாக வேலைக்குச் சேர்கிறான். அங்கிருக்கும் பெண்கள் கேட்கும்போது அங்கு டீ கொடுக்கச் செல்கிறான். ஒருநாள் அவன் டீ கொடுத்துவிட்டு வரும்போது பதினாறு வயதுக்கும் குறைவான சிறுமி ஒருத்தியை தொழிலுக்குப் புதிதாகக் கடத்தி வருவதை கிருஷ்ணா பார்க்கிறான். அவளை டாக்ஸியிலிருந்து பலவந்தமாக அடித்து இழுத்துச் சென்று அங்கிருக்கும் விடுதியின் தலைவியிடம் விட்டுவிட்டுப் போகிறார்கள்.

கிருஷ்ணா இதையெல்லாம் வேடிக்கைப் பார்க்கிறான். புதிதாக வந்த பெண்ணை அங்கிருக்கும் பெண்கள் கூடிநின்று வேடிக்கைப் பார்க்கிறார்கள். அவர்கள் எல்லாம் போனதும் கிருஷ்ணா அவள் இருக்கும் அறைக்கு டீயுடன் வருகிறான். அவளுக்கு டீயைக் கொடுக்க அழுதுகொண்டே அவள் தட்டிவிடுகிறாள். கிளாஸ் தரையில் விழுந்து உடைகிறது. கிருஷ்ணா அன்புடன் இன்னொரு

டீயைக் கொடுக்கிறான். ஆறுதலாக அவனைப் பார்க்கும் அவள் டீயை வாங்கிக் குடிக்கிறாள்.

கிருஷ்ணா கடைக்குத் திரும்ப வருகிறான். கடைக்காரர் உடைந்த கிளாஸிற்கான காசை அவனது சம்பளத்தில் கழித்துக்கொள்வதாகச் சொல்கிறார். கிருஷ்ணா தயங்கி, "சாச்சா... என் சம்பளம் எவ்வளவு சேர்ந்திருக்கு?" என்று கேட்கிறான். "ஒரு நாளைக்கு ஐந்து ரூபாய். ஒரு மாசத்துக்கு 150 ரூபாய். உன் பிரண்ட்ஸ் டீ குடிச்சது, நீ கிளாஸ் உடைச்சது 12 ரூபாய்" என்கிறான். "சாச்சா என் சம்பளம் 500 ரூபா வர இன்னும் எத்தனை நாளாகும்? என்று கேட்கிறான். அதுக்கு இன்னும் நிறைய நாள் இருக்கு" என்று கடைக்காரர் சொல்கிறார்.

அந்த விடுதியில் இருக்கும் தரகனான பாபாவின் மனைவி கிருஷ்ணாவிடம் அன்பாக நடந்துகொள்கிறாள். அவளுக்கும் அவளது மகளான ஐந்து வயது மஞ்சுவுக்கும் இடையில் ஒரு நட்பு உருவாகிறது.

இரவு நேரங்களில் தெருவோரம் தன்னைப் போன்ற சிறுவர்களுடன் தங்கியிருக்கும் கிருஷ்ணா அவர்களுடன் சேர்ந்து சீட்டு விளையாடுகிறான். சினிமாவுக்குப் போகிறான். அவனுக்கு விடுதியில் இருக்கும் பாபாவின் போதைப் பொருட்களை விற்கும் சில்லம் என்பவனுடன் நட்பு ஏற்படுகிறது. சில்லமுடன் சேர்ந்து நகரத்தில் சுற்றுகிறான். அவனுடன் சேர்ந்து போதை மருந்தை புகைக்கப் பழகுகிறான்.

அன்று இரவு சில்லமும் கிரிஷ்ணாவும் ஒரு கல்லறைத் தோட்டத்தில் அமர்ந்து போதையுடன் தாங்கள் பம்பாய்க்கு வந்த கதையைப் பற்றிப் பேசுகிறார்கள்... "ஐநூறு ரூபாய் சேர்ந்துவிட்டால்

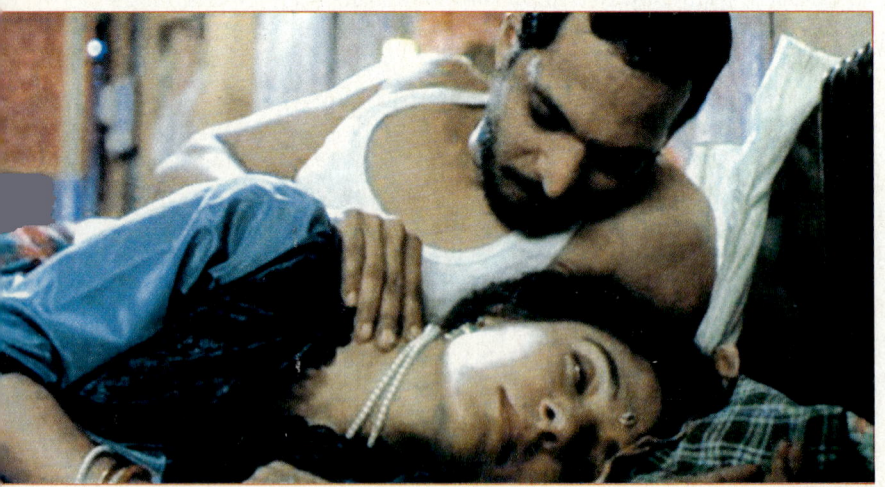

நான் ஊருக்குப் போய்விடுவேன்" என்று சொல்லும் கிருஷ்ணா, "வீட்டில் இருந்த ரூபாயைத் நான் திருடிவிட்டதற்காக அண்ணன் அடித்துவிட்டான். அதனால், மெக்கானிக்காக வேலைப் பார்க்கும் கடையிலிருந்து எடுத்துவந்த பைக்கை நான் கொளுத்தி விட்டேன்.

அதனால், அம்மா என்னை சர்க்கஸில் வேலைக்குச் சேர்த்துவிட்டாள். அதனால் 500 ரூபாய் இல்லாம ஊருக்குப் போகமுடியாது" என்று கிருஷ்ணா சொல்கிறான். இருவரும் போதையில் தங்கள் கதைகளை நினைத்து ஜாலியாகச் சிரிக்கிறார்கள்.

தினம் அந்த விடுதிக்கு டீ கொண்டுவரும் கிருஷ்ணா புதிதாக வந்த பதினாறு வயதுப் பெண்ணின் அவஸ்தைகளைப் பார்க்கிறான். ஒரு நாள் அவள் அறைக்கு வருகிறான். அவளைக் காப்பாற்றுவதற்காக மொழி புரியாத அவளிடம் சைகையாலேயே காட்டி இங்கிருந்து தப்பிக்கலாமா என்று சொல்லி சன்னல் வழியாக இருவரும் தப்பித்து ஓடும்போது இருவரும் பிடிபடுகிறார்கள். கிருஷ்ணாவை இனிமேல் இங்க டீ கொடுக்க வராதே என்று அங்கிருந்து அடித்து விரட்டுகிறார்கள்.

பாலியல் தொழிலாளியான பாபாவின் மனைவி, தான் தொழிலுக்காக போகும் ஒரு வீட்டுக்கு தன் மகள் மஞ்சுவையும் உடன் அழைத்துச்செல்கிறாள். இது தெரிந்ததும் பாபா அவளுடன் சண்டையிடுகிறான். “பின்ன உன்னை நம்பி இங்கே விட்டுட்டுப் போக முடியுமா?” என்கிறாள். “அவளுக்கு இப்பவே உன் தொழில் சொல்லிக் கொடுக்க ஆரம்பிச்சிட்டியா?” என்று சொல்லி அவளை அடிக்கிறான். ஆவேசம் வந்தவள்போல அவனது மனைவி கத்துகிறாள். “மஞ்சு பிறந்த உடனே இதெல்லாம் விட்டுறலாம். நாம புது வாழ்க்கை துவங்கலாம்னு சத்தியம் செஞ்சே; ஆனா, இன்னும் என்னை இதே தொழில்தான் பண்ணவச்சு ஆள் கூட்டிட்டு வரே...” என்று கத்துகிறாள்.

இதற்கிடையில் சில்லம்மை பாபா வேலையை விட்டு விலக்குகிறான். போதை மருந்து விற்காததால் வருமானமும் புகைப்பதற்கு போதையும் இல்லாமல் சில்லம்மின் உடல்நிலை மோசமடையத் துவங்குகிறது. சில்லம் போதை மருந்துக்கு காசு கேட்டு கிருஷ்ணாவை நச்சரிக்கிறான். போதை மருந்து இல்லாமல் பதட்டமடையும் சில்லம் அருகில் வரும் எலெக்ட்ரிக் ட்ரெயினில் விழுந்து சாக முயற்சிக்கிறான். கிருஷ்ணா அவனைத் தடுக்கிறான். “நான் பணம் சேர்த்ததும் நாம ரெண்டு பேரும் இந்த பம்பாயை விட்டுட்டு நிரந்தரமா கிராமத்துக்குப் போயிடுவோம்... சரியா?” என்று கிருஷ்ணா சொன்னதும், “ம்...” என்று சொல்லிக்கொண்டே சில்லம் அவனைக் கட்டிக்கொள்ள ஒருவருக்கொருவர் ஆறுதலாக அழுகிறார்கள்.

சில்லம்முடன் இருந்ததால் சில நாட்கள் வேலைக்குப் போகாத கிருஷ்ணா டீக்கடைக்கு வேலைக்குப் போகிறான். இத்தனைநாள் வராததற்காகக் கோபப்படும் கடைக்காரர், அவன் சம்பளத்தில் ஐம்பதைப் பிடித்துக்கொண்டு மீதமுள்ள 250 ரூபாயைக் கொடுத்து, “இனிமே வேலைக்கு வராத” என்று சொல்லி அனுப்புகிறார். அவனைப் போல வேலையில்லாமல் ரயில்வே ஸ்டேஷனில் இருக்கும் சிறுவர்களுடன் கிருஷ்ணா சேர்கிறான். எல்லோரும் சேர்ந்து ஒரு வீட்டுக்குள் புகுந்து திருடுகிறார்கள். கிடைத்த பணத்தில் நண்பர்களுடன் சேர்ந்து, கிருஷ்ணா ஜாலியாக நகரத்தில் சுற்றித் திரிகிறான்.

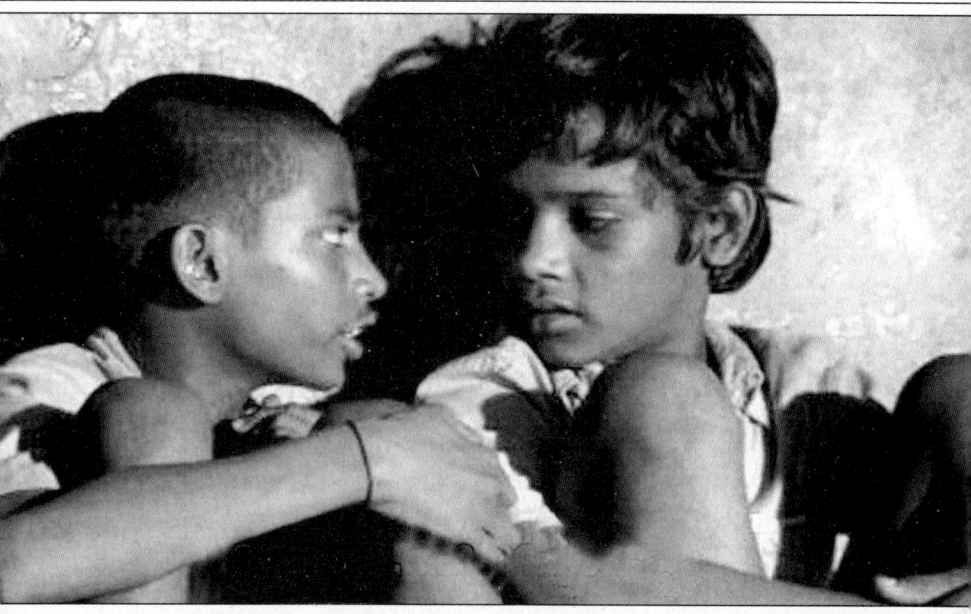

ஒரு நாள் உடல்நிலை மோசமாக சில்லம் இறக்கிறான். சிறுவர்கள் கூடி அவனது உடலைத் தூக்கிச் செல்கிறார்கள். அடுத்து என்ன செய்வது என்று அறியாத கிருஷ்ணா சிறுவர்களுடன் சேர்ந்து கல்யாணத்தில் பரிமாறும் வேலைக்குப் போகிறான். தனக்குத் துணையாக பாபாவின் மகள் மஞ்சுவையும் உடன் அழைத்துச் செல்கிறான். கல்யாண வீட்டில் பரிமாறும்போது சில சமோசாக்களை எடுத்து தன் பனியனுக்குள் ஒளித்து வைத்துக்கொள்கிறான்.

அன்று இரவு வேலை முடிந்து நள்ளிரவில் யாருமில்லாத தெருவில் சிறுவர்களுடன் கிருஷ்ணாவும் மஞ்சுவும் நடந்து வரும்போது போலீஸ் வேன் வருகிறது. அதைப் பார்த்ததும் எல்லோரும் ஓடித் தப்பிக்கிறார்கள். சிறுமியான மஞ்சு ஓடமுடியாததால் அவளை இழுத்துக்கொண்டு ஓடும் கிருஷ்ணாவை போலீஸ்காரர் மறைத்து நிறுத்துகிறார்.

திருடன் என்று முடிவுசெய்து அவனை மிரட்டுகிறார். அவனிடமிருக்கும் பணத்தையும் பிடுங்கிக்கொள்கிறார். “சார், நான் வீட்டுக்குப் போறதுக்காக சேர்த்தப் பணம் சார்...” என்கிறான். அதைப் பொருட்படுத்தாத போலீஸ் அவனை கன்னத்தில் அறைந்து, அவனையும் மஞ்சுவையும் வண்டியில் ஏற்றிச்செல்கிறார். சன்னலின் வழியே பம்பாய் நகரத்தைப் பார்த்துச் செல்லும் கிருஷ்ணா காலையில் சிறுவர் ஜெயிலில் அடைக்கப்படுகிறான். மஞ்சு அனாதைகள் இல்லத்தில் சேர்க்கப்படுகிறாள்.

மஞ்சுவைத் தேடி அங்குவரும் அம்மா, மஞ்சுவை வீட்டுக்கு அழைத்துச் செல்லவேண்டும் என்று கேட்கிறாள். அவள் சிவப்பு விளக்குப் பகுதியில் இருப்பதால் அவளுடன் அனுப்ப அனுமதி மறுக்கப்படுகிறது. அன்று பம்பாயில் நடக்கும் கிரிக்கெட் மேட்சின் வர்ணனை தெருவெங்கும் ஒலித்துக்கொண்டிருக்க, அம்மா சோகத்துடன் விடுதிக்குத் திரும்பிக்கொண்டு இருக்கிறாள். இன்னொருபுறம் சிறுவர் ஜெயிலுக்குள் இருக்கும் கிருஷ்ணா அங்கிருந்து யாருக்கும் தெரியாமல் சுவரேறிக் குதித்து தப்பிக்கிறான்.

பம்பாய் நகரத்தின் தெருக்களில் வேகமாக ஓடிவந்து ரயில் நிலையத்தை ஒட்டிய தன் இடத்துக்கு வருகிறான். அங்கிருக்கும் தனது பம்பரத்தை எடுத்துக்கொள்கிறான். ஓரத்தில் இருக்கும் பழைய டிரங்குப் பெட்டியிலிருந்து ஒரு பனியனை எடுத்து மாட்டிக்கொண்டு, விடுதி எண். *109*ஐ நோக்கி ஓடிவருகிறான். நேராக பதினாறு வயதுப்பெண் அறைக்கு வருகிறான். அவள் லிப்ஸ்டிக் பூசிக்கொண்டு முழு ஒப்பனையுடன் தன் படுக்கையில் படுத்துக்கொண்டு தனியாகச் சீட்டு விளையாடிக்கொண்டு இருக்கிறாள்.

அவள் தோற்றத்தைப் பார்த்து நிற்கும் கிருஷ்ணா, "நான் ஊருக்குப் போகிறேன். வா போகலாம்..." என்று கூப்பிடுகிறான். அவள் நம்பிக்கையோடு தன் தலையணைக்குக் கீழிருக்கும், தானும் பாபாவும் ஸ்டுடியோவில் சேர்ந்து எடுத்துக்கொண்ட படத்தை எடுத்து வெட்கத்துடன் காட்டுகிறாள். விடுதியின் தலைவி அடுத்த கஸ்டமரை அழைத்துவர அவள், வந்தவனுடன் டாக்ஸியில் கிளம்புகிறாள். இது அனைத்தையும் கிருஷ்ணா சோகமாகப் பார்க்கிறான்.

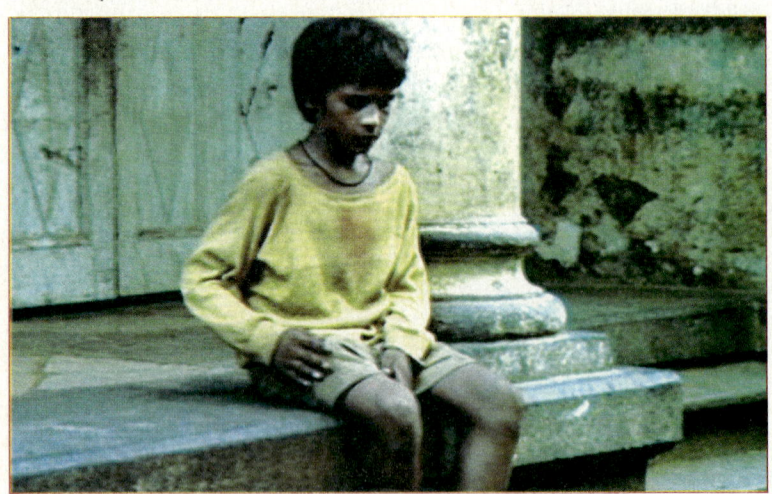

மஞ்சு இல்லாத சோகத்தில் அவளது அம்மா அழுதுகொண்டே தன் துணிகளையெல்லாம் எடுத்துக்கொண்டு கிளம்புகிறாள். அவளைப் போகவிடாமல் அவளது கணவனான பாபா தடுக்கிறான். "என்னை விடு இல்லேன்னா..." "இல்லேன்னா என்ன செய்வ? என்ன கொன்னுடுவியா... கொல்லு" என்று சொல்லி தன் சட்டைப்பையில் இருக்கும் கத்தியை எடுத்து அவளிடம் நீட்டுகிறான். அவள் அதை வாங்கி தூக்கி எறிகிறாள். கீழேவிழும் கத்தியை அங்கு நிற்கும் கிருஷ்ணா பார்க்கிறான். அதைக் கையில் எடுத்து பாபாவின் முதுகில் ஓங்கிக்குத்துகிறான். பாபா நிலைகுலைந்து விழுகிறான். அதிர்ச்சியடையும் மஞ்சுவின் அம்மாவைக் கையைப் பிடித்து அழைத்துக்கொண்டு கிருஷ்ணா ஓடத்துவங்குகிறான்.

சாலையில் பெரியபெரிய வினாயகர் சிலைகளுடன் ஊர்வலம் வருகிறது. மக்கள் கூட்டம் அலைமோத அதற்குள் இறங்கி அவளும் கிருஷ்ணாவும் நடக்கிறார்கள். ஒருவரை ஒருவர் தள்ளிக்கொண்டு முன்னேறும் கூட்டத்தில் இருவரும் பிரிகிறார்கள். அவள் அவனைப் பெயர் சொல்லிக் கத்துகிறாள். அவனும் அவளைக் காணாமல் கத்துகிறான். இசைக்கருவிகள் முழங்கவரும் அந்த ஊர்வலத்தின் சத்தத்தில் அவர்களின் குரல்கள் ஒருவரை ஒருவர் கேட்காமல் கலைகின்றன. இருவரும் பிரிகிறார்கள்.

கிருஷ்ணா கூட்டமான அந்த சாலையை விட்டு விலகி யாருமே இல்லாத ஒரு குறுகலான தெருவில் நடந்துவந்து ஒரு வீட்டின்

திண்ணையில் அமர்கிறான். தன் நிலையை எண்ணித் தனியே உட்கார்ந்திருக்கிறான். கால் சட்டைப் பையில் இருக்கும் பம்பரத்தை எடுக்கிறான். அதில் சாட்டையைச் சுற்றும்போது அழுகை வர, பம்பரத்தைக் கைக்குள் வைத்துக்கொண்டு அடக்கமுடியாமல் அழத்துவங்குகிறான்.

அழுகை ஓய்ந்து உறைந்து அமர்ந்திருக்கிறான். இந்தப் படம் பம்பாயிலிருக்கும் தெருவோரக் குழந்தைகளுக்கு சமர்ப்பணம் எனும் எழுத்துக்களுடன் மனதை அழுத்தும் சோகத்துடன் படம் நிறைவடைகிறது.

வெகு இயல்பாக பம்பாயின் தெருக்களில் நாம் பார்க்கும் சிறுவர்களின் வாழ்க்கை நம்மை அதிரவைக்கிறது. சிறுமியான மஞ்சு அம்மாவைத் தேடி சிலர் அறைக்கு வரும்போதெல்லாம் வெளியே கதவின் கண்ணாடியில் முகத்தை வைத்துக்கொண்டு விரலால் கதவைச் சுரண்டுவதும், கடைசியில் அனாதை இல்லத்தில் அம்மாவும் அப்பாவும் பார்க்க வரும்போது ஏதும் பேசாமல் உறைந்து நிற்பதும், கிருஷ்ணா ஊரிலிருக்கும் தன் அம்மாவுக்கு தெருவோரம் கடிதம் எழுதும் ஒருவரிடம் சொல்லிக் கடிதம் எழுதுவதும், சேர்த்துவைத்த பணம் அனைத்தும் திருட்டுப் போனதும் நான் வீட்டுக்குப் போகணும் என்று கிருஷ்ணா தரையில் விழுந்து அழுவதும் நம்மைக் கலங்க வைக்கும் இடங்கள்.

படம் முழுக்க நாம் பார்க்கும் நகரத்தின் யதார்த்தமான முகங்களும், ஒரு ஆவணப்படம் போல இயல்பாகப் படம் பிடிக்கப்பட்ட விதமும், சில்லம் முதல் மஞ்சு வரை அனைவரது இயல்பான நடிப்பும் நிஜமான பம்பாய் நகரத்தின் வாசனையையும் இயல்பையும் நம் கண்முன் கொண்டுவருகின்றன. கேன்ஸ் திரைப்பட விழாவில் விருதும், உலகெங்கும் இன்னும் பல விருதுகளையும் பெற்ற இந்த இந்தியப் படம் 1988-ல் வெளியானது. இதன் இயக்குனர் மீராநாயர் (Mira Nair).

நகரம் மனிதாபிமானம் அற்றது. பரபரப்பாக இயங்கும் அதன் பற்சக்கரம் பணமில்லாத யாரையும் தன் இரையாக்குகிறது. வீட்டைவிட்டு தன் மனைவி கிளம்புகையில், "வெளியே போய் என்ன செய்வ..? பம்பாய் உன்னை மென்னு தின்னுடும்..." என்று பாபா சொல்வது எத்தனை உண்மை.

இப்போதும் நகரத்தின் தெருக்களில் அழுக்கான குழந்தைகளைப் பார்க்கையில் தன் அம்மாவைப் பார்க்க ஐநூறு ரூபாய் சேர்க்கமுடியாத அந்த கிருஷ்ணாவும், என்கூட விளையாட வரியா என்று எல்லோரிடமும் கேட்கும் அந்த மஞ்சுவும்தான் நினைவுக்கு வருகிறார்கள்.

Mira Nair

1957-ல் இந்தியாவில் ஒரிஸ்ஸாவில் சாதாரண நடுத்தரக் குடும்பத்தில் மூன்று குழந்தைகளில் கடைசியாகப் பிறந்தார். டெல்லியில் உள்ள பல்கலைக்கழகத்தில் சமூகவியல் படித்தார். அரசியல் சார்ந்த தெரு நாடகக்குழுவில் இணைந்து மூன்று வருடங்கள் நடித்தார்.

19 வயதில் ஹார்வேர்டு பல்கலைக்கழகத்தில் படிப்பதற்கான ஊக்கத்தொகை கிடைத்ததும் அங்கு சேர்ந்து படித்தார். ஆவணப்படங்களின் இயக்குனராக முதன்முதலாக காபரே ஆடும் இந்தியப் பெண்களின் வாழ்க்கையைப் படமாக எடுத்தார்.

'உண்மைக்கு மிக நெருக்கமாக இருந்து என் இதயத் துடிப்பை அதிகரிக்கும் யதார்த்தமான கதைகளையே நான் படமாக எடுக்கிறேன்' என்று சொல்லும் இவர், கொலம்பியா பல்கலைக்கழகத்தின் கலைப்பிரிவில் பகுதிநேரப் பேராசியர்.

இவரது பிற படங்கள்

Shantaram (2008) (pre-production) Migration (2007) The Namesake (2006) Vanity Fair (2004) (Eleven Minutes, Nine Seconds, One Image: September 11 (2002) Hysterical Blindness (2002) (TV) Monsoon Wedding (2001) The Laughing Club of India (1999) (TV) My Own Country (1998) (TV) Kama Sutra: A Tale of Love (1996) The Perez Family (1995) The Day the Mercedes Became a Hat (1993) Mississippi Masala (1991) Salaam Bombay! (1988) Children of a Desired Sex (1987) (TV) India Cabaret (1985) (TV) So Far from India (1983) Jama Masjid Street Journal (1979)

Technical Details

Salaam Bombay / 1988 / UK / India / 113min / colour / Director-Mira Nair / Writer- Mira Nair, Sooni Taraporevala / Cast-Shafiq Syed, Hansa Vithal, Raghuvir Yadav, Anita Kanvar, Nana Patekar / Editor-Barry Alexander Brown / Music-L.Subramaniyam / Cinematography-Sandi Sissel

43

ஓசாமா

OSAMA

சிறுவயதில் ஆண் குழந்தைகளுக்கு பெண் வேஷமிட்டும், பெண் குழந்தைகளுக்கு ஆண் வேஷமிட்டும் அழகு பார்க்கிற வழக்கம் நம்மிடம் இருக்கிறது. இதை ஒரு வேடிக்கையாகவும், சந்தோஷமாகவும்தான் நாம் செய்து பார்க்கிறோம். ஆனால், நாட்டில் நிலவும் சூழல் மற்றும் குடும்ப வறுமையினால் ஒரு தாய் தன் பெண் குழந்தைக்கு ஆண் வேஷமிடும் கதைதான் 'Osama'.

ஒரு சிறுவன், சிறிய டப்பாவைக் கையில் வைத்து அதில் சாம்பிராணிப் புகை போட்டு எதிரில் வருபவர்களிடம், "இது உங்கள் துரதிஷ்டத்தைப் போக்கிவிடும் பணம் கொடுங்கள்" என்று கேட்கிறான். யாருமற்ற அந்தத் தெருவில் ஒரு அம்மாவும், அவளது 12 வயது மகளும் பர்தா அணிந்துகொண்டு வேகமாக நடந்து வருவதை புகைபோடும் சிறுவன் பார்த்துவிடுகிறான். அவர்களிடம் காசு வாங்க ஓடுகிறான். அவனைப் பார்த்ததும் அம்மா, "என்னிடம் சில்லறை இல்லை போ..." என்று சொல்லிக்கொண்டே தன் மகளைக் கூட்டிக்கொண்டு வேகமாக நடக்கிறாள். அப்போது அங்கு நீலநிற பர்தா அணிந்த நூற்றுக்கும் மேற்பட்ட பெண்கள், 'வேலை வேண்டும்' என்று கோஷமிட்டுக்கொண்டு ஊர்வலமாக வருகிறார்கள். அப்போது ஜீப்பில்வரும் தாலிபான் இயக்கத்தைச் சேர்ந்தவர்கள் கையில் துப்பாக்கியுடன் சரமாரியாக

சுடத் துவங்குகிறார்கள். கூட்டத்தைக் கலைக்க தண்ணீரைப் பீய்ச்சியடிக்கிறார்கள். ஊர்வலம் வந்த பெண்கள் எல்லோரும் ஓடத்துவங்க பிடிபட்டவர்களைக் கைதுசெய்கிறார்கள். சாலையோரம் நின்று இதைப் பார்க்கும் அம்மாவும், மகளும் பயத்துடன் வேகமாக வீட்டுக்குள் ஓடிவந்து கதவை அடைக்கிறார்கள்.

தாலிபான்களின் ஆட்சியில் பெண்கள் வேலைக்குப் போகக்கூடாது. ஆண் துணையில்லாமல் வெளியில் வரக்கூடாது. இத்தனை கட்டுப்பாடுகளுக்கிடையே அம்மா, பாட்டி, மகள் என பெண்களே மீதமிருக்கும் அந்தக் குடும்பத்தில் வருமானத்துக்கு என்ன செய்வது?

பாட்டி பேத்தியை மடியில் படுக்கவைத்துக் கொண்டு கண் கலங்குகிறாள். அம்மா அடுப்பு பற்றவைத்துக் கொண்டே அழுகிறாள், ''கடவுளே... என் கணவனை காபூல் போரில்

பறிகொடுத்தேன். அண்ணன் ரஷ்யா நடத்தின போரில் இறந்துட்டான். கடவுளே... நான் இப்ப என்ன செய்வேன்? இவளாவது பையனாப் பொறந்திருந்தா வேலைக்கு அனுப்பலாம். கடவுளே... பொண்ணுங்களைப் படைக்காம இருந்திருக்கலாம்" என்று அழுகிறாள்.

பாட்டிக்கு ஆறுதல் சொல்கிறாள்... "ஒரு பொண்ணுக்கு முடிய ஒட்ட வெட்டி பேண்ட்டும் குர்தாவும் தொப்பியும் போட்டுட்டா அவ பையன் மாதிரிதான் தெரிவா. நாளைக்கே பேத்திக்கு முடிய வெட்டி, அவ அப்போவோட பழைய துணியை இவ அளவுக்கு வெட்டி பையனா மாத்திடலாம்" என்று பாட்டி சொல்கிறாள். "பாட்டி என்ன சொல்ற? தாலிபான்கள் பாத்தா என்னைக் கொன்னுடுவாங்க" என்று சிறுமி சொல்கிறாள். "அவங்களுக்கு சந்தேகம் வராது கண்ணு... நீயும் வேலைக்குப் போகலைன்னா நாம மூணுபேரும் பசியாலயே செத்துருவோம்மா" என்று பாட்டி சொல்ல, அம்மா தன் கணவனின் பழைய சட்டையை எடுத்து மகளின் அளவுக்கு வெட்டுகிறாள்.

குடும்ப நிலையையும் ஊர்வலத்தில் பெண்களுக்கு நடந்த கொடுமைகளையும் நினைத்துப் பார்க்கும் சிறுமி, வேலைக்குப் போகத் தயாராகிறாள். அன்று இரவே சிறுமியின் பின்னி முடிந்த இரண்டு சடைகளும் கத்தரிக்கப்பட்டு கீழே விழுகின்றன. ஒட்ட வெட்டப்பட்ட தலைமுடியோடும் இறந்துபோன அப்பாவின் பழைய சட்டையோடும் அவள் ஒரு பையன் போலத் தூங்குகிறாள். விடிந்ததும் அம்மா அவளை எழுப்புகிறாள்... "கண்ணு எந்திரிப்பா" என்று சொல்லும்போது மகளின் முகத்தில் அம்மாவின் கண்ணீர்த் துளிகள் உதிர்கின்றன. அவள் விழித்து எழுந்து கண்ணாடியில் தெரியும் தன் முகத்தை சோகம் ததும்பப் பார்க்கிறாள். பாட்டியும் அம்மாவும் ஆளுக்கொரு திசையில் சுவரில் சாய்ந்துகொண்டு அழுகிறார்கள்.

பர்தா போட்டுக்கொண்ட அம்மா பையனைப்போலத் தெரியும் மகளை அழைத்துக்கொண்டு வேலை தேடிக் கிளம்புகிறாள். தோற்றத்தில் பையனாக இருந்தாலும் கையில் துப்பாக்கியோடு ஜீப்பில் ரோந்து வரும் தாலிபான்களைப் பார்த்ததும் அவள் பயப்படுகிறாள். அப்போது யாரோ அவள் தோளைப் பிடித்துத் திருப்ப பயத்துடன் திரும்புகிறாள். புகைபோடும் சிறுவன் அவளைப் பார்த்து சிரிக்கிறான். "யேய்... நீ பொண்ணுதான? ஏன் முடிய வெட்டிட்ட... எனக்குப் பணம் கொடு, இல்லேன்னா சொல்லிக் கொடுத்திடுவேன்" என்கிறான்.

அவனைச் சமாளித்து, இறந்துபோன தன் கணவனுடன் ராணுவத்தில் வேலை பார்த்த ஒருவரின் கடைக்கு அம்மாவும் மகளும் வருகிறார்கள். அவரிடம் அம்மா தன் நிலைமையைச்

சொல்கிறாள். ''வெளியில் என்ன நடக்குதுன்னு தெரியாம பொண்ணுங்க ஏன் இப்படி தனியா வந்தீங்க?'' என்று அவர் கேட்கிறார். ''எங்களுக்கு வேற வழியில்லை... உங்களை விட்டா யாரும் எனக்குத் தெரியாது. நீங்கதான் உதவணும்'' என்று சொல்ல, அவர் சிறுமியை தன் சிறிய தேனீர்க் கடையில் சேர்த்துக்கொள்ள சம்மதிக்கிறார். ''நீ யாருகிட்டயும் பேசாத உன் குரல் காட்டிகொடுத்திடும்'' என்று சொல்கிறார். அன்றிலிருந்தே அவள் வேலைக்குச் சேர்கிறாள்.

அன்று மாலை. வேலை முடிந்து வீட்டுக்கு வரும் வழியில் தாலிபான் ஒருவன் கவனித்து, அவளைப் பின்தொடர்கிறான். அவள் பயந்துகொண்டே வேகமாக ஓடுகிறாள். அவளைப் பின்தொடர்ந்து வீடு வரைக்கும் வந்து, வீட்டுக்கு வெளியில் நிற்கிறான். வீட்டுக்குள் ஓடிவரும் அவள், ''அம்மா ஒரு தாலிபான் என் பின்னாடியே வர்றான். நான் பொண்ணுங்கிறத அவன் கண்டுபிடுச்சுட்டான்'' என்று அழுகிறாள். அம்மா மெதுவாகக் கதவைத் திறந்து பார்க்கிறாள். அவன் இல்லை. அன்று இரவு சிறுமி பயத்துடன் படுத்திருக்கிறாள். பாட்டி கதை சொல்லித் தூங்கவைக்கிறாள். மறுநாள் காலை. நேற்று பின்தொடர்ந்து வந்த தாலிபான் கடைக்கு வருகிறான். ''அவனை அனுப்புங்க'' என்று கடைக்காரரிடம் கேட்கிறான். ''பாவம் அவன் அனாதை. ரொம்ப ஏழை'' என்று கடைக்காரர் சொல்ல, ''ஏழைன்னா என்ன?'' என்று சொல்லி தாலிபான் அவளை அழைத்துப் போகிறான்.

அந்த ஊரிலிருக்கும் சிறுவர்களை எல்லாம் தாலிபான்கள் ஒரு இடத்துக்கு அழைத்துப் போகிறார்கள். அதில் அவளும் உடன் நடந்துச் செல்கிறாள். அந்த சிறுவர் கூட்டத்தில் புகை போட்ட சிறுவனும் இருக்கிறான். அவன் அவளைப் பார்த்ததும், ''எப்படி இருக்க?'' என்று கேட்கிறான். அவள் ''நம்மை எல்லாம் எங்கே அழைச்சிட்டுப் போறாங்க..?'' என்று கேட்கிறாள். ''பின்லேடன் போருக்காக நமக்குப் பயிற்சி கொடுக்கப் போறாரு'' என்கிறான்.

ஆயுதம் ஏந்திய தாலிபான்கள் காவலுக்கு இருக்க, பாழடைந்த கோட்டையின் உள்ளே எல்லா சிறுவர்களையும் அழைத்துச் செல்கிறார்கள். எல்லோருக்கும் தலைப்பாகை கட்டிக்கொள்ள வெள்ளைத் துணி தருகிறார்கள். ''என்ன நடக்குது'' என்று அவள் புகை போடும் சிறுவனிடம் கேட்கிறாள். ''நம்மை எல்லாம் தாலிபான்களாக மாற்ற தலைப்பாகை தருகிறார்கள்'' என்று அவன் சொல்கிறான். அவளுக்கு தலைப்பாகையை அவன் கட்டிவிடுகிறான். ஏறத்தாழ நூறு சிறுவர்கள் இருக்கும் அந்த இடத்தில் எல்லோருக்கும் குரான் பயிற்றுவிக்கப்படுகிறது. வகுப்பு முடிந்ததும் எல்லோரும் மகிழ்ச்சியாக விளையாடுகிறார்கள். இவள் மட்டும் சோகமாக இருக்கிறாள். அவளுடைய செயல்கள் அவளை அங்கு அழைத்து வந்த தாலிபானுக்கு சந்தேகத்தை ஏற்படுத்துகிறது.

அங்கிருக்கும் சிறுவர்கள் எல்லாம் இஸ்லாமிய விதிப்படி எப்படி உடலை சுத்தப்படுத்துவது என்று ஒரு முதியவர் வகுப்பெடுக்கிறார். சிறுவர்கள் எல்லோரும் சட்டை போடாமல் துண்டைக் கட்டிக்கொண்டு நிற்கிறார்கள். இதை ஒளிந்திருந்து வேடிக்கை பார்க்கும் அவள், ஒரு கட்டத்தில் வேறு வழியில்லாது தானும் அதில் கலந்துகொண்டு புத்திசாலித்தனமாகத் தப்பிக்கிறாள். உருவத்தில் ஆணாக இருந்தாலும், அவனது செயல்கள் பெண்ணைப்போல இருப்பதாக அந்த முதியவர் சொல்கிறார்.

குளித்து முடித்து வெளியில் வந்ததும் சில சிறுவர்கள், “யேய் இது பொண்ணு... பொண்ணு...” என்று சொல்லித் துரத்த அவள் ஓடுகிறாள். புகை போடும் சிறுவன் அவளருகில் வந்து நிற்கிறான். “இவன் ஒண்ணும் பொண்ணு இல்லை, பையன்” என்று சொல்கிறான். “அப்படின்னா அவன் பேர் என்ன?” “ஒசாமா” என்று அவன் சொல்கிறான்.

மறுநாள் காலையில் குரான் வகுப்பு முடிந்ததும் சிறுவர்கள் எல்லாம் வெளியே வரும்போது இவளை சிறுவர்கள் சிலர் கூடிநின்று கேலி செய்கிறார்கள். “இது பொண்ணு. கையைப் பாரு பொம்பள மாதிரி இருக்கு... குரலைப்பாரு...” என்று கூடிநின்று அவளைத் தள்ளிவிட்டு கேலிசெய்ய, புகை போடும் சிறுவன் ஓடிவந்து, சிறுவர்களிடமிருந்து அவளைக் காப்பாற்றுகிறான். “இவன் பையன்தான். வேணுன்னா பாருங்க...” என்று சொல்லி அவளை அருகில் இருக்கும் மரத்தின் மீது ஏறச்சொல்கிறான். முதல்நாள் அவனுடன் அந்த மரத்தில் ஏறியிருந்த பழக்கத்தில் அவள் மரத்தின் மீது ஏறத்துவங்குகிறாள். மரத்தின் மீது ஏறிய அவள் இறங்கமுடியாமல் விழிக்கிறாள். பயத்தில் அழுகிறாள்.சிறுவர்கள் எல்லாம் கூடிநின்று வேடிக்கைப் பார்க்க ஒரு முதியவர் வந்து, “அவனைக் கீழே இறக்குங்க” என்கிறார்.

பயம் தெளிவதற்காக அருகிலிருக்கும் கிணற்றில் அவளைக் கட்டித் தொங்கவிடுகிறார்கள். மற்ற சிறுவர்கள் குரான் வகுப்பில் இருக்க, இவள் மட்டும் கிணற்றில் தொங்குகிறாள். பயத்தில்

''அம்மா... அம்மா...'' என்று வாய்விட்டு அழுதுகொண்டே இருக்கிறாள். கொஞ்சநேரம் ஆனதும் அங்கு தலைவராக இருக்கும் முதியவர், ''போதும்'' என்று சொன்னதும் கயிறை இழுத்து அவளை மேலே தூக்குகிறார்கள் அழுதுகொண்டே இருக்கும் அவளது இடுப்பில் இருக்கும் கட்டுகளை விடுவிக்கும்போது அந்த முதியவர் அவளை வினோதமாகப் பார்க்கிறார். அப்போதுதான் அவள் பருவமடைந்திருக்கிற விஷயம் அவருக்குத் தெரிகிறது. மேலோட்டமான சான்றுகளைப் பார்த்து, "இவ பொண்ணு" என்று சொன்னதும் அவள் அங்கிருந்து ஓடத்துவங்குகிறாள். சிறுவர்கள் கத்திக்கொண்டே அவளைத் துரத்தத் துவங்க, "அவளைக் கைது செய்யுங்கள்" என்று ஒருவன் கத்துகிறான்.

அன்றே சிறையில் அடைக்கப்படுகிறாள். மறுநாள் பொதுமக்கள் ஒரு மைதானத்தில் கூடியிருக்க தாலிபான்கள் கூடி குற்றம் சுமத்தப்பட்டவர்களுக்கு நீதி வழங்குகிறார்கள். பெண்களின் ஊர்வலத்தைப் படம்பிடித்த ஒரு வெளிநாட்டு நிருபருக்கு மரண தண்டனை வழங்கப்பட்டு அங்கேயே சுட்டுக் கொல்லப்படுகிறார். இன்னொரு பெண் சாகும் வரை கல்லால் அடித்துக் கொல்லப்படுகிறார்.

மூன்றாவதாக ஆண் வேஷமிட்ட சிறுமி என்று அவளை அழைக்கிறார்கள். அவள் மதரஸாவில் இருந்த எழுபது வயதுக்கும் மேற்பட்ட முல்லா ஒருவரின் வேண்டுகோளுக்கு இணங்க மன்னிக்கப்பட்டு, அவருக்கே திருமணம் செய்துவைப்பதாக அறிவிக்கப்படுகிறது. அவள், ''இவர்கூட போகமாட்டேன், அம்மாகிட்ட போகணும்'' என்று அழுகிறாள். அதைப் பொருட்படுத்தாமல் கிழவன் அவளை ஒரு மாட்டு வண்டியில் வைத்து ஊருக்கு வெளியில் இருக்கும் ஒரு வீட்டுக்கு அழைத்துச் செல்கிறார். பூட்டிய அந்த வீட்டைத் திறந்து அவளை உள்ளே அனுப்பிப் பூட்டுகிறார். அவள் சோகமாக வீட்டுக்குள் நுழைய உள்ளே தங்கள் குழந்தைகளுடன் இருக்கும் கிழவரின் மூன்று மனைவிகள் அவளைச் சோகமாகப் பார்க்கிறார்கள்.

அன்று மாலை அவளுக்கு வேறு உடைகள் கொடுக்கப்படுகின்றன. கிழவரின் மனைவிகள் அவளுக்கு அலங்கரித்துக்கொண்டே ஒவ்வொருவராக வந்து தங்களின் சோகக் கதையைச் சொல்கிறார்கள். "நாமெல்லாம் அகதிகள். என் அண்ணனைக் கொன்னுட்டு இந்த முல்லாவுக்கு கட்டிவச்சுட்டாங்க" என்கிறாள் ஒருத்தி. மூன்றாவது மனைவி, அவளது கைக்கு மருதாணி வைத்துக்கொண்டே தன் சோகக் கதையைச் சொல்கிறாள். எல்லாம் கேட்டு இவள் அழுகிறாள். அன்று இரவு கிழவர் புது மாப்பிள்ளை போல வருகிறார். அழுதுகொண்டேயிருக்கும் அவளைக் கூட்டிக்கொண்டு தன் அறைக்குப் போகிறார். முதலிரவு முடிந்து வெளியேவரும் அவர், வெதுவெதுப்பான நீரில் குளிக்கிறார். இன்னொருபுறம் அவள் அழுதுகொண்டு இருக்கிறாள். அவள் பன்னிரண்டு வயதுச் சிறுமியாக ஸ்கிப்பிங் ஆடும் காட்சிகள் தோன்றி மெல்ல மறைய நெஞ்சை அழுத்தும் சோகப் பாடலுடன் திரையின் மீது எழுத்துக்கள் நகரத்துவங்குகின்றன.

உண்மைச் சம்பவங்களை அடிப்படையாகக் கொண்டு எடுக்கப்பட்ட இப்படம் நம்மை உறையவைக்கிறது. வெட்டப்பட்ட சடைமுடியை அம்மா மகளிடம் கொடுப்பதும், அதை அவள் சிறிய மண் தொட்டியில் வைத்து அதற்கு நீரூற்றுவதும், டீக்கடையின் பனி படிந்த கண்ணாடியில் சடையுடன் ஒரு சிறுமியின் ஓவியத்தை அவள் வரைந்து பார்ப்பதும் சோகக் கவிதை.

வறுமை காரணமாக ஆண் வேஷம் போடுவதும் வேலை பார்க்கிற கடைக்காரர் நாட்டைவிட்டு ஓடியதும் அன்று இரவே கல்யாண வீட்டில் பெண்ணாக உடை அணிந்து பரிமாறும் வேலை பார்ப்பதும், கொண்டாட்டம் நிரம்பிய கல்யாண வீடு, தாலிபான்கள் வந்ததும் மரண வீடானது போல பெண்கள் கூடி ஒப்பாரி வைப்பதும் நெருடலான இடங்கள். வானவில்லின் கீழ் நடந்துச் சென்றால் ஒரு பெண், ஆணாக மாறுவதாக பாட்டி சொல்லும் கதையும், தாலிபான்கள் பீய்ச்சியடிக்கும் நீரில் தோன்றும் வானவில்லின் கீழ் அவள் ஸ்கிப்பிங் ஆடுவதாக கற்பனை செய்யும் காட்சிகளும் நுணுக்கமானவை.

படம் முழுக்க அவள் ஸ்கிப்பிங் ஆடுவதாக வரும் இடங்கள் யாவும் அவள் பருவத்தின் குதூகலத்தை குறியீடாகச் சொல்பவை. இந்த ஆப்கானிஸ்தான் நாட்டுப் படம் 2003-ல் வெளியாகி கோல்டன் குளோப் விருதையும், கேன்ஸ் திரைப்பட விழாவின் பரிசையும் பெற்றது. இதன் திரைக்கதை எழுதி படத்தொகுப்பு செய்து இயக்கியவர் சித்திக் பர்மக் (Siddiq Barmak).

உலகின் எந்த மூலையில் வன்முறை நடந்தாலும் அதில் அதிகம் பாதிக்கப்படுபவர்கள் பெண்கள்தான். பெண்ணின் சம்மதம் இல்லாமல் தாலிபான்கள் தண்டனையாகச் செய்துவைத்த

Siddiq Barmak

1962-ல் ஆப்கானிஸ்தானில் உள்ள பஞ்சிர் எனும் இடத்தில் பிறந்தார். திரைப்படம் மீதிருந்த ஆர்வத்தால் மாஸ்கோவுக்குப் போய் அங்கு திரைப்படக்கலையைக் கற்று முதுகலைப் பட்டம் பெற்றார். பின்னர் ஆப்கானில் அரசு திரைப்பட நிறுவனத்தில் மேலாளராக நான்கு வருடங்கள் பணிபுரிந்தார். சில திரைக்கதைகளையும் குறும்படங்களையும் எடுத்துள்ள இவர், ஆப்கானில் குழந்தைகளுக்கான கல்வி மையத்தின் இயக்குனராக இருந்தார்.

தாலிபான்கள் அதிகாரத்துக்கு வந்ததும், இவரது வீட்டில் புகுந்து இவர் வைத்திருந்த 8 mm கேமராவையும் படங்களையும் அழித்தனர். எனவே, பாகிஸ்தானுக்கு தப்பித்துப்போய் ஆறு ஆண்டுகள் அங்கு இருந்தார். அப்போது அங்கு வானொலி நாடகத்தில் நடித்தார். பின்னர் தன் நாட்டுக்குத் திரும்பிவந்து, பத்திரிகையில் படித்த ஒரு உண்மைச் சம்பவத்தை அடிப்படையாக்கொண்டு தன் முதல் படமான ஒசாமாவை எடுத்தார்.

இவரது பிற படங்கள்

Opium War (2007) (filming) Osama (2003)

Technical Details

Osama / 2003 / Afghanistan / 83min / colour / Director&Writer-Siddiq Barmak / Cast-Marina Golbahari, Arief Herati, Zubaida Sahar / Editor-Siddiq Barmak / Music-Mohammad Reza Darvishi / Cinemato graphy-Ebrahim Ghafori

திருமணம்போல, நம் ஊரில் மேளதாளத்துடன் விமரிசையாக நிறைவேற்றப்படும் தண்டனைகள்தான் எத்தனை? இன்றைக்கும் எத்தனை திருமணங்கள் பெண்ணின் விருப்பம் கேட்டுச் செய்யப்படுகின்றன..? 'வாழ்க்கையின் ஒவ்வொரு நிலையிலும் நான் விரும்பியதை மட்டுமே செய்தேன்' என்று எத்தனை பெண்களால் சொல்லமுடியும்?

44

ராகிங் புல்
RAGING BULL

வெற்றி பெறுவதற்குத் தேவையானவை எவை? திறமை, விடாமுயற்சி, நம்பிக்கை. இந்த மூன்றும் அத்தியாவசியமானவை என்பது நம் எல்லோருக்குமே தெரியும். இவை எல்லாம் இருந்தும் நிம்மதியான மனம் இல்லையென்றால்? அப்படி வாழ்ந்த ஒரு குத்துச்சண்டை வீரனின் உண்மைக்கதைதான் 'Raging Bull'.

1964. ஒப்பனை செய்யும் அறையில் தனியாக நிற்கும் ஜேக் தனக்குள்ளாகப் பேசத்துவங்குகிறார். "அந்த மகிழ்ச்சி ஆரவாரம் இன்னும் என் காதுகளில் ஒலிக்கிறது. பல வருஷங்களாக இன்னும் அது என் நினைவுகளில் இருக்கிறது. அதிலிருந்து நான் விலகிய பிறகும்கூட என்னுடைய ஒவ்வொரு குத்துக்களையும் வீழ்ச்சிகளையும் நினைத்துப் பார்க்கிறேன். என் வாழ்க்கை சுவாரஸ்யம் இல்லாத ஒன்றில்லை. உங்களுக்கே தெரியும். கயிறுகளுக்கு நடுவில் சண்டையிடுகையிலும் சரி ஷேக்ஸ்பியரைப் பற்றிய உரை நிகழ்த்தும்போதும் சரி என் உணர்வுகள் பீறிட்டு எழ எனக்கு ஒரு மேடை வேண்டும். ஏனெனில் சண்டையிட்டாலும் உரை நிகழ்த்தினாலும் இரண்டும் பொழுதுபோக்குதானே..." என்று அவர் மேடையில் பேசப்போவதை தனக்குத்தானே ஒத்திகை பார்த்துக்கொள்ள, 'ஜேக் லமோட்டோ - 1941' என்ற எழுத்துக்கள் தோன்ற களத்தில் இளைஞனாக

நிற்கும் அவனது முகத்தில் பலமாக விழும் ஒரு குத்துடன் அந்தக் குத்துச்சண்டை வீரனின் நினைவுகள் துவங்குகின்றன.

ஜாக் லமோட்டோவின் முகத்தில் விழுந்த குத்தில் நெற்றியருகே கிழிந்து ரத்தம் கொட்டத் துவங்குகிறது. “அடி வாங்குறதுக்கா இங்க வந்த? அவனை அடிச்சு நாக் அவுட் ஆக்கு...'' என்று அவனது பயிற்சியாளர்கள் கொட்டும் அவனது வியர்வையையும் ரத்தத்தையும் துடைத்துவிட்டுக் கொண்டே சொல்ல, கடைசிச் சுற்று சண்டை துவங்குகிறது... ஜேக் வெறியுடன் எதிரியான ராபின்ஸன்னைக் குத்துகிறான். பார்வையாளர்கள் ஆரவாரிக்கிறார்கள். வர்ணனையாளர் நடக்கும் சண்டையின் ஒவ்வொரு அடியையும் விவரிக்கிறார்.

கடுமையான போட்டியுடன் நடக்கும் சண்டையில் ஜேக் எதிரியை எழமுடியாமல் அடித்து வீழ்த்துகிறான். கடைசிச் சுற்றில் ஜேக் ஜெயித்திருந்தாலும் முன்னால் நடந்த சுற்றுக்களை வைத்து ராபின்ஸன் ஜெயித்ததாக அறிவிக்கப்படுகிறது. ஜெயித்தது ஜேக்தான் என்று ரசிகர்கள் கத்த, ஒரே கூச்சலும் குழப்பமுமாக ஜேக்கின் முதல் சண்டை தோல்வியில் முடிகிறது.

மறுநாள் வீட்டில் உட்கார்ந்து சாப்பிட்டுக்கொண்டிருக்கும் ஜேக் தன் மனைவியிடம் பேசுகிறான்... “நடுவர்களுக்கு வேணுன்னா தெரியாம இருக்கலாம். ஆனா, ரசிகர்களுக்குத் தெரியும் யார் சாம்பியன்னு'' என்று சொல்லிக்கொண்டே மனைவியின் சமையலைக் குறை சொல்கிறான். அவள் பதிலுக்குப் பேச இருவருக்கும் சண்டை வருகிறது. இந்நேரம் பார்த்து ஜேக்கின் தம்பி அவனைத் தேடி வீட்டுக்கு வருகிறான். உள்ளே வரும் தம்பி, “நடந்ததையே நினைச்சுகிட்டு இருக்காத, இன்னும் நிறைய குத்துச்சண்டை இருக்கு'' என்று சொல்ல அந்தப் பதிலில் சமாதானமாகாத ஜேக், “அப்ப எனக்காக ஒண்ணுசெய் உன் பலத்தையெல்லாம் சேர்த்து என் முகத்துல குத்து” என்கிறான்.

தம்பி தயங்க, அவனை வேகப்படுத்தி குத்துச் சண்டையில் குத்துவதுபோல தன் முகத்தில் குத்தவைக்கிறான். தம்பி குத்துகிறான். "இன்னும் வேகமா குத்து" என்று சொல்லி தம்பியை அடிக்கிறான். அவன் குத்த, "இன்னும் வேகமா" என்று கத்துகிறான். "நீ என்ன பைத்தியமா? இப்பவே உன் முகத்துல இருக்கிற தையல் எல்லாம் விட்டிடுச்சு" என்று சொல்ல அதைக் கேட்டுச் சிரிக்கும் ஜேக், இவ்வளவு நேரம் தனக்கு வேகம் வருமாறு அடித்த தன் தம்பியைக் கொஞ்சுகிறான்.

பொழுதெல்லாம் குத்துச்சண்டை பயிற்சியிலேயே இருக்கும் ஜேக், ஒருநாள் தன் தம்பியுடன் நீச்சல் குளத்துக்குப் போகும்போது விக்கி என்னும் அழகிய பெண்ணைப் பார்க்கிறான். "இவர் என் அண்ணன் குத்துச் சண்டையில் அடுத்த சாம்பியன்" என்று தம்பி, ஜேக்கை அறிமுகப்படுத்திவைக்கிறான். அன்று முதல் ஜேக்கும் விக்கியும் நெருங்கிப் பழகத்துவங்குகிறார்கள்.

அடுத்தமுறை குத்துச்சண்டை திரும்பவும் ஜேக்குக்கும் சாம்பியனான ராபின்ஸன்னுக்கும் நடக்கிறது. ஏற்கனவே அவனிடம் தோற்றுப் போயிருந்த ஜேக், இம்முறை வெறியுடன் அவனை அடித்து நாக்கவுட் செய்கிறான். சில நாட்களில் ஜேக் மீண்டும் ராபின்ஸன்னுடன் மூன்றாவது முறையாக மோதுகிறான். இருவரும் ஆளுக்கு ஒருமுறை வென்றிருப்பதால் போட்டி கடுமையாக இருக்கிறது. முடிவில் ஜேக் தோற்றதாக அறிவிக்கப்படுகிறான். இதனால், கோபமுறும் ஜேக் தொடர்ந்து குத்துச்சண்டையில் கலந்துகொண்டு எல்லாப் போட்டியிலும் ஜெயித்துக்கொண்டே இருக்கிறான். இதற்கிடையில் விக்கியைத் இரண்டாவதாகத் திருமணம் செய்துகொள்கிறான்.

தன் எடை குறித்து எப்போதுமே நினைத்துக்கொண்டிருக்கும் ஜேக், அதிக எடை கூடினால் ஹெவி வெயிட் சாம்பியன்களுடன் மோதலாம் என நினைத்து, எப்போதும் அளவுக்கு அதிகமான உணவைச் சாப்பிட்டுக்கொண்டே இருக்கிறான். ஒரு நாள் அவனது தம்பி அதைக் கண்டித்து, "ஒழுங்காக இருக்கிற உடல் எடையை வைத்து மிடில் வெயிட் சாம்பியனாகலாம்" என்று யோசனை சொல்லி, தற்போது சாம்பியனைத் தோற்கடிக்கச் சொல்கிறான். அந்த சாம்பியனின் பெயரைக் கேட்டதும் ஜேக்கின் மனைவியான விக்கி, அந்த வீரனின் அழகைப் புகழ்ந்து சொல்கிறாள். அதைக் கேட்டுப் பொறாமை கொள்ளும் ஜேக், இவளுக்கு எப்படி அவன் அழகைப் பற்றித்தெரியும்? என்று மனைவியின் மீது சந்தேகப்படத் துவங்குகிறான். அவளை எப்போதும் கண்காணிக்குமாறு தன் தம்பியிடம் சொல்கிறான்.

ஒருநாள் ஜேக், தன் மனைவி விக்கியுடன் இரவு விருந்துக்குப் போகிறான். அங்கு பலருடன் சகஜமாகப் பேசும் விக்கியின் மீது ஜேக்குக்கு சந்தேகம் மேலும் வலுக்கிறது. ஒருநாள் தன் மனைவி

அழகன் என்று சொன்ன அந்தச் சாம்பியனுடன் மோதும் ஜேக் இருக்கும் கோபத்தையெல்லாம் வைத்து அந்த வீரனை முகம் கிழியுமாறு தாக்கி வீழ்த்துகிறான்.

இரண்டு வருடங்கள் கழித்து ஜேக் சாம்பியன் பட்டத்தை வெல்கிறான். இத்தனை நாட்கள் கடந்தும் மனைவியின் மீதிருக்கும் சந்தேகம் மட்டும் அவனுக்கு மாறவில்லை. ஒருநாள் தன் தம்பியுடன் பேசிக்கொண்டிருக்கும்போது, "அவளைப் பற்றி இனிமே ஏதாவது தவறாக் கேள்விப்பட்டேன். கொன்னுடுவேன்" என்று கோபமாகச் சொல்கிறான். "கொல்லு எல்லோரையும் கொல்லு... என்னையும் கொல்லு..." என்று தம்பி சொல்கிறான். "உன்னை எதுக்குக் கொல்லணும்? ஏன் உனக்கும் அவளுக்கும் தொடர்பு இருக்கா?" என்று கேட்கிறான். இதைக் கேட்டதும் அதிர்ச்சியடையும் தம்பி, "என்ன பேசுற. நான் உன் தம்பி" என்கிறான். "நான் கேட்கிறதுக்கு பதில் சொல்லு. தொடர்பு இருக்கா இல்லையா..?" என்று கேட்க, "அதற்கு பதில் சொல்ல விரும்பாத அவனது தம்பி அங்கிருந்து கிளம்புகிறான். அவன் போனதும் தன் மனைவியைத் தேடி வீட்டுக்குள் வரும் ஜேக் "உனக்கும் என் தம்பிக்கும் என்ன தொடர்பு?" என்று கேட்டு அவளை அடிக்கிறான். அங்கிருந்து வேகமாகத் தம்பி வீட்டுக்குபோய் அவனைக் கீழே தள்ளி, "இரண்டு பேருக்கும் என்னடா உறவு?" என்று சொல்லி அடிக்கிறான். அன்று இரவே விக்கி கோபித்துக் கொண்டு கிளம்ப அவளிடம், "வீட்டைவிட்டுப் போகாதே. நீயும் குழந்தைகளும் போயிட்டா என்னால் இருக்கமுடியாது" என்று கெஞ்சுகிறான். விக்கி அவனுடன் இருக்க சம்மதிக்கிறாள்.

தம்பியிடம் தவறாக நடந்துகொண்டதற்காக வருத்தம் தெரிவித்துப் பேசுங்கள் என்று விக்கி சொல்கிறாள். ஜேக் அவன் எண்ணுக்கு போன் செய்தபோதும் ஏதும் பேசமுடியாமல் வைத்து விடுகிறான். எப்போதும் உடனிருக்கும் தம்பி இல்லாமல் ஜேக்கின் அடுத்த குத்துச்சண்டை அவனது பரம எதிரியான ராபின்ஸன்னுடன் துவங்குகிறது.

துவக்கத்திலிருந்தே ராபின்ஸன் ஜேக்கை கடுமையாகத் தாக்குகிறான். நிம்மதியற்ற மனநிலையிலிருக்கும் ஜேக்கால் எதிர்த்துத் தாக்கமுடியாமல் நிற்க, ராபின்ஸன்னின் தாக்குதலில் ஜேக்கின் முகம் கிழிந்து ரத்தம் பீறிடுகிறது. அப்போதும் ஜேக், "அடிடா அடி... நீ என்ன அடிச்சாலும் என்னை வீழ்த்தமுடியாது" என்று ஆவேசமாகக் கத்துகிறான். இதையெல்லாம் டிவியில் பார்க்கும் ஜேக்கின் தம்பி வருந்துகிறான். முடிவில் தற்போதைய சாம்பியனான ஜேக் தோற்கிறான்.

1956. ஒரு நீச்சல் குளம் அருகில் அமர்ந்திருக்கும் ஜேக் நிருபர்கள் கேட்கும் கேள்விக்குப் பதிலளிக்கிறார். "இனிமே நான் சண்யையிடப் போறதில்லை. குத்துச்சண்டையைத் தாண்டி வாழ்க்கையில்

நிறைய விஷயங்கள் இருக்கு. அழகான குடும்பம்... குழந்தைகள். இது போதும் எனக்கு" என்று சொல்லும் ஜேக் குத்துச்சண்டையிலிருந்து தன் ஓய்வை அறிவிக்கிறார். பிறகு ஜேக் லமோட்டோ எனும் தன் பெயரில் மதுபான விடுதியுடன் கூடிய ஒரு இரவு விடுதியைத் துவங்குகிறார். அந்த விடுதியில் குடிக்க வருபவர்களை மகிழ்வித்து உரை நிகழ்த்துபவராக புது வாழ்க்கையைத் துவக்குகிறார். இரவெல்லாம் அங்கு நேரத்தைக் கழிப்பதால் மனம் வருந்தும் அவரது மனைவி விவாகரத்துப் பெறுகிறாள். வாழ்க்கையில் மாற்றங்கள் வேகமாக நடக்கத்துவங்குகின்றன. விடுதியில் பெண்கள் சம்பந்தமான ஒரு பிரச்னையில் ஜேக் கைது செய்யப்படுகிறார். தனது விடுதியை இழக்கிறார்.

1958. நன்றாக உடல் பருத்த ஜேக், இரவு விடுதியில் நடனமாடும் பெண்ணை அறிமுகப்படுத்தி எல்லோரையும் சிரிக்கவைத்துப் பேசிக்கொண்டு இருக்கிறார். அன்று இரவு நடனம் முடிந்து திரும்பி வாடகைக் காருக்காகக் காத்திருக்கும்போது வழியில் தன் தம்பியைப் பார்க்கிறார். பார்த்து வெகுநாளானதால் தம்பி பின்னாலேயே நடந்துச்சென்று அவரிடம் பேசுகிறார்; அவரைக் கட்டிக்கொள்கிறார். "என்னை மன்னிச்சிடு... நடந்ததெல்லாம் மறந்திடு... திரும்ப நாம எல்லோரும் ஒண்ணா இருக்கலாம்" என்று சொல்ல அவர் தம்பி ஏதும் பேசாமல் இருக்கிறார். "என்னை மறந்திடாதே" என்று தம்பியிடம் சொல்ல, "நான் கிளம்பணும்... அப்புறம் பேசுறேன்" என்று சொல்லி அவர் காரில் கிளம்பிச் செல்கிறார்.

இன்னொரு நாள் இரவு. இன்னொரு ஹோட்டல். அங்கிருக்கும் மதுபான விடுதியில் பேசுவதற்காக ஒப்பனை செய்யும் அறையில் கண்ணாடிமுன் ஜேக் தனியாக அமர்ந்திருக்கிறார். ஒரு படத்தில் அண்ணன், தன் தம்பியிடம் பேசும் வசனத்தை கண்ணாடிமுன் தனியாகப் பேசுகிறார்... "நீ என் தம்பி. என்னைக் கொஞ்சமாவது கவனிச்சுக்கணும். கிடைக்கிற கொஞ்சப் பணத்துக்காக கண்ட வேலையும் பார்க்கவிடாம என்னை நல்லாப் பார்த்துக்கணும். உனக்குப் புரியாது. நான் சாதாரண ஆள் இல்லை. எனக்குன்னு ஒரு தகுதி இருந்துச்சு. நான் ஒரு குத்துச்சண்டை வீரனா இருந்தேன்..." என்று சொல்லிக்கொண்டு இருக்கும்போதே ஹோட்டல் ஊழியர் வந்து, "தயாராயிட்டீங்களா?" என்று கேட்க "இதோ அஞ்சு நிமிஷம் வந்துர்றேன்... வெளியில் கூட்டம் இருக்கா?" என்று கேட்கிறார். "இருக்கு" என்று சொல்லிவிட்டு அவன் செல்கிறான்.

ஜேக் எழுந்து தன் உடைகளைச் சரிசெய்து, கிளம்பும்முன் கண்ணாடி முன் பார்த்து தனக்குத்தானே பேசுகிறார். "கிளம்பு சாம்பியன்... போ... அவங்களை வசப்படுத்து..." என்று சொல்லிக்கொண்டே குத்துச்சண்டை செய்வதுபோல இரண்டு

கைகளால் குத்திப் பார்க்கிறார். “நான்தான் பாஸ். நான்தான் பாஸ்” என்று தனக்குத்தானே சொல்லிக்கொண்டு இங்கும் அங்கும் நடந்தவாறே குத்துச்சண்டை செய்வதுபோல இரண்டு கைகளால் செய்து பார்க்கிறார். “நான்தான் பாஸ்” என்று சொல்லிக்கொண்டே அந்த அறையிலிருந்து வெளியேற யாருமற்ற அறையிலிருக்கும் அந்த வெற்றுக் கண்ணாடியில் ‘நான்தான் பாஸ்’ எனும் குரல் தேய்ந்து ஒலிக்க, திரை இருள எழுத்துகள் தோன்றுகின்றன.

ஆதலால், அவர்கள் குருடனாயிருந்த மனுஷனை இரண்டாம்தரம் அழைத்து, “உண்மையைச் சொல். இந்த மனுஷன் பாவியென்று நாங்கள் அறிந்திருக்கிறோம்” என்றார்கள். அவன் பதிலாக, “அவர் பாவியென்று எனக்குத் தெரியாது. நான் குருடனாக இருந்தேன். இப்போது காண்கிறேன். இது ஒன்றுதான் எனக்குத் தெரியும்” என்றான். வேதாகமத்தில் யோவானின் அதிகாரத்திலுள்ள வசனங்கள் திரையில் தோன்ற படம் துவங்கிய இடத்திலேயே நிறைவடைகிறது.

Martin scorsese

1942-ல் நியூயார்க்கில் இத்தாலிய அமெரிக்கக் குடும்பத்தில் பிறந்தார். சிறுவயதிலேயே ஆஸ்துமா நோயால் பீடிக்கப்பட்டதால் அந்த வயதுக்கே உரிய விளையாட்டுகளில் கலந்துகொள்ளாமல் இருந்தார். பின்னாளில் கிறிஸ்தவ போதகராக இறையியல் படிக்கத்துவங்கினார். பின்பு நியூயார்க்கில் உள்ள திரைப்படக் கல்லூரியில் திரைப்பட நுட்பங்களைக் கற்றார். அங்கிருந்து ஹாலிவுட்டுக்குப்போய் எடிட்டராக சிறிநாட்கள் பணியாற்றினார். தனது முப்பத்தி ஒன்றாவது வயதில் தன் முதல் படத்தை எடுத்தார்.

'துப்பாக்கியால் சுடுவது மட்டுமல்ல. மனைவியை அடிப்பதுகூட வன்முறைதான். எனது கதாபாத்திரங்கள் வன்முறையைச் சந்திக்கிறார்கள். அதைக் கடந்துச் செல்வதற்குப் போராடுகிறார்கள். இந்த மனநிலையில் இருக்கிற அவர்களது மன உணர்வுகளையே படமாகப் பதிவுசெய்கிறேன்' என்று சொல்லும் இவர் ஐந்துமுறை சிறந்த இயக்குனருக்கான ஆஸ்கார் விருதுக்குப் பரிந்துரைக்கப்பட்டார். 2007-ம் ஆண்டு ஆஸ்கார் விருதைப்பெற்றார்.

இவரது பிற படங்கள்

Silence (2008) (announced) The Rise of Theodore Roosevelt (2008)

ஒரு குத்துச்சண்டை வீரனின் வாழ்க்கையின் ஏற்றத்தையும் தனி வாழ்க்கையிலிருக்கும் குழப்பத்தினாலும் சந்தேகத்தாலும் ஏற்படும் இறக்கத்தையும் நுணுக்கமாக இப்படம் பதிவு செய்கிறது.கறுப்பு வெள்ளைப் படமான இதில் ஜேக் தன் மனைவியான விக்கியுடன் இருந்த மகிழ்ச்சியான நாட்களை மட்டும் வண்ணத்தில் காட்டும் உத்தியும் குத்துச்சண்டை காட்சிகள் படமாக்கப்பட்ட விதமும், அந்தக் காட்சிகள் தொகுக்கப்பட்ட விதமும் புதுமை. ஜெயிலில் தன் வாழ்க்கையின் தோல்வியை உணர்ந்து அழும் போதும், தன் தம்பியை நெடுநாட்களுக்குப் பின்னால் சந்தித்தப்பின், கண்ணாடியின்முன் அமர்ந்து பேசும் காட்சியும் நெருடலானவை. ஒரு அசலான குத்துச்சண்டை வீரனைப் போலவே சிறுசிறு முக அசைவுகளைச் சண்டையில் காட்டுவதும் பின்னாளில் உடல் பெருத்து தோன்றும்போதும், ஒரு நடிகராக ராபர்ட் டி நீரோவின்

(announced) Frankie Machine (2008) (pre-production) Shine a Light (2008) (completed) The Departed (2006) No Direction Home: Bob Dylan (2005) The Aviator (2004) Lady by the Sea: The Statue of Liberty (2004) (TV) Michael Jackson: Number Ones (2003) (V) (video "Bad") "The Blues" (1 episode, 2003) Feel Like Going Home (2003) TV Episode Gangs of New York (2002) The Concert for New York City (2001) (TV) Bringing Out the Dead (1999) My Voyage to Italy (1999) Kundun (1997) A Personal Journey with Martin Scorsese Through American Movies (1995) (TV) Casino (1995) Michael Jackson: Video Greatest Hits - HIStory (1995) (V) (video "Bad") The Age of Innocence (1993) Amazing Stories: Book Four (1992) (V) (segment "Mirror, Mirror") Cape Fear (1991) Goodfellas (1990) Made in Milan (1990) New York Stories (1989) (segment "Life Lessons") The Last Temptation of Christ (1988) Location Production Footage: The Last Temptation of Christ (1988) (V) Bad (1987) (V) The Color of Money (1986) "Amazing Stories" (1 episode, 1986) Mirror, Mirror... (1986) TV Episode After Hours (1985) The King of Comedy (1983) Raging Bull (1980) The Last Waltz (1978) American Boy: A Profile of: Steven Prince (1978) New York, New York (1977) Taxi Driver (1976) Alice Doesn't Live Here Anymore (1974) Italianamerican (1974) Mean Streets (1973) Boxcar Bertha (1972) Street Scenes (1970) I Call First (1967) The Big Shave (1967) It's Not Just You, Murray! (1964) What's a Nice Girl Like You Doing in a Place Like This? (1963) Vesuvius VI (1959)

Technical Details

Ragging Bull / 1980 / USA / 129min / B&W, Colour / Director-Martin Scorsese / Writer-JakeLamotto (book) Joseph Carter (book) Paul Schrader, Mardik Martin (Screenplay) / Cast-Robert De Niro, Cathy Moriarty, Joe Pesci / Editor-Thelma Schoonmaker /Cinematography-Michael Chapman

அர்ப்பணிப்பும் திறமையும் படம் முழுக்க வெளிப்படுகிறது. சிறந்த நடிப்பு, சிறந்த படத்தொகுப்பு என்று ஆஸ்கார் விருதுகளைப் பெற்ற இந்த அமெரிக்க நாட்டுப்படம் 1980-ல் வெளியானது. இதன் இயக்குனர் மார்ட்டின் ஸ்கார்செ (Martin Scorsese).

ஒவ்வொரு ஆணின் வெற்றிக்குப் பின்னும் ஒரு பெண் இருக்கிறாள் என்பது பழமொழி. பெண் என்பவள் குடும்பத்தையும், தனிமனித ஒழுக்கங்களையும் சேர்த்துக் குறிக்கிறாள். வெற்றியடைந்த பெரும்பாலோர் ஒரு நிலையில் தோல்வி அடைவது ஏன்? தனக்கு யாரும் நிகரில்லை என்ற அதீதமான நம்பிக்கையையும் போலியான அதிகாரங்களையும் வெற்றி தருகிறது. ஜேக் கண்ணாடிமுன் சொல்வதைப்போல சிகரத்தை அடைந்தவன், அதன் அடிவாரத்தையும் அடைகிறான். உண்மை இப்படி இருக்க, வெற்றியை நிரந்தரம் என்று எண்ணும் மனிதமனம்தான் எத்தனை பரிதாபமானது.

45

வேர் ஈஸ் மை ஃப்ரெண்ட்ஸ் ஹோம்

WHERE IS MY FRIEND'S HOME

வீட்டுப் பாடம் எழுதாமல் போய் கணக்கு ஆசிரியரிடம் உதை வாங்காத பள்ளிப் பருவம் யாருக்காவது இருக்கிறதா? அதுபோல் நோட்டை மறந்து, வீட்டில் வைத்துவிட்டுப்போய் அடிவாங்கிய நாட்கள்தான் எத்தனை? சிறுவயதில் நம் பள்ளியில் அனுபவித்த அந்த அனுபவத்தின் பதிவுதான் 'Where is my friend's home'.

மாணவர்கள் சத்தம் போட்டு விளையாடிக்கொண்டு இருக்க ஆசிரியர் திடீரென வகுப்பறைக்குள் நுழைகிறார். "என்ன இவ்வளவு சத்தம்? நான் ஒரு பத்து நிமிஷம் லேட்டா வந்தா அதுக்குள்ள இவ்வளவு சத்தமா? அமைதியா இருக்கணும்னு சொல்லியிருக்கேன்ல... உட்காருங்க" என்று அவர் மாணவர்களை அதட்ட அங்கங்கு வகுப்பறைக்குள் விளையாடிக்கொண்டு இருந்த எட்டுவயதுச் சிறுவர்கள் ஓடிப்போய் இருக்கைகளில் அமர்கிறார்கள். "சரி... எழுதிட்டு வரச்சொன்ன வீட்டுப் பாடங்களை எடுங்க" என்று சொல்லி எல்லோரது வீட்டுப் பாடங்களையும் ஆசிரியர் பார்க்கத்துவங்குகிறார்.

அங்கு அமர்ந்திருக்கும் நேமத் தன் வீட்டுப் பாடத்தை காகிதத்தில் எழுதியிருக்கிறான். அதைப் பார்த்ததும் கோபப்படும் ஆசிரியர், "யேய். உன்கிட்ட எத்தனை தடவை சொல்லியிருக்கேன்... காகிதத்துல வீட்டுப் பாடம் எழுதாதேன்னு... ஏன் எழுதுனே" என்று அதட்ட அந்தச் சிறுவன்

அவரையே பரிதாபமாகப் பார்க்கிறான். "சத்தமா எல்லோருக்கும் கேட்கிற மாதிரி சொல்லு... எத்தனை தடவை சொல்லியிருக்கேன்" என்று கேட்க அந்தச் சிறுவன் குனிந்துகொண்டே, "மூணு தடவை" என்று சொல்கிறான். இதெல்லாம் அந்தச் சிறுவனின் அருகில் உட்கார்ந்திருக்கும் அகமது பயத்துடன் பார்க்கிறான். ஆசிரியர் அவன் எழுதிய காகிதத்தை வாங்கி கிழித்துப் போடுகிறார். சிறுவன் அழத்துவங்குகிறான்.

நிதானமாக தன் இருக்கையில் அமரும் ஆசிரியர் திரும்பவும் நேமத்தைப் பார்த்துத் திட்டுகிறார். ''மூணு தடவை நான் சொன்னேன்னு தெரிஞ்சும் ஏன் நோட்டுல எழுதல?'' அழுதுகொண்டு இருக்கும் அவன் தலைநிமிர்ந்து, "சார்... என் நோட்டை எடுத்துட்டு எங்க மாமா வீட்டுக்குப் போயிருந்தேன், அங்க மறந்து வச்சிட்டு வந்துட்டேன்'' என்று சொல்கிறான். ''எல்லோருக்கும்தான் சொல்றேன் கேட்டுக்குங்க. வீட்டுக்குப் போனதும் முதல் வேலையா உங்க வீட்டுப் பாடங்களை எழுதுங்க... எழுதி முடிச்சதும் நோட்டை பைக்குள்ள வைங்க. அப்புறமா யாரு வீட்டுக்கும் போங்க திரும்பத்திரும்ப நோட்டுல எழுதணும்னு ஏன் சொல்றேன்னா அது ஒரு ஒழுக்கம்... யேய் சொல்லும்போது என்ன கீழ ஒளியுற?'' என்று ஒரு மாணவனைப் பார்த்துக் கேட்க ஒளிந்திருக்கும் அவன் மேலே தலையை நீட்டி, "சார் பின்னாடி அரிக்குது சார்" என்கிறான். "ஒழுங்கா உட்காரு" என்று அவனை அதட்டிவிட்டு, ''நோட்டுல எழுதுனா இரண்டு மாதத்துக்கு முன்னால படிச்ச பாடத்தைக்கூட நாம் புரட்டிப் பார்த்துத் தெரிஞ்சுக்கலாம்'' என்று சொல்லிக்கொண்டே நேமத்தின் அருகிலிருக்கும் அகமதின் நோட்டை எடுத்து அதில் வீட்டுப்பாடங்கள் ஒழுங்காக எழுதப்பட்டு இருப்பதைக்

காட்டுகிறார். "புரியுதா நோட்டுல எழுதுங்கன்னு நான் ஏன் சொல்றேன்னு... இங்கப் பாரு இதுதான் கடைசி. நாளைக்கு நோட்டுல எழுதாம வந்தே உன்னை ஸ்கூலை விட்டு அனுப்பிடுவேன்... புரிஞ்சதா?" என்று கேட்க நேமத் சரியென்று தலையாட்டுகிறான்.

பள்ளி முடிந்ததும் சிறுவர்கள் மகிழ்ச்சியாக வெளியில் ஓடிவருகிறார்கள். நேமத்தும் அவனருகில் பெஞ்சில் அமர்ந்திருக்கும் அகமதும் சேர்ந்து ஓடிவரும்போது முகமது கால் தடுக்கி கீழே விழுகிறான். தரையில் சிதறிவிழும் அவனது பொருட்களை அகமத் எடுத்துக்கொடுக்கிறான். நேமத்தின் காலில் சிராய்ப்பு ஏற்படுகிறது. வலியில் கால் சாய்த்து நடக்கும் அவனை அகமத் அழைத்துப்போய் அருகில் இருக்கும் குடிநீர்க் குழாயில் தண்ணீர் பிடித்து அவனது காயத்தைத் துடைத்துவிடுகிறான்.

அகமத் வீட்டுக்கு வந்ததும் அம்மா சொன்ன வேலைகளைச் செய்துவிட்டு வீட்டுப் பாடம் செய்ய உட்கார்கிறான். பையிலிருந்து நோட்டை எடுக்கிறான். எடுத்துப் புரட்டிப் பார்க்கிறான். அது அவன் எழுதியதில்லை. குழப்பத்துடன் பையைப் பார்க்கிறான். அதில் அதைப் போலவே இருக்கும் இன்னொரு நோட்டும் இருக்கிறது. அது தன்னுடைய நோட்டு என்று நினைத்து தவறுதலாக பக்கத்திலிருந்த நேமத்தின் நோட்டை எடுத்து வந்துவிட்டதை அறிந்து வருத்தப்படும் அகமத் என்ன செய்வதென்று யோசிக்கிறான்.

அம்மா வீட்டின் முன்னால் அமர்ந்து துணிகளைத் துவைத்துக்கொண்டு இருக்கிறாள்... "அம்மா நான் நேமத்தோட நோட்டை தெரியாம மாத்தி எடுத்துட்டு வந்துட்டேன். அவன் வீட்டுப் பாடம் எழுதணும்" "நீ உன் வீட்டுப்பாடத்தை முதல்ல எழுது" என்று அம்மா அதட்டுகிறாள். அவன் தான் தவறுதலாக எடுத்துவந்த நோட்டையும் அதேபோலவே அட்டை ஒன்றாக இருக்கிற தனது நோட்டையும் எடுத்துவந்து அம்மாவிடம் காட்டுகிறான்"

"அவன் நோட்டை ஏன் எடுத்துட்டு வந்தே. சரி நாளைக்குக் குடுத்துக்கலாம்" "இல்லம்மா வாத்தியார் அவன்மேல கோபமா இருக்காரு. அவனை ஸ்கூலவிட்டே போகச் சொல்லிடுவாரு" என்று வருத்தத்துடன் சொல்கிறான். "சரி அவன் வீடு எங்கே இருக்கு?" என்று அம்மா கேட்க அங்கிருந்து சற்று தொலைவிலிருக்கும் கிராமத்தின் பெயரைச் சொல்கிறான். "உன் பொய்யை நான் நம்பணுமா? அடி வேணுமா... போ போய்ப்படி" என்று கோபத்தில் கத்துகிறாள்.

அவன் தன் நோட்டை எடுத்து எழுத உட்கார்கிறான். அருகில் வரும் அம்மா வீட்டுக்குத் தேவையானதை வாங்க கடைக்குப் போகுமாறு சொல்கிறாள். இதுதான் சமயம் என்று நினைத்த

அகமத் நண்பனின் நோட்டை எடுத்து சட்டைக்குள் வைத்துக்கொண்டு அவன் வீட்டைத் தேடி ஓடுகிறான்.

தன் ஊருக்கு அருகில் பெரிய மலையைப்போல உயர்ந்து நிற்கும் குன்றின் மீது வளைந்து செல்லும் பாதையில் ஓடுகிறான். நெடுநேரம் ஓடி அந்தக் கிராமத்தை அடைகிறான். அதிகம் மனித நடமாட்டமே இல்லாத அந்தக் கிராமத்தில் நின்று எதிரில் வருகிற பெரியவரிடம் "நேமத் வீடு எங்கேயிருக்கு" என்று கேட்கிறான். அவர் வழிகாட்ட அங்கிருந்து ஓடத்துவங்குகிறான். வழியில் அவன் வயதுள்ள சிறுவன் ஒருவன் வருகிறான். அவனிடம், "நேமத் வீடு உனக்குத் தெரியுமா" என்கிறான். "அவன் வீடு தெரியாது; அவங்க மாமா வீடு தெரியும்" என்று சொல்கிறான். "அது எங்க இருக்கு?" என்று அகமத் கேட்கிறான். "ஒரு மாடிப்படி இருக்கும். அதுக்குமேல ஒரு ஊதாக் கலர் கதவு இருக்கும். அந்த வீடுதான்" என்று சொல்கிறான். அந்த ஊதா நிறக்கதவையும் மாடிப்படியையும் தேடி அகமத் கிளம்புகிறான்.

அதிக நடமாட்டமில்லாத கிராமத்தில் ஒரேமாதிரி இருக்கும் சந்துகளுக்குள் கையில் நோட்டுடன் அகமத் நடந்துசெல்லும் வழியில் ஒரு வீட்டின் திறந்த கதவின் வழியே பார்க்கிறான். அங்கே பள்ளிவிட்டு வெளியே வரும்போது நேமத் கீழே விழுந்து தான் தண்ணீரால் கழுவிவிட்ட நேமத்தின் அரக்குநிற பேண்ட் கொடியில் காய்வதைப் பார்க்கிறான். ஆர்வமாக அதனருகில் சென்று அது ஈரமாக இருக்கிறதா என்று தொட்டுப் பார்க்கிறான். ஈரமாக இருக்க அந்த வீட்டின் கதவைத் தட்டி, "நேமத் வெளியே வா... நான் உன் நோட்டைக் கொண்டுவந்திருக்கேன்" என்று வெளியில் நின்று சொல்கிறான்.

உள்ளிருந்து வயதான பாட்டி வருகிறாள். அவளிடம் கேட்கிறான். அந்தப் பேண்ட் தான் தேடிவந்த நேமத்துடையது இல்லை என்று தெரிந்ததும் அங்கிருந்து நடக்கிறான். வழியில் அந்த மாடிப்படியும் ஊதாக்கதவும் இருக்கிறது. அங்கு போய் விசாரிக்கிறான். அது அவனது இன்னொரு வகுப்புத் தோழனின் வீடு என்று தெரிந்ததும் அவன் எங்கே என்று கேட்கிறான். இப்போதுதான் ஐந்து நிமிடத்துக்கு முன்னால் தன் அப்பாவுடன் பக்கத்து ஊருக்குப் போனான் என்று சொல்ல அவனைப் பார்த்தால் நோட்டைக் கொடுத்துவிடலாம் என்பதால் அவனைத்தேடி திரும்பவும் தன் ஊருக்கே ஓடி வருகிறான்.

அப்போது அங்கு நிற்கும் ஒருவர் குதிரையில் ஏறிக்கிளம்புகிறார். அவர்தான் தான் தேடிவந்த நண்பனின் அப்பா என்று தெரிந்து அவர் பின்னாலேயே ஓடி திரும்பவும் தான் முதலில் தேடிவந்த கிராமத்துக்கே வருகிறான். அவரது மகனைப் பார்த்தும் அவன் நேமத் இல்லை என்று தெரிந்து ஏமாற்றம் அடைகிறான். அவனிடம் நேமத் பற்றிக் கேட்கிறான். அந்தச் சிறுவன் அங்கிருக்கும் ஒரு

வீட்டுக்குப் போகச்சொல்கிறான். அந்த வீட்டுக்கு அருகில் ஒரு பட்டமரம் இருக்கும் என்று அடையாளம் சொல்கிறான். அகமத் அங்கிருந்து பட்டமரம் இருக்கும் வீடுநோக்கி நடக்கிறான்.

இருட்டத் துவங்கிவிடுகிறது. வீட்டின் விளக்குகள் எரியத் துவங்குகின்றன. அகமத் தான் தேடிவந்த வீட்டின் வாசலில் நின்று "சார்... சார்..." என்று கூப்பிடுகிறான். ஒரு வயதானவர் எட்டிப் பார்த்து என்னவென்று கேட்கிறார். அகமத் விஷயத்தைச் சொல்கிறான். "நீ தேடிவந்த வீடு இதுயில்லை..." என்று சொல்லி இன்னொரு இடத்தைச் சொல்கிறார். அகமத் பாவமாக நிற்கிறான். தான் வெளியூர் என்று அந்தத் தாத்தாவிடம் சொல்கிறான். இரக்கப்படும் அவர், "வா... நானே காட்டுறேன்" என்று வெளியே வருகிறார். இருவரும் நேமத் வீட்டைத் தேடி இருட்டுக்குள் நடக்கத் துவங்குகிறார்கள். தாத்தா அவனிடம் பேசிக்கொண்டே நடக்கிறார்... "நாளைக்கு அந்தப் பையனை நீ பாப்பியா" "பாப்பேன் தாத்தா... ஆனா, இன்னிக்கு ராத்திரியே அவனுக்கு நோட்டைக் கொடுக்கணும்" என்று சொல்ல தாத்தா வழிநெடுக பேசிக்கொண்டே மெதுவாக நடக்கிறார்.

களைப்படையும் தாத்தா வழியில் இருக்கும் சிறிய நீர் ஊற்றில் முகம் கழுவிக்கொள்கிறார். "நீயும் கழுவிக்கோ" என்கிறார். "இல்லை நான் அவசரமாப் போகணும்" என்கிறான். முகம் கழுவிக்கொண்டு இருக்கும் தாத்தா அருகில் முளைத்திருக்கும் சிறிய பூ ஒன்றைப் பறித்து, "இந்தா இதை நோட்டில் வைத்துக்கொள்" என்கிறார்.

அகமத் வாங்கி நோட்டில் வைத்துக்கொள்கிறான். "தாத்தா கொஞ்சம் வேகமா வர்றீங்களா... அவசரம்" என்கிறான். அங்கிருந்து இருவரும் நடந்துச்செல்ல தாத்தா நேமத்தின் வீட்டைக் காட்டுகிறார். அகமத் ஆர்வமாகப் போய்ப் பார்க்கிறான். அந்த வீடு பூட்டியிருக்கிறது. திரும்பி தாத்தாவிடம் வருகிறான். தான் வீட்டுக்குப் போகவேண்டும் அம்மா கடையில் ரொட்டிகள்

வாங்கிவரச் சொன்னாள். நேரம் ஆகிவிட்டது என்று சொல்லி தாத்தாவை வீட்டில் விட்டுவிட்டு தன் வீடுநோக்கி ஓடிவருகிறான்.

வீட்டுக்கு தாமதமாக வந்ததால் அம்மா ஏதும் பேசாமல் மௌனமாக இருக்கிறாள். அகமது அழுதுகொண்டே சுவரில் சாய்ந்து உட்கார்ந்து இருக்கிறான். சாப்பிடவும் பிடிக்கவில்லை. இரவு நேரமாகிவிட்டதால் அம்மா அவனைத் தூங்கச் சொல்கிறாள். அவன் அழுதுகொண்டே உட்கார்ந்திருக்க அவள் பக்கத்து அறையைத் திறந்து அதில் உட்கார்ந்து எழுதச் சொல்கிறாள். அகமத் எழுத ஆரம்பிக்கிறான்.

மறுநாள் காலை. வகுப்பறையில் மாணவர்கள் அமர்ந்திருக்கிறார்கள். ஆசிரியர் வந்ததும் ஒரு சிறுவன், "சார் இன்னைக்கு அகமத் வரலை சார்" என்கிறான். "பேசாம உட்காரு, உன்கிட்ட கேட்டா சொல்லு" என்று சொல்லிவிட்டு வீட்டுப் பாடத்தைப் பார்வையிடத்துவங்குகிறார். எல்லா மாணவர்களும் பயத்துடன் அவரவர் நோட்டை எடுத்துவைக்கிறார்கள். பயத்துடன் உட்கார்ந்திருக்கும் நேமத் மெல்லக் குனிந்து காகிதத்தில் எழுதிவந்த வீட்டுப் பாடத்தை மேசையில் எடுத்துவைக்கிறான். ஆசிரியர் பின்வரிசையிலிருந்து ஒவ்வொரு நோட்டாக பார்த்துவருகிறார். நேமத் என்ன நடக்கப்போகிறதோ என்ற பயத்துடன் தலைகுனிந்து உட்கார்ந்திருக்கிறான். அடுத்தது நேமத்.

ஆசிரியர் பின்னால் இருக்கும் மாணவனின் நோட்டைப் பார்த்துக்கொண்டு இருக்கும்போது, அகமத் வகுப்பறையின் வாசலில் வந்து நிற்கிறான். ஆசிரியர் அவனை உள்ளே வரச்சொல்கிறார். அகமத் வந்து உட்காரும்போதே தன் அருகிலிருக்கும் நேமத்திடம், "உன் நோட்டை ஆசிரியர் பார்த்தாரா" என்று கேட்கிறான். நேமத் பயத்துடன், "இல்லை" என்று தலையசைக்கும்போது அவனது நோட்டைக் கொடுக்கிறான். ஆசிரியர் அவர்கள் அருகில் வருகிறார். அகமத் பயத்துடன் தன் நோட்டைக் கொடுக்கிறான். அதைப் பார்த்தவர் அருகிலிருக்கும்

உலக சினிமா-II

Abbas Kiarostami

1940-ல் ஈரானில் உள்ள டெஹ்ரானில் பிறந்தார். தனது பதினெட்டு வயதில் ஓவியப்போட்டியில் பரிசுபெற்ற இவர் நுண்கலை பயின்றார். ஒரு கிராஃபிக் டிசைனராக, சுவரொட்டிகளை வடிவமைப்பவராக, விளம்பரப் படங்களை இயக்குபவராக கலை வாழ்க்கையைத் துவங்கினார்.

1969-ல் ஈரானில் புதிய திரைப்பட அலை துவங்கியபோது தான் பணிபுரிந்த குழந்தைகள் மற்றும் இளைஞர்களுக்கான நிறுவனத்தில் திரைப்படத்துக்கென ஒரு துறையை நிறுவினார். தனது முப்பதாவது வயதில் தனது முதல் படத்தை இயக்கினார்.

'வாழ்க்கையின் எதார்த்தத்தை நான் கலைத்தன்மையுடன் பார்க்கிறேன். நான் இயற்கையைப் பார்க்கும்போதும் அது ஒரு ஓவியத்தைப்போல ஒரு சட்டகத்துக்குள் இருப்பதாகவே பார்க்கிறேன். ஒரு காரின் சன்னல் வழியே பார்க்கும்போது எல்லாமே சட்டமிடப்பட்டது

நேமத்திடம் நோட்டை வாங்குகிறார். பாடங்கள் ஒழுங்காக எழுதப்பட்டிருக்க ஒவ்வொரு பக்கமாகப் புரட்டுகிறார் கடைசிப் பக்கத்தைப் புரட்டுகிறார். பாடங்கள் முழுமையாக எழுதப்பட்டு இருக்கும் அந்தப் பக்கத்தில், சிறிய மஞ்சள் பூ இருக்கிறது. குட்பாய் என்று ஆசிரியர் சொல்ல அத்துடன் படம் முடிவடைகிறது.

சிறுவயதில் பள்ளியில் நடைபெறும் ஒரு சிறிய விஷயத்தை எடுத்துக்கொண்டு அதை இப்படம் எதார்த்தமாகப் பதிவு செய்கிறது. தன் நண்பனை ஆசிரியர், பள்ளியிலிருந்து அனுப்பிவிடக் கூடாது என்பதற்காக முகவரி தெரியாதபோதும் அவனது வீட்டைத் தேடிப்போவதும் அதற்கு அவன் வயதுப் பையன்கள் வீட்டை அடையாளம் காட்டுவதற்காகச் சொல்லும் விஷயங்களும் சிறுவர்களின் அப்பாவித்தனத்தை அழகாகச் சொல்கின்றன.

வீட்டிலிருந்து நோட்டை கொடுப்பதற்காக எடுத்துச் செல்லும் போதும் கடைசியில் ஆசிரியர் வீட்டுப் பாடத்தைத் திருத்தும்போதும் அந்த இரண்டு நோட்டுகளும் மாறிக்கொண்டே இருப்பதாகச்

போலவே இருக்கிறது' என்று சொல்லும் இவர் ஈரானின் மிக முக்கியமான இயக்குனர். வாழ்க்கையின் சாதாரண நிகழ்வுகளின் மூலம் மனிதர்களின் ஆழமான உணர்வுகளை வெளிப்படுத்துபவர்.

இவரது பிற படங்கள்

Certified Copy (2008) (pre-production) To Each His Cinema (2007) Kojast jaye residan (2007) Roads of Kiarostami (2006) Tickets (2005) 10 on Ten (2004) Five Dedicated to Ozu (2003) Ten (2002) ABC Africa (2001) The Wind Will Carry Us (1999) A Taste of Cherry (1997) Lumiere and Company (1995) A propos de Nice, la suite (1995) Through the Olive Trees (1994) Life, and Nothing More (1991) Close Up (1990) Homework (1989) Where Is the Friend's Home? (1987) First Graders (1984) Toothache (1983) Fellow Citizen (1983) The Chorus (1982) Regularly or Irregularly (1981) Dental Hygiene (1980) First Case, Second Case (1979) Solution No.1 (1978) How to Make Use of Our Leisure Time? (1977) Tribute to the Teachers (1977) The Report (1977) A Suit for Wedding (1976) The Colours (1976) Two Solutions for One Problem (1975) So Can I (1975) The Traveller (1974) The Experience (1973) The Breaktime (1972) The Bread and Alley (1970)

Technical Details

Where is my friend's home? / 1987 / Iran / 83min / colour /Director&Writer-Abbas Kiarostami / Cast-Babek Ahmed poor.Ahmed Ahmed poor, Kheda Bareach Defai / Editor-Siddiq Barmak / Music-Mohammed Reza Darvishi / Cinemato graphy-Ebrahim Ghafori

சொல்வதும் எதார்த்தம். கடைசியில் நோட்டின் கடைசிப் பகுதியில் இருக்கும் மஞ்சள் மலர் அழகிய கவிதை. 1980-ல் வெளியாகி நிறைய விருதுகள் பெற்ற இந்த ஈரானியப் படத்தின் இயக்குனர் அப்பாஸ் கியாரஸ்தமி (Abbas Kiarostami).

ஒருமுறை மாதத்தின் முதல் வாரத்தில் வங்கிக்குச் சென்றிருந்தபோது, அங்கு ஓய்வுபெற்ற பள்ளி ஆசிரியர் ஒருவர் உடல் தளர்ந்து, பழுப்பேறிய தன் கண்ணாடி வழியே கண்களை இடுக்கிப் பார்த்து, அங்கிருக்கும் படிவத்தைப் பூர்த்தி செய்து, வங்கி ஊழியரிடம் கொடுத்தார்.

"ஐயா, தப்புத்தப்பா எழுதியிருக்கீங்க... வீட்டிலேயே எழுதி வாங்கிவர வேண்டியதுதானே" என்று சொல்ல, பள்ளி நாட்களில் கம்பீரமாகப் பார்த்த அந்த ஆசிரியர் தலைகுனிந்து நின்றார். காலம்தான் எத்தனை பெரிய கணக்காசிரியர். அதில் எழுத மறந்த வீட்டுப்பாடம் நம் எல்லோருக்கும் இருக்கிறது.

46

பேலட் ஆஃப் எ சோல்ஜர்
BALLAD OF A SOLDIER

உங்களின் பயணங்களில் மறக்கமுடியாத பயணம் எது? ஒவ்வொரு பயணத்திலும் நாம் யாரோ ஒருவரை பார்க்கச் செல்கிறோம். போர்க்காலத்தில் ராணுவத்தில் இருக்கிற இளைஞன் ஒருவன் கிடைக்கிற சில நாள் விடுமுறையில் எப்படியாவது தன் அம்மாவைப் பார்த்துவிட வேண்டுமென்று வெகு தொலைவில் இருக்கிற ஊர் நோக்கி கிளம்புகிறான். பயணத்தின் வழியே அவனது கதையையும் போரின் தாக்கத்தையும் சொல்லும் கதைதான் 'Ballad of a soldier'.

ஒரு தாய் அந்த கிராமத்தின் தெருக்களின் வழியே நடந்து ஊரின் கடைசிக்கு வருகிறாள். அங்கிருந்து நீண்டு வளைந்துச்செல்லும் யாருமில்லாத மண் பாதையை நோக்கி நடந்துச்செல்கிறாள். மேகங்கள் மிதக்கும் அடிவானத்தில் அந்தப் பாதை மட்டும் தனியாக வளைந்து செல்கிறது. அங்கு நிற்கும் தாய் தூரத்திலிருந்து தன் மகன் வருகிறானா என்று ஏக்கத்துடன் பார்த்துக் காத்திருக்கிறாள்.

"இந்தப் பாதை நகரத்துக்குச் செல்கிறது. இந்தக் கிராமத்தைவிட்டுப் போகிறவர்களும், பின்னாளில் சொந்த ஊருக்குத் திரும்பி வருகிறவர்களும் இந்தப் பாதையில்தான் வருகிறார்கள். இந்தத் தாய் போருக்குப் போய்த் திரும்பிவராத தன் மகன் அல்யோஷாவுக்காக எப்போதும் காத்திருக்கிறாள்.

ஆனால், அவனோ வெகு தொலைவில் புதைக்கப்பட்டுவிட்டான். அவனை ஒரு போர் வீரன், புரட்சியாளன், நாயகன் என்றெல்லாம் அழைக்கிறார்கள். ஆனால், இவளுக்கு அவன் வெறும் மகன். பிறந்ததிலிருந்து அவன் இந்தச் சாலையில் போருக்காகச் சென்றதுவரை நடந்ததெல்லாம் இவளுக்குத் தெரியும். ஆனால், அதன்பின் நடந்த எதுவுமே அவளுக்குத் தெரியாது. அவன் எங்களின் தோழன். நாங்கள் யாருக்குமே தெரியாத அவனது கதையைச் சொல்கிறோம்" என்ற குரல் முடிந்ததும் சாலையில் மகனின் வருகையை எதிர்பார்த்து தினமும் காத்திருக்கும் அம்மா மகன் வராத ஏக்கத்துடன் வீடு திரும்புகிறாள். அல்யோஷாவின் கதை துவங்குகிறது.

போர்க்களத்தில் இருக்கும் பத்தொன்பது வயதான அல்யோஷா எதிரி நாட்டின் இரண்டு பீரங்கி வண்டிகளைச் சுட்டு வீழ்த்துகிறான். வெற்றிப் புன்னகையுடன் முகாமுக்குத் திரும்பும் அல்யோஷாவை படைத்தலைவர் புகழ்ந்து வரவேற்று, அவனுக்குப் பதக்கம் அளித்துப் பாராட்டுச் செய்யப்போவதாகச் சொல்கிறார். அப்போது அல்யோஷா ஜெனரலைப் பார்த்து, "எனக்குத் தரும் பதக்கத்துக்குப் பதிலாக... ஒருநாள் விடுமுறை கிடைக்குமா? நான் ஊருக்குப்போய் என் அம்மாவைப் பார்த்துவர வேண்டும்" என்று கேட்கிறான்.

"நான் அவசரமாக போருக்குக் கிளம்பி வருகையில் என் அம்மாவிடம் சொல்வதற்குக்கூட நேரமில்லை. சொல்லாமல் வந்துவிட்டேன். அம்மா இப்போது வீட்டின் கூரை ஒழுகுவதாகக் கடிதம் எழுதியிருக்கிறாள். அதனால், தயவுசெய்து என்னைப் போக அனுமதியுங்கள்'' என்று கெஞ்சிக் கேட்க அவனை ஆச்சர்யமாகப் பார்க்கும் ஜெனரல் சம்மதிக்கிறார். "இப்போது நடக்கும் போர்ச் சூழலில் ஒரு நாளில் ஊர்போய்த் திரும்புவது

முடியாது. எனவே, நீ போவதற்கு இரண்டு நாளும் வருவதற்கு இரண்டு நாளும் எடுத்துக்கொள்" என்று சொல்ல மகிழ்ச்சியில் உறைந்த அல்யோஷா அவருக்கு வணக்கம் சொல்லிவிட்டுக் கிளம்புகிறான். "விடுமுறை முடிந்து சரியான நேரத்துக்கு இங்கு இருக்கவேண்டும்" என்று ஜெனரல் கண்டிப்பாகச் சொல்ல சரி என்று சொல்லிவிட்டு அல்யோஷா அங்கிருந்து ரயில் நிலையம் நோக்கி வேகமாகப் போய் ஏற்கனவே கிளம்பிவிட்ட ரயிலில் ஓடிப்போய் ஏறிக்கொள்கிறான்.

அருகிலிருக்கும் அடுத்த ரயில் நிலையத்தில் இறங்கி தன் அம்மாவுக்கு அழகிய கம்பளித்துண்டு ஒன்றை வாங்கிக்கொள்கிறான்.

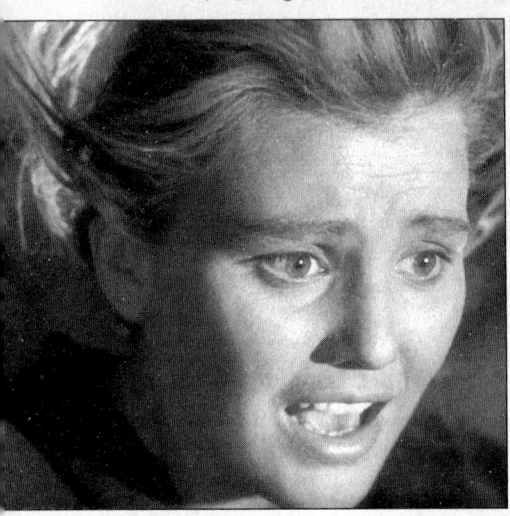

காத்திருப்பதிலேயே அரைநாள் போய்விட அங்குவரும் சரக்கு ரயிலில் வைக்கோல் நிரம்பியிருக்கும் பெட்டியில் தான் போர் வீரன் என்று சொல்லி ஏறிக்கொள்கிறான். ரயில் மெதுவாகக் கிளம்பிச் செல்கிறது.

வழியில் ஒரு நிலையத்தில் நிற்க அவனிருக்கும் பெட்டியில் யாருக்கும் தெரியாமல் ஒரு இளம்பெண் ஏறுகிறாள். போர்க்காலம் என்பதால் பயணம் செய்ய வேறு வழியில்லாது சரக்கு ரயிலில் திருட்டுத்தனமாக ஏறிய அந்தப் பெண் ராணுவ உடையிலிருக்கும் அல்யோஷாவைப் பார்த்ததும் அதிகாரி என்று பயந்து தன் மூட்டையை வெளியில் எறிந்துவிட்டு ஓடும் ரயிலிலிருந்து குதிக்க முயற்சிக்கிறாள். அல்யோஷா அவளைக் காப்பாற்றி ரயில் பெட்டியின் கதவை அடைக்கிறான். "நான் அதிகாரி இல்லை பயப்படாதே" என்று அல்யோஷா சொல்ல அவள் பயம் தெளிந்து புன்னகைக்கிறாள். இருவருக்கும் ஒரு சிநேகம் ஏற்படத் துவங்குகிறது.

இருவரும் சேர்ந்து சாப்பிடுகிறார்கள். "நான் ஒரு முட்டாள். உன்னைப் பயமுறுத்திட்டேன்" என்று அல்யோஷா சொல்ல இருவரும் சிரிக்கிறார்கள். அவள் "ஷூரா" என்று தன் பெயரைச் சொல்கிறாள். "உங்களைச் சந்தித்ததில் மகிழ்ச்சி" என்று இருவரும் ஒருவருக்கொருவர் சொல்லிக்கொள்கிறார்கள். ரயில் காடுகளுக்குள் சென்றுகொண்டே இருக்கிறது. தான் விடுமுறையில் வீட்டுக்குப் போவதை அல்யோஷா சொல்கிறான். "எனக்கு நிச்சயிக்கப்பட்ட மணமகன் ஒரு விமானி. அவர் போரில் காயம்பட்டு மருத்துவ

மனையில் இருக்கிறார். அவரைப் பார்ப்பதற்காகப் போகிறேன்" என்று அவள் சொல்கிறாள். இருவருக்கும் இடையில் நட்பு மேலும் நெருக்கமாகிறது.

"அல்யோஷா உனக்கு நட்பில் நம்பிக்கை இருக்கா?" "இருக்கு" "ஆனா, சிலபேர் ஒரு ஆணுக்கும் பெண்ணுக்கும் இடையில் காதல்தான் இருக்கமுடியும்னு நம்புறாங்களே" "முட்டாள் தனம். ஒரு பெண் எனக்குத் தோழியா இருந்திருக்கா... எங்களுக்குள்ள அப்படி எதுவுமே இல்ல" "இல்ல உனக்கு அவமேல காதல் வந்து நீ அதை கவனிக்காம இருந்திருக்கலாம். இல்லையா" "இல்ல" "அப்டீன்னா அவளுக்கு உன்மேல காதல் வந்திருக்கலாம்" "இல்ல" என்று சொல்ல அவன் பதிலைக் கேட்டு தனக்குள் புன்னகைத்துக் கொள்ளும் ஷூரா, அவனருகில் நெருங்கி உட்கார்கிறாள்.

"அல்யோஷா... ஒரு உண்மையான தோழி முழு வாழ்க்கைக்கும் உன்கூட இருக்கணும்னு விரும்புறியா?" அல்யோஷா மௌனமாகத் தலை அசைக்கிறான். "நானும் அப்படித்தான் விரும்புறேன்..." என்று அவள் சொல்கிறாள். இருவரும் நெருக்கமாகப் பேசிக்கொண்டு இருக்கும்போது ஷூரா தனக்குத் தாகமாக இருப்பதாகச் சொல்கிறாள். ரயில் ஓரிடத்தில் நிற்க தண்ணீர் பிடிப்பதற்காக அல்யோஷா இறங்கி ஓடுகிறான். வெளியில் போர் பற்றிய செய்திகள் வானொலியில் ஒலிபரப்பாக அதை ஆர்வமாக நின்று கேட்கிறான். செய்தி கேட்டுத் திரும்பி வரும்போது ரயிலைத் தவறவிடுகிறான்.

அந்தப் பக்கமாக வரும் ஒரு வண்டியில் ஏறி அடுத்த ரயில் நிலையத்துக்கு வந்து பார்க்கும்போது அந்த ரயில் போய்விட்டதாகச் சொல்கிறார்கள். சோகமாக அங்கிருந்து மெல்ல நடக்கும்போது 'அல்யோஷா...' என்ற சத்தம் கேட்டுத் திரும்பிப் பார்க்கிறான். அவன் வருவான் என்று ஷூரா அந்த ரயில் நிலையத்தில் இறங்கிக் காத்திருக்கிறாள். ஒருவரை ஒருவர் பார்த்ததும் இருவரும் மகிழ்ச்சியில் புன்னகைக்கிறார்கள்.

இருவரும் ரயில் நிலையத்தில் அமர்ந்து இருக்கிற ரொட்டிகளைச் சாப்பிடுகிறார்கள். அடுத்த ரயில் வருகிறது. அதைப் பிடிப்பதற்காக இருவரும் ஓடுகிறார்கள்.அந்த ரயில் போர் வீரர்கள் மட்டும் பயணம் செய்யும் ரயில் என்பதால் மற்றவர்களை ரயிலில் ஏற்ற மறுக்கிறார்கள், "அல்யோஷா நீ மட்டும் போ... ஏற்கனவே என்னால உனக்கு அரைநாள் வீணாயிடுச்சு. நான் போகவேண்டிய இடம் இங்கிருந்து பக்கம்தான் நான் எப்படியாவது போயிடுவேன்" என்று அவள் சொல்ல, அல்யோஷா தனது மேலுடையை அவளுக்கு அணிவித்து இருவரும் ரயிலுக்குள் ஏறுகிறார்கள்.

நெரிசலில் அருகருகே நின்று ஒருவரை ஒருவர் நெருக்கமாகப் பார்க்கிறார்கள். அடுத்த ரயில் நிலையம் வருகிறது... ரயில்

நிலையத்தில் இருவரும் இறங்கி நிற்கிறார்கள். பிரியும்நேரம். “என்னை மறந்துடாத ஷூரா” ‘சரி’ என்று தலையசைக்கிறாள். ‘‘அல்யோஷா.. நான் உன்னை ஏமாத்திட்டேன். எனக்கு யார்கூடவும் நிச்சயமாகல... அப்படி எனக்கு யாருமே இல்லை. உன்னைப் பார்த்து பயந்து அப்படிப் பொய் சொல்லிட்டேன்” என்று சொல்லும்போதே ரயில் கிளம்புகிறது.

அல்யோஷா ரயிலில் தாவி ஏறுகிறான். ஷூரா கூடவே ஓடிவருகிறாள். “ஷூரா என் முகவரி நினைவில் வச்சுக்க கடிதம் எழுது” என்று சொல்லி தன் முகவரியைச் சத்தமாகச் சொல்கிறான். ரயிலின் சத்தத்தில் அவன் சொல்வது எதுவும் கேட்காமல் அவள் ரயிலுடன் ஓடிவந்து ஒரு நிலையில் நிற்கிறாள். ரயில் முன்னோக்கிச்செல்ல அல்யோஷா கண்கள் கலங்க கை அசைக்கிறான். ஷூரா அந்த இடத்திலேயே ரயில் போவதைப் பார்த்துக்கொண்டு சோகமாக நிற்கிறாள்.

ரயில் தொலைதூரம் நோக்கிப் போய்க்கொண்டு இருக்க அல்யோஷா சோகமாக அமர்ந்திருக்கிறான். இன்றைய இரவு மட்டும்தான் விடுமுறையில் மீதம் இருக்கிறது. மறுநாள் காலை கிளம்பவேண்டும் என்று நினைக்கும்போதே தொலைவில் குண்டுகள் வெடிக்கும் சத்தம் கேட்கிறது. ரயில் ஒரு பாலத்தின் அருகே வரும்போது குண்டுகள் வெடித்து பாலம் தகர்ந்து விழுகிறது. ரயில் தீவிபத்துக்கு உள்ளாகி கடுமையான சேதமடைகிறது. அல்யோஷா மீட்புப் பணியில் இறங்குகிறான். அன்றைய இரவும் அங்கேயே கழிகிறது.

காலை விடிந்ததும் அங்கேயே உட்கார்ந்து இருக்கிறான். அடுத்த ரயில் வர இன்னும் இரண்டு மணிநேரம் ஆகும் என்ற அறிவிப்பு வருகிறது. ஊர் இன்னும் பத்து கிலோமீட்டர் தொலைவில்தான் இருக்கிறது. விடுமுறை முடியும் நேரத்தில் இன்னும் இரண்டு மணிநேரம் காத்திருக்கமுடியாது என்று நினைக்கும் அல்யோஷா எப்படியாவது அம்மாவைப் பார்த்துவிட வேண்டும் என்ற முடிவோடு அங்கிருக்கும் ஓடையைக் கடந்து சாலைக்கு வந்து வருகிற ராணுவ வண்டிகளையெல்லாம் நிறுத்திப் பார்க்கிறான். போர்க்கால அவசரத்தில் வண்டிகள் நிற்காமல் விரைந்துகொண்டு இருக்கின்றன.

அல்யோஷா குறுக்குப் பாதையில் இறங்கி ஓடத்துவங்குகிறான். அவன் ஓடுவதைப் பார்த்த ஒரு வண்டிக்காரன், மனமிரங்கி அல்யோஷாவை ஏற்றிக்கொள்கிறான்.வண்டி ஊரை நோக்கி வருகிறது. விடுமுறை முடியும் அவசரத்தில் இருக்கும் அல்யோஷா ஜீப்பின் பின்னால் நின்று தன் ஊரைப் பார்த்துக்கொண்டே வருகிறான். நகரத்திலிருந்து ஊருக்கு வரும் நீண்ட மண் சாலையில் ஜீப் வருகிறது. ஆர்வத்துடன் ஊரைப் பார்த்துக்கொண்டே வரும் அல்யோஷா தன் வீடு வந்ததும் ஆர்வமாக வீட்டை நோக்கி

ஓடுகிறான். 'அம்மா...' என்று கதவைத் தட்டுகிறான். பதிலில்லை. வீடு பூட்டி சாவி மேலே வைக்கப்பட்டிருப்பது அறிந்து பக்கத்து வீட்டுக்கு ஓடுகிறான். அம்மா வயல் வேலைக்குப் போயிருப்பதை அறிந்து வேகமாக அவளைத் தேடி வண்டியில் கிளம்புகிறான்.

இதற்கிடையில் மகன் வந்த செய்தி கேட்ட அம்மா வயலில் இருந்து வேகமாக வீடு நோக்கி ஓடி வருகிறாள். குறுக்குப் பாதையில் ஓடிவரும் அம்மா தன்னைக் கடந்து வண்டி போவதைப் பார்த்ததும் 'அல்யோஷா...' என்று கத்துகிறாள். அதைக் கேட்ட அல்யோஷா வேகமாக வண்டியிலிருந்து குதித்து ஓடிவருகிறான். ஓடிவந்து அம்மாவைக் கட்டிக்கொள்கிறான். அம்மா அழுகிறாள். கண்கள் கலங்க ஒருவரை ஒருவர் நலம் விசாரிக்கிறார்கள் அந்த கிராமத்தில் இருக்கும் ஆண்கள் எல்லோரும் போருக்குப் போய்விட்டதால் அவன் திரும்பி வந்ததைக் கேள்விப்பட்ட பெண்கள் அவனைச் சூழ்ந்துகொண்டு தங்கள் மகன்களையும் கணவர்களையும் பற்றிக் கேட்கிறார்கள்.

"அவனைக் கொஞ்சம் தனியா விடுங்க இப்பதான் அவனே வந்திருக்கான்" என்று அம்மா எல்லோரையும் விலக்குகிறாள். "அல்யோஷா, வா... நம்ம வீட்டுக்குப் போகலாம். சாப்பிட்டுட்டு கொஞ்சம் ஓய்வெடு, வா..." என்றழைக்க, "இல்லம்மா நான் உடனே இந்த நிமிஷமே போருக்குப் போகணும்" என்று அவன் சொல்ல அம்மா திகைத்து நிற்கிறாள். அல்யோஷா அம்மாவுக்காக வாங்கிவந்த சிறிய கம்பளிக்குட்டையை எடுத்து அம்மாவிடம் கொடுக்கிறான். "நான் வீட்டுக் கூரையை சரி பண்ணலாம்னு நினைச்சேன். சரி, உங்க உடம்பு நல்லா இருக்காம்மா?" என்று கேட்க அதற்கு அம்மா அழுதுகொண்டே பதில் சொல்லும்போது

அல்யோஷா வந்த வாகனத்திலிருந்து ஹார்ன் ஒலிக்கிறது. "நான் உன்னை போக விடமாட்டேன்'' என்று அம்மா அவனை அழுதுகொண்டே இறுகக் கட்டிக்கொண்டு வாய்விட்டு சத்தமாக அழுகிறாள். ''என்னை மன்னிச்சுக்கம்மா...'' என்று சொல்லி அவனும் அழுகிறான். "நீ வீட்டுக்கு திரும்பிவர வரைக்கும் நான் உயிரோட இருப்பேன். உனக்காக காத்திருப்பேன்" என்று சொல்லி தன் மகனை முத்தமிடுகிறாள். விடைபெற்று நடக்கிறான்.

அம்மா திரும்பவும் ஓடிவந்து அவன் கைகளைப் பற்றிக்கொள்ள அவன் அம்மாவுக்கு கண்கள் கலங்க முத்தமிடுகிறான். கையசைத்துக்கொண்டே திரும்பி வாகனத்தை நோக்கி ஓடத்துவங்குகிறான். நீண்ட மண் பாதையில் கிளம்பிச் செல்லும் வாகனம் புழுதிப் புகையில் மறைகிறது. அம்மா கலங்கிய கண்களுடன் மகன் போவதையே பார்த்து நிற்கிறாள். திரும்பவராத அந்த மண் சாலையில் வாகனம் போய்க்கொண்டிருக்க, "இதுதான் எங்கள் தோழன் அல்யோஷாவின் கதை. அவன் குறிப்பிடத் தகுந்த ஒரு இளைஞன். இந்த நிலத்தை அழகிய தோட்டமாக்க காரணமாக இருந்தவன். அவன் எப்போதும் நம் நினைவுகளில் ஒரு படைவீரனாக இருக்கிறான்" என்று சொல்ல படம் நிறைவடைகிறது.

போரினால் மனித உறவுகளுக்குள் வரும் பிரிவையும் துயரத்தையும் நெகிழ்ச்சியுடன் பதிவு செய்கிறது இப்படம். போரில் கால்களை இழந்து ஊர் திரும்பும் ஒரு வீரன் தன் மனைவியை சந்திக்க விரும்பாமல் விலகுவதும், தன் மனைவியை நலம் விசாரித்து பரிசாகக் கொடுக்க ஏதுமில்லாமல் சலவைக்குக் கொடுக்கும் சோப்புக் கட்டிகளை கொடுத்து அனுப்பும் போர் வீரனின் மனைவி வேறொருவருடன் வாழ்வது அறிந்து அல்யோஷா அதிர்ச்சியடைவதும், நெகிழ்ச்சியான இடங்கள். அல்யோஷாவுக்கும் ஷூராவுக்கும் இடையிலான காட்சிகளின் கவித்துவமும், அது ஒளிப்பதிவு செய்யப்பட்ட விதமும் அழகு. இன்றளவும் கிளாசிக் வரிசையில் வைத்துப் போற்றப்படும் இந்த ரஷ்யப் படம், 1959-ல் வெளியாகி கேன்ஸ் திரைப்படவிழாவில் சிறப்பு விருதும், உலகெங்கும் பல விருதுகளும் பெற்றது. இதன் இயக்குனர் கிரிகோரி சுக்ராய் (Girigori Chukhrai).

போரின் சிதைவுகளை எரியும் நகரங்களாகவும், சிதைந்த கட்டடங்களாகவும்தான் நாம் பார்க்கிறோம். ஆனால், சிதைந்த குடும்பங்களும், இழந்த மனித உறவுகளுமாக அறியப்படாத எத்தனை ஆயிரம் சோகக் கதைகள் பின்னிருக்கின்றன. அத்தகைய போர் எந்தச் சூழலிலும் வரலாம் என்ற நிலையில் தன் குடும்ப உறவுகளை விட்டு நாட்டுக்காக ராணுவத்தில் இருக்கிற படை வீரர்கள்தான் எத்தனை ஆயிரம் பேர்? நாம் கட்டவுட்டுக்கு பாலாபிஷேகம் செய்து, கட்சிக்காக வன்முறைகள் செய்து, கிரிக்கெட் கமெண்டரி கேட்டு, தொலைக்காட்சித் தொடர்

Girigori Chukhrai

1921-ல் சோவியத் யூனியனில் உக்ரைனில் பிறந்தார். இரண்டாம் உலகப் போரில் படைவீரராக இருந்தார். ஐந்து முறைக்குமேல் கடுமையான போர்க்காயம் அடைந்து அதற்காக வீரப்பதக்கங்களை வாங்கிய இவர், போர் முடிந்ததும் திரைப்படம் கற்க விரும்பி, மாஸ்கோவிலுள்ள சோவியத் மாநிலத் திரைப்படப் பள்ளியில் தொழில்நுட்பங்களைப் பயின்றார். அதன்பின் உதவி இயக்குனராகவும், இரண்டாவது யூனிட்டின் இயக்குனராகவும் மாஸ்கோவிலுள்ள ஸ்டுடியோவில் பணிபுரிந்தார்.

1956-ல் தனது முதல் படத்தை எடுத்தார். முதல் படத்திலேயே உலகின் கவனத்தை ஈர்த்தார். ரஷ்யாவின் மிக முக்கிய இயக்குனராக அறியப்படும் இவர் 2001-ல் மாஸ்கோவில் இறந்தார்.

இவரது பிற படங்கள்

I'll Teach You to Dream (1984) Life Is Beautiful (1979) Untypical Story (1978) Memory (1971) People! (1966) Once Upon a Time There Was an Old Man and an Old Woman (1965) Clear Skies (1961) Ballad of a Soldier (1959) The Forty-first (1956) Nazar Stodolya (1955)

Technical Details

Ballad of a Soldier / 1959 / Soviet Union / 89min / B&W / Director-Grigori Chukhrai / Writers-Grigori Chukhrai, Valentin Ezhov / Cast-Vladimir Ivashov, Zhanna Prokhorenko, Autonina Maksimova / Editor-Mariya Timofeyeva / Music-Mikhail Ziv / Cinematography-Vladimir Nikolayev, Era Savelyeva

பார்த்து, எஸ்.எம்.எஸ் அனுப்பி வாழும் நம் வாழ்க்கையின் லயம் கெட்டுவிடாமல் இருக்க எல்லையின் குளிரில் வீரர்கள் காவல் காக்கிறார்கள்.

குடும்பத்தை மறந்து நமக்காக உயிரைப் பணயம் வைக்கிற அந்த வீரனின் பணிதான் எத்தனை மகத்தானது!

47

லேண்ட்ஸ்கேப் இன் தி மிஸ்ட்

LANDSCAPE IN THE MIST

தொலைந்துப் போனவர்களைத் தேடிய அனுபவம் உங்களுக்கு இருக்கிறதா? கிடைப்பார்கள் என்ற நம்பிக்கைக்கும், கிடைக்கமாட்டார்களோ என்ற அவநம்பிக்கைக்கும் இடையில் அது ஒரு பதட்டமான அனுபவம். வழக்கமாக எப்போதும் பெற்றோர்கள்தான் பிள்ளைகளைத் தேடி அலைவார்கள். ஆனால் இரண்டு குழந்தைகள் தங்கள் அப்பாவைத் தேடிக்கிளம்பிய கதைதான் 'Landscape in the mist'.

இருட்டுக்குள்ளிருந்து சிறுமியான ஊலாவும் சிறுவனான அலெக்ஸாண்டரும் ஓடிவருகிறார்கள். ஊலா தன் தம்பியிடம், "உனக்குப் பயமா இருக்கா" என்று கேட்கிறாள். தம்பி, "இல்லை" என்கிறான். இருவரும் ஒருவரையொருவர் பார்த்துக்கொண்டு ஓடிப்போய் ரயில் நிலையத்தில் நுழைந்ததும் அங்கிருக்கும் ஒருவர், "இன்னைக்கும் வந்துட்டீங்களா?" என்று கேட்கிறார். ரயில் தயாராக நிற்கிறது. அக்கா தம்பியின் கையைப் பிடித்துக்கொண்டு ரயில் அருகே அழைத்துச் செல்கிறாள். இருவரும் ஏறாமல் தயங்கி நிற்க ரயில் கிளம்புகிறது. அக்காவும் தம்பியும் அன்றும் ரயிலில் ஏறாமல் வீடு திரும்புகிறார்கள்.

அன்று இரவு வீட்டுக்குத் திரும்பியதும் ஊலா கதை சொல்லி தம்பியைத் தூங்கவைக்கிறாள். மறுநாள் இரவும் அதேபோல ரயில்

நிலையத்துக்கு ஓடிவருகிறார்கள். இந்தமுறை ஒரு முடிவுடன் ரயிலில் ஏறிவிடுகிறார்கள். அக்கா தம்பியை மகிழ்ச்சியுடன் கட்டிக்கொள்கிறாள். ரயில் கிளம்பிச்செல்கிறது. அக்கா ரயிலின் உள்ளே கதவோரம் அமர்ந்துகொள்ள தம்பி அவள் மடியிலேயே தலைவைத்து தூங்குகிறான். அக்கா தாங்கள் பார்க்கப் போகிற அப்பாவின் நினைவிலேயே இருக்கிறாள்.

“அன்பான அப்பா... நாங்க ரெண்டுபேரும் உங்களைப் பார்க்கணும்னு கிளம்பிட்டோம். நாங்க உங்களைப் பார்த்ததே இல்லை. நாங்க எப்பவுமே உங்களைப்பத்திதான் பேசிக்கிட்டே இருப்போம். நாங்க கிளம்புனது அம்மாவுக்குத் தெரிஞ்சா ரொம்ப வருத்தப்படுவாங்க. நீங்க எப்படி இருப்பீங்கன்னுகூட எனக்குத் தெரியாது. தம்பி எப்பவுமே உங்களைப் பத்திதான் கனவு காண்றான். உங்களை ரொம்ப மிஸ் பண்றோம் அப்பா. நாங்க உங்களுக்கு பாரமா இருக்கமாட்டோம். உங்களைப் பார்த்ததுமே திரும்பி வந்துடறோம்!”

ஒவ்வொரு பெட்டியாக டிக்கெட் பரிசோதித்து வரும் அதிகாரி கதவோரம் உட்கார்ந்துகொண்டே தூங்கும் இருவரையும் பார்த்ததும் அருகில் வருகிறார். இருவரும் எழுந்து நிற்க, அதிகாரி அடுத்த ஸ்டேஷனில் அவர்களை இறக்கிவிடுகிறார். அங்கிருக்கும் ரயில் நிலைய அதிகாரி இருவரையும் தன் அறைக்கு அழைத்து வந்து விசாரிக்கிறார். அந்த ஊரில் அவர்களது மாமா இருப்பதை அறிந்து இருவரையும் அவரது இடத்துக்கு அழைத்துச் செல்கிறார். அங்கிருக்கும் மாமாவைப் பார்த்ததும் ஊலா ஓடிப்போய் அவரைக் கட்டிக்கொள்கிறாள். ஆனால், மாமா அதிகாரியை தனியே அழைத்து, “இவங்க என் தங்கையோட குழந்தைகள்தான். ஆனாலும், பல வருஷங்களா இவங்களோட எனக்குத் தொடர்பு இல்லை. அப்பா யாருன்னே இவங்களுக்குத் தெரியாது. ஏன்னா இவங்க தப்பான வழியில் பிறந்த குழந்தைங்க. இதில் என்னை

மாட்டிவிட்றாதீங்க" என்று சொல்கிறார். இதையெல்லாம் கேட்டுக் கொண்டே அருகில் வரும் ஊலா, "நீங்க பொய் சொல்றீங்க. எங்க அப்பா ஜெர்மனியில்தான் இருக்காரு" என்று அழுதுகொண்டே அங்கிருந்து ஓடுகிறாள்.

அன்று இரவு வேறொரு ரயிலில் ஏறி இருவரும் பயணத்தைத் தொடர்கிறார்கள். கதவருகே அக்கா நின்றுகொண்டிருக்க தம்பி அவளைப் பயத்துடன் கட்டிக்கொண்டு நிற்கிறான். "அன்பான அப்பா... காற்றில் அலைகிற இலை போல நாங்கள் பயணம் செய்கிறோம். இது என்ன உலகம். எதுவுமே எனக்குப் புரியல. ராத்திரியெல்லாம் எங்களுக்குப் பயமா இருக்கு. ஆனாலும், சந்தோஷமா இருக்கு. உங்களை நோக்கி நாங்க வந்துகிட்டே இருக்கோம்." அப்போது, அங்குவரும் அதிகாரி அவர்களை ரயிலில் இருந்து இறக்கிவிடுகிறார்.

அன்று இரவை வழியில் கழித்துவிட்டு நெடுஞ்சாலையின் வழியே நடந்தே கிளம்புகிறார்கள். சாலையோரம் தனது வேனை நிறுத்தி, அதை சரிபார்த்துக்கொண்டிருக்கும் இளைஞன் ஒருவன் அவர்கள் இருவரையும் பார்க்கிறான். "ஹலோ... எங்க நடந்துபோறீங்க. ஊர் இங்கேயிருந்து ரொம்ப தூரத்துல இருக்கு. என் வண்டியில் இடம் இருக்கு வாங்க" என்று அழைக்க இருவரும் அவனது வண்டியிலேயே கிளம்புகிறார்கள். "நீங்க எங்க போகணும்" "ரொம்ப தூரம்" என்று ஊலா சொல்கிறாள். தான் ஒரு நாடக நடிகன் என்று தன்னை அறிமுகப்படுத்திக்கொள்ளும் இளைஞன் இருவரையும் நகரத்துக்கு அழைத்து வருகிறான். நகரம் வந்ததும் சிறுவனிடம், "அக்கா வண்டியிலேயே தூங்கட்டும். நீ இங்கேயே இரு. நான் வந்துர்றேன்" என்று சொல்லிக் கிளம்புகிறான்.

மழை பெய்து ஈரமாக இருக்கும் அந்தத் தெருவில் தனியாக நிற்கும் அலெக்ஸாண்டர் சாலை வழியே நடந்து ஒரு ஹோட்டலுக்கு வருகிறான். அங்கிருப்பவரிடம் "எனக்கு பசிக்குது" என்று சொல்லி சாப்பிட ஏதாவது கேட்கிறான். "இங்க இருக்கிற மேசையெல்லாம் துடைச்சிடு. நான் சாப்பிட ஏதாவது தர்றேன்..." என்று கடைக்காரன் சொல்ல அவன் அங்கிருக்கும் மேசையையெல்லாம் சுத்தப்படுத்தி விட்டு, அதற்குப் பதிலாக கடைக்காரனிடமிருந்து ரொட்டியை வாங்கிக்கொண்டு திரும்பிவருகிறான். இதற்கிடையில் அவனைக் காணாமல் தேடிவரும் இளைஞனும், ஊலாவும் அவனைப் பார்த்ததும் ஓடிவருகிறார்கள். அக்கா அவனைக் கட்டிக்கொள்கிறாள். "இவ்வளவு நேரம் எங்க போயிருந்தே?" என்று கேட்க "வேலை பார்த்தேன். உனக்காக ரொட்டி வாங்கிட்டு வந்திருக்கேன்" என்று சொல்ல அக்கா அவனைக் கட்டிக்கொண்டு அழுகிறாள்.

அன்றிரவு அந்த நடிகனின் வண்டியிலேயே இருவரும் தூங்குகிறார்கள். காலையில் எழுந்து பார்க்கும்போது வண்டி கடற்கரையில் நிற்கிறது. அங்கு அந்த நடிகன் கலந்துகொள்ளும்

நாடகத்தின் ஒத்திகை நடக்கிறது. அது முடிந்து எல்லோரும் கலைந்துச்செல்ல அக்காவும் தம்பியும் மட்டும் கடற்கரையில் தனியாக நிற்கிறார்கள். தம்பி திரும்பவும் நேற்று இரவு அப்பாவைப் பற்றிய கனவு வந்தது என்கிறான். அங்கிருந்து இருவரும் நடந்தே கிளம்புகிறார்கள். நீண்ட சாலையில் அவர்கள் இருவர் மட்டும் நடந்து வருகிறார்கள்.

மழை பெய்கிறது. குளிரில் இதற்குமேல் என்னால் நடக்கமுடியாது என்று அலெக்ஸாண்டர் சாலையிலேயே உட்கார்ந்துவிடுகிறான். அவனுக்கு ஆறுதல் சொல்லும் ஊலா சாலையோரம் வரும் வாகனங்களை கைக்காட்டி நிறுத்தப் பார்க்கிறாள். அவர்களைப் பொருட்படுத்தாமல் கடந்துச்செல்லும் வாகனங்களில் ஒரு லாரி மட்டும் நிற்கிறது. இருவரும் ஏறிப்பயணத்தைத் தொடர்கிறார்கள்.

மறுநாள் காலை சாலையின் ஓரம் லாரியை நிறுத்திவிட்டு கீழே இறங்கும் டிரைவர் ஊலாவை கீழே இறங்கச் சொல்கிறான். இறங்கும் ஊலா அவனது நோக்கம் புரிந்து அங்கிருந்து ஓடத்துவங்குகிறாள். அவளைப் பிடித்து வலுக்கட்டாயமாக அவளைத் தூக்கிவந்து தார்ப்பாய் மூடப்பட்ட லாரியின் பின்பக்கம் அவளைத் தள்ளிவிடும் டிரைவர் தானும் உள்ளே போகிறான். லாரியிலிருந்து இறங்கும் அலெக்ஸாண்டர் 'ஊலா... ஊலா...' என்று கத்தித் தேடுகிறான். சிறிது நேரம் கழித்து உள்ளிருந்து டிரைவர் இறங்குகிறான். அதன்பிறகு மெதுவாக நகர்ந்து வெளியேவரும் ஊலா அதிர்ச்சியில் உறைந்துபோய் உட்கார்ந்திருக்கிறாள்.

பெய்யும் மழையில் அக்காவும் தம்பியும் அங்கிருந்து சாலை வழியே நடந்தே கிளம்புகிறார்கள். வழியில் இருக்கும் ஒரு சிறிய உணவு விடுதியின் நீள நாற்காலியில் ஊலா உடல் சோர்ந்து படுக்கிறாள். அலெக்ஸாண்டர் வெளியில் பெய்யும் மழையை சன்னல் வழியே பார்த்துக்கொண்டே உட்கார்ந்திருக்கிறான்.

"அன்பான அப்பா... இன்னும் எவ்வளவு தூரத்தில் நீங்கள் இருக்கிறீர்கள்? தம்பி தன் கனவில் உங்களை மிகவும் அருகில்... கை நீட்டினால் தொட்டுவிடும் அருகாமையில் பார்த்ததாகச் சொன்னான். அப்பா... நாங்கள் தொடர்ந்து பயணம் செய்துகொண்டே இருக்கிறோம். எல்லாமே வேகமாக கடந்து போகின்றன. நகரம்... மனிதர்கள்... எல்லாமே. சில நேரங்களில் நாங்க ரொம்ப களைத்துப்போய் உங்களையே மறந்துடறோம். எங்களுக்கு உங்களை நோக்கி வர்றோமா அல்லது பின்னோக்கிப் போறோமாங்கிறதுகூட தெரியலை. பிறகு நாங்க காணாமப் போயிடுவோம். அப்பா..."

அங்கிருந்து இன்னொரு ரயிலில் கிளம்புகிறார்கள். அலெக்ஸாண்டர் கதவோரம் தரையில் தூங்குகிறான். ஊலா கண்ணாடி சன்னல் வழியே வெளியே கடந்துச்செல்லும்

நகரத்தைப் பார்த்துக்கொண்டே சோகமாக நிற்கிறாள். டிக்கெட் இல்லாதவர்களைப் பிடிக்கும் ஒரு போலீஸ் படை ஏறுகிறது. அதைப் பார்த்ததும் இருவரும் அங்கிருந்து இறங்கி ஓடுகிறார்கள்.

ஓடும் வழியில் தாங்கள் முன்னால் பார்த்த நாடக நடிகனைப் பார்க்கிறார்கள். அவனிடம் அலெக்ஸாண்டர் தாங்கள் போலீசிடமிருந்து தப்பித்து ரயிலிலிருந்து இறங்கி ஓடிவந்ததைச் சொல்கிறான். இங்கிருந்து நாங்க போக நீங்க உதவமுடியுமா? என்று கேட்கிறான். நடிகன் உடனே இருவரையும் தன் பைக்கில் ஏற்றிக்கொண்டு அங்கிருந்து கிளம்புகிறான். மூவரும் யாருமில்லாத கடற்கரைக்கு வருகிறார்கள். மகிழ்ச்சியாக விளையாடிவிட்டு நடிகன் அவர்கள் இருவரையும் அடுத்த ரயிலில் ஏற்றிவிடுவதற்காக ரயில் நிலையத்துக்கு அழைத்துவருகிறான்.

அன்போடு நடந்துகொள்ளும் அவனைப் பிரிய மனமில்லாத ஊலா, "நாங்க இப்ப போகல... சாயங்காலம் போறோம்" என்று சொல்ல அவன் இருவரையும் ஒரு எளிய விடுதியில் தங்கவைக்கிறான். ஊலாவுக்கு அவனைப் பிடித்திருக்கிறது. அன்று இரவு ஊலா தன் தம்பியை அழைத்துக்கொண்டு நடிகனிடம் சொல்லிக்கொள்ளாமல் கிளம்புகிறாள். நடிகன் அவர்களைக் காணாமல் வண்டியில் தேடிவருகிறான். "நான்தான் உங்களை ரயில்வே ஸ்டேஷனுக்கு கூட்டிட்டுப் போறேன்னு சொன்னேன்ல... அப்புறம் ஏன் வந்திட்டீங்க..." என்று அவன் சொல்லச்சொல்ல அதைக் கேட்காத மாதிரி ஊலா நடந்துகொண்டே இருக்கிறாள். அருகில்வரும் அவன் சோகம் ததும்பியிருக்கும் ஊலாவின் முகத்தைப் பார்த்ததும் அவளை ஆறுதலாகக் கட்டிக்கொள்கிறான். ஊலா அவனைப்

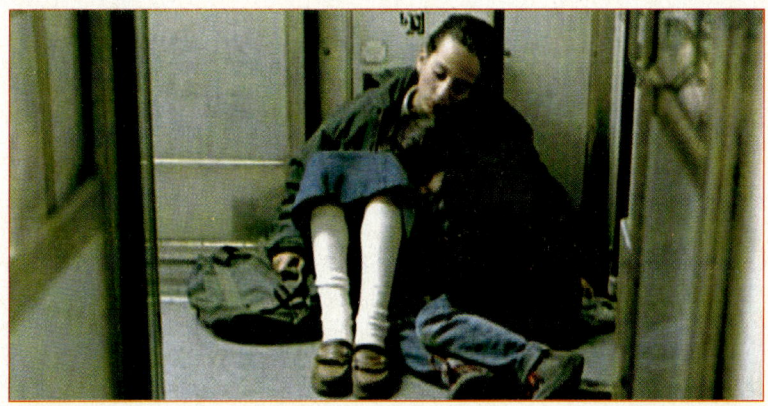

பிரிகிற சோகத்தில் வாய்விட்டு அழுகிறாள். ஏதும் பேசமுடியாத ஊலா தன் தம்பியை அழைத்துக்கொண்டு அங்கிருந்து நடக்கிறாள்.

இருவரும் ரயில்வே ஸ்டேஷனுக்கு வருகிறார்கள். இம்முறை எல்லையைத் தாண்டிப் போவதால் பயணச்சீட்டு இல்லாமல் பயணம் செய்யமுடியாது என்ன செய்வது என்று யோசிக்கும் ஊலா அங்கு ராணுவ உடையிலிருக்கும் ஒருவனிடம் பணம் கேட்கிறாள். அவன் சிறுமியான அவளிடம் எதையோ எதிர்பார்த்து பிறகு பணத்தைக் கொடுக்கிறான். அக்காவும் தம்பியும் முதன்முறையாக டிக்கெட் எடுத்து இருக்கையில் அமர்ந்து பயணிக்கிறார்கள். பரிசோதகர் வந்து டிக்கெட் கேட்க ஊலா கொடுக்கிறாள். அதை அவர் பரிசோதித்துவிட்டு திருப்பித்தர அக்காவும் தம்பியும் ஒருவரை ஒருவர் பார்த்து புன்னகைத்துக் கொள்கிறார்கள். திடீரென்று ரயிலில் ஒரு அறிவிப்பு வருகிறது. "ஜெர்மனிக்குச் செல்லும் பயணிகள் எல்லைப் பரிசோதனைக்காக தயவுகூர்ந்து தங்கள் பாஸ்போர்ட்களை எடுத்து வைத்துக்கொள்ளவும்" அறிவிப்பு இருமுறை வெளியாக ஊலா அதிர்ச்சியடைகிறாள்.

அன்று இரவு. எல்லையில் துப்பாக்கி ஏந்திய வீரன் காவல் காக்கிறான். ஊலாவும் அலெக்ஸாண்டரும் அவன் கண்ணில் படாமல் உள்ளே நுழைகிறார்கள். "அந்த நதிக்கு அந்தப் பக்கம்தான் ஜெர்மனி இருக்கு" என்று ஊலா சொல்கிறாள். கண்காணிக்கும் விளக்கின் வெளிச்சம் உயரத்திலிருந்து சுற்றிவருகிறது. இருவரும் ஒளிந்துகொள்கிறார்கள். ஆற்றங்கரைக்கு வருகிறார்கள். ஒரு படகு அங்கு தனியாக இருக்கிறது. "வா…" என்று சத்தமில்லாமல் தம்பியை அழைக்கிறாள். இருவரும் படகில் ஏறி அமர்கிறார்கள். "பயமா இருக்கா" "இல்ல". படகு மெல்ல இருட்டுக்குள் பயணிக்கிறது. இருட்டுக்குள் படகு மறையும்போது கண்காணிக்கும் விளக்கின் வெளிச்சம் நதியில் நகர்ந்துவருகிறது. இருவரும் படகில் போவது தெளிவாகத் தெரிகிறது. கண்காணிக்கும் ராணுவ வீரர்கள் கூச்சலிட அதைத் தொடர்ந்து துப்பாக்கிகள் வெடிக்கின்றன.

பனிபடர்ந்து எதுவுமே தெரியாத நிலப்பரப்பு. "அக்கா, எந்திரி... வெளிச்சம் வந்திருச்சு. நாம ஜெர்மனியில் இருக்கோம்" "எனக்குப் பயமா இருக்கு" என்ற ஊலாவின் குரல் சன்னமாகக் கேட்க வழக்கமாக அக்கா சொல்லும் கதையை இம்முறை தம்பி சொல்லத் துவங்குகிறான். சிறுவனின் குரல் ஒலிக்க பனி மெல்ல விலகுகிறது. பழுப்பு நிறப் புற்கள் முளைத்த அந்த நிலப்பரப்பின் தூரத்தில் ஒரு மரம் நிற்பது தெரிகிறது. தம்பி ஆறுதலாக அக்காவின் கையைப் பிடித்துக்கொள்கிறான். இருவரும் அந்த மரம் நோக்கி மெல்ல ஓடத்துவங்குகிறார்கள். அந்த மரத்தை தங்கள் தந்தையைப் போல இருவரும் கட்டிக்கொள்ள கொல்லப்பட்ட குழந்தைகளின் கனவெனக் காட்சி உறைய கலங்கவைக்கும் இசையுடன் படம் நிறைவடைகிறது.

சிறுவர்களின் ஏக்கத்தையும், அன்பையும் அலைச்சலையும் பதிவு செய்யும் இப்படம் முடியும்போது நமக்குள் நிகழ்த்தும் பாதிப்பு கடுமையானது. சிரித்துக்கொண்டே அக்காவுடன் பயணிக்கும் தம்பி இறக்கும் நிலையில் இருக்கும் ஒரு கழுதையின் துன்பத்தைப் பார்த்து முதன்முறையாக அழுகிற காட்சி நெகிழ்ச்சியானது. ராணுவ வீரனிடம் இரவலாகப் பணம் கேட்பதும் அவன் அதைத் தருவதற்காக ஊலாவைத் தனியாக அழைக்கையில் அவளும் ஒருவிதமான எதிர்பார்ப்புடன் அவனை நோக்கிச் செல்வதும் உரையாடலே இல்லாமல் இருவரின் மன உணர்வுகளைச் சொல்லும் இந்தக் காட்சி திரைப்பட மொழியின் உன்னதம்.

நாடக நடிகர்களின் ஒத்திகையும், கடற்கரையில் உடைந்த கையை ஹெலிகாப்டர் தூக்கிச் செல்லும் காட்சியும் குறியீடு சார்ந்த கவிதைகள். திரைப்படத்தை பரிசோதனைத் தன்மையுடன் தீவிரமான காட்சிகளின் வழியே பதிவுசெய்யும் இப்படம் வெனிஸ் திரைப்பட விழாவில் வெள்ளிச் சிங்கம் விருது பெற்றது. 1988-ல் வெளியான இந்த கிரீஸ் நாட்டுப் படத்தின் இயக்குனர் தியோ ஆஞ்ஜலோபோலஸ் (Theo Angelopoulos).

ஒருவர் ஒளிந்துகொள்வதும் இன்னொருவர் அவரைக் காணாமல் தேடிப் பிடிப்பதும் சிறுவயது விளையாட்டுகளில் முக்கியமானது. ஆனால், நிஜத்தில் ஒருவரை ஒருவர் தேடி அலைய நேர்வது சோகமானது. அப்பாவைத் தேடி ஜெர்மனியின் எல்லைக்குள் நுழைவதற்காக ஒரு ரயில் நிலையத்தில் உட்கார்ந்திருக்கும்போது அலெக்ஸாண்டர் ஊலாவிடம், "அக்கா.. எல்லைன்னா என்ன?" என்று கேட்பான். அகதிகளாக வெளியேறும் ஒவ்வொரு சிறுவனிடத்திலும் இந்தக் கேள்வி இருக்கிறது. நாகரிகம் அடைந்து பண்பட்ட மொழிகள் உலகம் முழுக்க இருந்தாலும் அந்த கேள்விக்கான பதிலை எப்படி விளக்கமுடியும்?

Theo Angelopoulos

1936-ல் கிரீஸ்-ஏதேன்ஸில் நடுத்தர வணிகக் குடும்பத்தில் பிறந்தார். கிரீஸில் ஜெர்மனியும் இத்தாலியும் ஊடுருவிய காலத்தில் இவரது குழந்தைப்பருவ நினைவுகள் போர் விமானங்களின் சப்தங்களால் ஆனது. இவரது அப்பாவைத் திரும்பப் பார்க்கமுடியாமல் திடீரென அரசு கைதுசெய்ததும், இவரது சகோதரி ஊலா பதினோரு வயதில் இறந்ததும் இவரைப் பெரிதும் பாதித்தது. அப்போது கவிதைகள் எழுதத்துவங்கிய இவர் பின்னாளில் சட்டம் பயின்றார்.

கட்டாய ராணுவ சேவைக்குப் பிறகு திரைப்படம் கற்க பாரீசுக்குப் போனார். ஒழுக்க நடவடிக்கையாக கல்லூரி இவரை வெளியேற்றியது. பிறகு ஒரு ஆவணப்பட இயக்குனர் நடத்திய பயிற்சிப் பட்டறையில் சேர்ந்து திரைக்கல்வி பயின்றார். பிறகு இடதுசாரிப் பத்திரிகை ஒன்றில் திரைப்பட விமர்சகராக இருந்தார். 'ஒரு காட்சியை பல ஷாட்களாகத் துண்டிக்கும்போது அந்தக் காட்சியின் ஊடாக இயங்கிக் கொண்டிருக்கும் காலம் அறுபடுகிறது' என்று சொல்லும் இவர் நீண்ட காட்சிகளைக் கொண்ட படங்களை எடுக்கிறார். நவீன சினிமாவின் மிக முக்கியமான இயக்குனர்.

இவரது பிற படங்கள்

The Dust of Time (2007) (pre-production) To Each His Cinema (2007) Trilogy: The Weeping Meadow (2004) Eternity and a Day (1998) Lumiere and Company (1995) Ulysses' Gaze (1995) The Suspended Step of the Stork (1991) Landscape in the Mist (1988) The Beekeeper (1986) Voyage to Cythera (1984) Athens, Return to the Acropolis (1983) (TV) One Village, One Villager (1981) (TV) Alexander the Great (1980) The Hunters (1977) The Travelling Players (1975) Days of 36 (1972) Resurrection of a Crime (1970) Broadcast (1968)

Technical Details

Landscape in the mist / 1988 / Greece / 127min / colour / Director-Theodoros Angelopoulos / Writers-Theodoros Angelopoulos, Tonino Guerra / Cast-Tania Palaiologou, Eva Kotamanidou, Vangelis kazan, Kiriakos katrivanos / Music-Eleni Karain drou / Cinematography-Giorgos Arvanitis

48

பி வித் மி
BE WITH ME

நீங்கள் எப்போதெல்லாம் தனியாக இருப்பதாக உணர்கிறீர்கள்? நண்பர்களோ உறவினர்களோ யாரும் உடனில்லாதபோது நாம் தனிமையை உணர்கிறோம். ஏனெனில் அன்பும், அது தரும் தனிமை உணர்வும் பிரிக்கமுடியாதவை. இளம் வயதில், நடுத்தரவயதில், முதுமையில் என்று வயதுக்குத் தகுந்தமாதிரி இந்த அன்பும் தனிமையும் வேறுபடுகின்றன. அன்பைத் தேடும் அந்தத் தனிமை உணர்வுடன் நகரத்தின் வெவ்வேறு இடங்களில் வசிக்கும் நான்குபேரின் கதைதான் 'Be with me'.

தளர்ந்த வயதான விரல்கள் அந்த டைப்ரைட்டரில் காகிதத்தைவைத்து எழுத்துக்களைத் தடவி டைப் செய்யத் துவங்குகின்றன. 'உண்மையான அன்பு எங்கே இருக்கிறது என் அன்பே? உன் கதகதப்பான இதயத்தில்' எழுத்துகள் காகிதத்தில் நகர்ந்து முடிகின்றன.

அடுத்து, பள்ளி மாணவியான ஜாக்கியின் விரல்கள் கம்ப்யூட்டரின் விசைப் பலகையில் உள்ள எழுத்துக்களை அழுத்துகின்றன. இன்டர்நெட்டில் சேட்டிங் செய்கிறாள். 'நெருக்கமான நட்பில் உங்களுக்கு நம்பிக்கையிருக்கிறதா' 'ஆம்' என்று எதிர்முனையிலிருந்து பதில் வருகிறது. உடனே இருவரும் செல்போன் எண்களைப் பகிர்ந்துகொள்கிறார்கள். உடனே எஸ்.எம்.எஸ் அனுப்புகிறார்கள்.

ஜாக்கி என்ற அவளுக்கும் சாம் என்ற இன்னொரு மாணவிக்கும் இடையில் நட்பு துவங்குகிறது.

பலசரக்குக்கடை வைத்திருக்கும் அந்த முதியவர் காலையில் எழுகிறார். தன் மனைவி இறந்தபின் யாருமற்ற வீட்டில் தனியாக வசிக்கும் அவர், இன்னும் தன் மனைவி உயிரோடு இருப்பதாக எண்ணிக்கொள்கிறார். யாருடனும் பேசாமல் தனியாகத் தன் கடையில் இருக்கிறார். உணவைச் சமைத்து எடுத்துக்கொண்டு மருத்துவமனைக்குப் போகிறார். தன் நினைவிலிருக்கும் மனைவிக்கு உணவை ஊட்டுவதாகக் கற்பனை செய்துகொண்டு அங்கேயே உட்கார்ந்திருக்கிறார். இரவானதும் உணவை எடுத்துக்கொண்டு வீட்டுக்குத் திரும்பிவருகிறார்.

நடுத்தர வயதைச் சேர்ந்த திருமணமாகாத காவலாளி காக்சென் நண்பர்கள் யாரும் இல்லாததால் தன் வேலை நேரம்போக மற்ற நேரங்களில் சாப்பிட்டுக்கொண்டே இருக்கிறான். அதிகமாக சாப்பிட்டு உடல் பருமனான அவன் சாப்பிட்டு முடித்ததும் தன் வீட்டில் தனியாகப் படுத்திருக்கிறான்.

கண் தெரியாத வாய் பேசமுடியாத அறுபது வயதான தெரஸா இன்னொரு அடுக்குமாடிக் குடியிருப்பில் டைரைட்டரின் முன்னால் அமர்ந்திருக்கிறாள். கணவனை இழந்த அவள் கண் தெரியாத சிறுவர்களுக்கான பள்ளியில் பணிபுரிகிறாள். வீட்டில் இருக்கும் நேரத்தில் சிறுவயதிலேயே கண்களை இழந்தும் படிப்படியாக முன்னேறிய தனது வாழ்க்கைக் கதையை டைப்ரைட்டரில் எழுதிக்கொண்டு இருக்கிறாள்.

இப்படி, அந்த நகரத்தின் அன்றைய இரவில் நான்கு பேரும் விதவிதமான தனிமையில் இருக்கிறார்கள். காவலாளி தனிமையில் படுத்திருக்கிறான். ஜாக்கி, தனது சேட்டிங் தோழியை நாளை சந்திக்கப்போகிறோம் என்ற மகிழ்ச்சியில் இருக்கிறாள். வயதானவர் இறந்துபோன தன் மனைவியின் நினைவில் இருக்கிறார். கண் தெரியாத தெரஸா தனது வாழ்க்கைக் கதையை டைப்ரைட்டரில் எழுதிக்கொண்டிருக்கிறாள்.

மறுநாள். காவலாளி தான் வேலை செய்யும் அடுக்குமாடி அலுவலகத்தில் உள்ள தொலைக்காட்சித் திரையில் அந்த அலுவலகத்தில் நடக்கும் விஷயங்களைக் கண்காணிக்கிறான். அப்போது அந்த அலுவலகத்துக்குள் வரும் ஒரு அழகிய பெண்ணைப் பார்க்கிறான். அவளையே பின்தொடர்கிறான். கண்காணிக்கும் அறையிலிருந்து வெளியேவந்து அவளைப் பார்க்கிறான். அவளைத் தேடத் துவங்குகிறான். இன்னொருபுறம் பெண் தோழிகளான ஜாக்கியும் சாமும் சந்திக்கிறார்கள். சினிமாவுக்குப் போகிறார்கள். ஒருவர் தோளில் ஒருவர் சாய்ந்து இருவரும் மேலும், நெருக்கமாகிறார்கள். இரவு விருந்துகளில் கலந்து கொண்டு நடனம் ஆடுகிறார்கள். ஒரே அறையில் தங்குகிறார்கள்.

அன்றிலிருந்து காவலாளி தான் அலுவலகத்தில் பார்த்த பெண்ணை பின் தொடர்கிறான். இரவானதும் அவள் தங்கியிருக்கும் இடத்தைக் கண்டுபிடித்துப் போய் தூரத்தில் நின்று அவள் வீட்டுக்குள் உலவிக்கொண்டு இருப்பதைப் பார்க்கிறான். அவள் மீதிருக்கும் தன் அன்பை வெளிப்படுத்த நினைத்து ஒரு வாழ்த்து அட்டையை வாங்குகிறான்.

நெருக்கமாக இருந்த தோழிகள் சில நாளில் பிரிகிறார்கள். சாம் ஒரு பையனைக் காதலிக்கத் துவங்குகிறாள். அதனால், அவள் ஜாக்கியைத் தவிர்க்கிறாள். ஜாக்கி அவளுக்கு போன் செய்து, "ஏன் என்னைத் தவிர்க்கிறாய்..?" என்று கேட்கிறாள். பதில் இல்லை. "சாம்... என் வேதனையை உன்னால் உணர முடியவில்லையா? என்ன செய்றதுன்னே எனக்குத் தெரியல. நீ என்னைத் தண்டிக்கணும்னு நினைச்சா அதுக்கு மேலயே என்னைத் தண்டிச்சிட்ட... என்னால் தூங்கமுடியல. பதில் சொல்லு ப்ளீஸ். அன்புடன் ஜாக்கி'' என்று மின்னஞ்சல் அனுப்புகிறாள். பதிலில்லை. காலையில் சாம் வீட்டுக்கு வெளியில் வந்து நின்று எஸ்.எம்.எஸ் அனுப்புகிறாள். பதில் இல்லை. ஜாக்கி அங்கிருந்து அழுதுகொண்டே ஓடுகிறாள்.

தனிமை கொண்ட இரவுகள் கழிந்துகொண்டே இருக்கின்றன. ஜாக்கி பிரிவு தாங்காமல் இரவெல்லாம் விழித்திருக்கிறாள். காவலாளி வாங்கிவைத்த வாழ்த்து அட்டையில் என்ன எழுதிக் கொடுப்பது என்று இரவெல்லாம் யோசிக்கிறான். மனைவியை இழந்த முதியவர் கடையைப் பூட்டிக்கொண்டு உள்ளே அமர்ந்திருக்கிறார். வயதான தெரஸா தனியாக இரவு உணவைச் சமைத்துக்கொண்டு இருக்கிறாள்.

பலசரக்குக்கடை வைத்திருக்கும் முதியவரின் மகன் சமூக சேவைகள் செய்கிறான். அவனுக்கும் தெரஸாவுக்கும் அறிமுகம் இருக்கிறது. அவன் வாரத்துக்குச் சில நாட்கள் தெரஸாவை கடைகளுக்கு அழைத்துச்சென்று உதவுகிறான். ஆங்கிலத்தில் தெர்சா எழுதும் சுயசரிதையை மொழிபெயர்ப்பு செய்கிறான்.

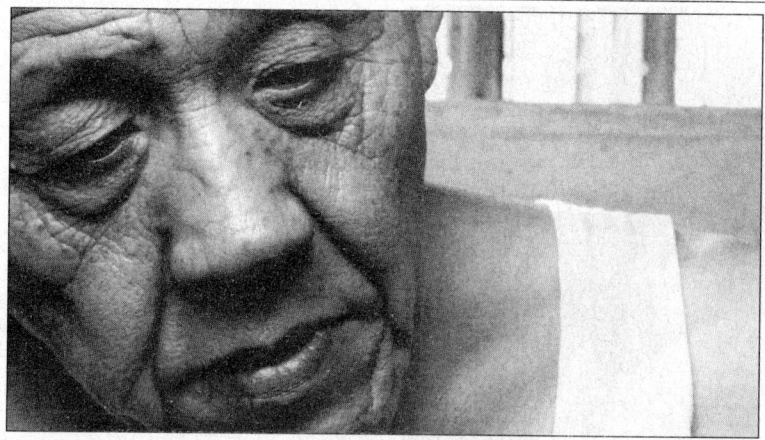

இதனால், அடிக்கடி தெரஸாவைச் சந்திக்கிறான். அன்று அப்பாவைப் பார்ப்பதற்காக வீட்டுக்குப் போகிறான். கடையைப் பூட்டிவிட்டு, வீட்டில் அப்பா உட்கார்ந்துகொண்டே தூங்குகிறார். அவரைத் தொந்தரவு செய்ய விரும்பாமல் தெரஸாவின் வீட்டுக்கு வருகிறான். அவனைப் பார்த்ததும் அவனது அப்பாவைப் பற்றி விசாரிக்கும் தெரஸா, ''அப்பாவை அடிக்கடிப்போய் பார்த்துக்கொள்'' என்று சொல்கிறாள். சரி என்று அவளது உள்ளங்கையைத் தொட்டு சைகை மொழியில் பதில் சொல்லிவிட்டு கிளம்புகிறான்.

அந்த வாரத்தில் தெரஸாவின் நூலை அவன் மொழிபெயர்த்து முடிக்கிறான். முடித்ததும் தன் அப்பாவிடம் அதைப் படிக்கக் கொடுப்பதற்காக அப்பாவின் வீட்டுக்கு வருகிறான். அன்று இரவு அப்பாவுடன் அவர் சமைத்த உணவைச் சாப்பிடுகிறான். "அம்மா இறந்ததையே நினைச்சுட்டு இருக்காதீங்க. உடம்பைப் பார்த்துக்கங்க" என்று சொல்லிவிட்டு நூலின் அச்சுப் பிரதியைக் கொடுத்துவிட்டு அங்கிருந்து கிளம்பும்போது, "இந்த நூலை எழுதிய தெரஸா அம்மாவின் வீட்டுக்குத்தான் போகிறேன். அடுத்தவாரம் திரும்பவும் உங்களைப் பார்க்க வருகிறேன்" என்று சொல்லிக் கிளம்பும்போது அப்பா தான் சமைத்த உணவுகளை தெரஸாவிடம் கொடுக்குமாறு கொடுத்தனுப்புகிறார். தெர்சாவின் வீட்டுக்கு வரும் அவன் அப்பா சமைத்ததைக் கொடுக்கிறான். அதைச் சாப்பிடும் தெரஸா அவனது அப்பாவின் சமையலை மிகவும் புகழ்ந்து விரும்பிச் சாப்பிடுகிறாள்.

அவளது வாழ்க்கை வரலாறைப் படிக்கத்துவங்கும் அப்பா நெகிழ்ந்துபோகிறார். அவர் அதை படித்துக்கொண்டு இருக்கும்போது அவரது மகன் வருகிறார். "அப்பா உங்கள் சமையல் ரொம்ப நல்லாருக்குன்னு தெரஸா சொன்னாங்க" என்று சொன்னதும் அதைக் கேட்ட அப்பா மகிழ்ச்சியடைகிறார்.

உலக சினிமா-II

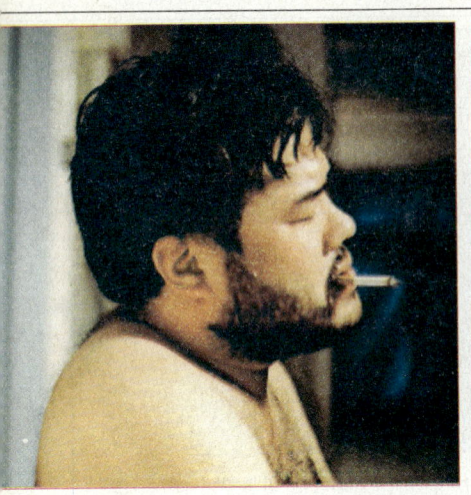

உடனே சமைக்கத்துவங்குகிறார். மறுநாளும் அவரது சமையலைச் சாப்பிட்டு அவள் பாராட்ட, "உங்களுக்கு ஏதாவது பிடிக்கும் என்றால் அப்பா சமைத்துத் தருவார்" என்று மகன் சொல்கிறான். தெரஸா தன் விருப்பத்தைச் சொல்ல அப்பா மீன் கடைக்குப்போய் அதை பக்குவமாகச் சமைத்து மகனிடம் கொடுத்தனுப்புகிறார்.

அதைக் கொண்டுசெல்லும் மகன் தெரஸாவைப் பார்த்ததும், "அப்பா... உங்கள் புத்தகம் மிகவும் பாதிப்பைத் தந்ததாகச் சொன்னார்" என்கிறான். "உன் அப்பா அருமையாகச் சமைக்கிறார்" என்று அவளும் பாராட்டுகிறாள். "அப்பா உங்களுக்காகச் சமைப்பதில் ரொம்ப சந்தோஷப்படுகிறார். நீங்க அவர் சமையலைப் பாராட்டுனதைக் கேட்டு ரொம்ப மகிழ்ச்சியடைந்தார்" என்று அவளது உள்ளங்கையில் தன் விரல்களால் தொட்டுக் காட்டி சைகை மொழியால் புரியவைக்கிறான். இதற்கிடையில் தன் தனிமையிலிருந்து கொஞ்சம் விடுபட்ட அப்பா தினமும் சமைப்பதை ஈடுபாட்டுடன் செய்யத் துவங்குகிறார். நீண்ட நாட்களாக அடைத்திருந்த தன் கடையைத் திறக்கிறார்.

அன்று ஒரு முடிவோடு காவலாளி சில நாட்களாக தான் வைத்திருந்த வாழ்த்தட்டையில் ஒரு கவிதைப் புத்தகத்தைப் பார்த்து சில வாசகங்களை எழுதுகிறான். அதை எடுத்துக்கொண்டு தனக்குப் பிடித்த பெண்ணிடம் கொடுப்பதற்காகக் கிளம்புகிறான். இன்னொருபுறம் அன்றுவரை தனது தோழியைப் பார்க்கவே முடியாத ஜாக்கி மனம் உடைந்து மொட்டைமாடியின் மீது ஏறி நிற்கிறாள். அவளுக்கு கடைசியாக ஓர் எஸ்.எம்.எஸ் அனுப்பிவிட்டு உயரத்திலிருந்து தனது செல்போனைக் கீழே போடுகிறாள். அப்போது அந்த வழியே கீழே நடந்துவரும் காவலாளி தன் காலருகே உடைந்து விழும் செல்போனைப் பார்த்து உயரே

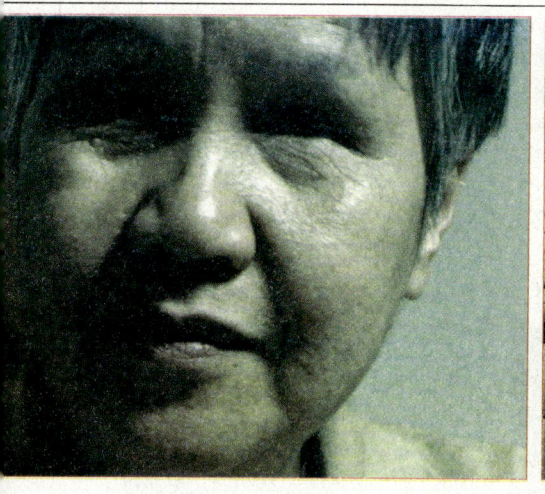

நிமிர்கிறான். மேலிருந்து குதிக்கும் ஜாக்கி காவலாளியின் மேல் குதிக்கிறாள். காவலாளி மேல் விழுந்ததால் காயங்களுடன் அவள் மருத்துவமனையில் சேர்க்கப்படுகிறாள். காவலாளி அங்கேயே தலையில் அடிபட்டு உயிரிழக்கிறான்.

தெரஸா தனது வீட்டில் தனியாக இறந்த கணவரின் நினைவோடு அமர்ந்திருக்கிறாள். "இன்றும் அந்த நாள் வரும்போது என்னால் கண்ணீரைக் கட்டுப்படுத்த முடியவில்லை. நான் பாசமிக்க குடும்பத்தையும் அன்பையும் கனவு காண்கிறேன். ஆனால், அதை நான் என்றைக்குமாக இழந்துவிட்டேன். எனது இனிய கனவுகள் அனைத்தும் முடிந்துவிட்டன!"

அப்பா சமையல் செய்து கேரியரில் வைத்துக்கொண்டு மகனிடம் கொடுத்தனுப்பத் தயாராக இருக்கிறார். மகனிடமிருந்து தொலைபேசி வருகிறது. "நான் வரத் தாமதமாகும். எனக்காக நீங்கள் தெரஸா வீட்டுக்குப் போகமுடியுமா?" என்று கேட்கிறான். அப்பா சாப்பாடு கேரியரை ஒரு பிளாஸ்டிக் பையில் எடுத்துக்கொண்டு கிளம்புகிறார்.

தெரஸா வீட்டில் காத்திருக்கிறாள். அப்பா அந்த அடுக்குமாடிக் குடியிருப்பின் உள்ளே வீட்டைத் தேடிவந்து கதவைத் தட்டுகிறார். சத்தம் கேட்டதும் கதவைத்திறக்கும் தெரஸா கண் தெரியாததால், "நல்லா வாசனை வருதே... இன்னைக்கு அப்பா என்ன சமைச்சுக் கொடுத்திருக்கார்" எனக் கேட்க, அப்பா அமைதியாக நிற்கிறார். கதவைத் திறக்கும் தெரஸா அவரது கையையும் சுருக்கம் விழுந்து தளர்ந்த அவரது முகத்தையும் தொட்டுப் பார்த்து, "நீங்கள் அவருடைய அப்பாவா?" என்று கேட்க, அப்பா அவளது புறங்கையில் "ஆமாம்" என்பது போல தொட்டுக் காட்டுகிறார். "வாங்க... வாங்க..." என்று அவரை மகிழ்ச்சியுடன் வரவேற்று,

அவரை அமரச் சொல்லிவிட்டு தெரஸா தடவித்தடவி பாத்திரங்களை எடுத்துத் தேனீர் ஊற்றுகிறாள். அங்கு உட்கார்ந்திருக்கும் நேரத்தில் அப்பாவுக்கு மருத்துவமனையில் இறந்துபோன தன் மனைவியின் ஞாபகம் வர தாங்கமுடியாமல் மௌனமாக அழத்துவங்குகிறார். தேனீர் கொண்டுவரும் தெரஸா அவர் அழுவதை உணர்ந்து, அருகில் வருகிறாள். அவரை ஆறுதலாகக் கட்டிக்கொண்டு தட்டிக்கொடுக்கிறாள்.

காகிதம் பொருத்தப்பட்ட டைப்ரைட்டர். தெரஸாவின் விரல்கள் எழுத்துக்களைத் தடவிக் கண்டுபிடித்து அடிக்கத்துவங்க

காகிதத்தில் ஒவ்வொரு எழுத்துகளாக தட்டச்சாகின்றன. ''என் அன்புக்குரியவரே... என்னுடன் இருங்கள். என்னுடைய புன்னகை என்றும் மங்காதிருக்கும்'' திரை இருள இசை பெருகுகிறது.

நகர வாழ்க்கையில் அன்புக்கான ஏக்கத்தையும், நாம் அடைந்துவரும் தனிமையையும் இப்படம் நுணுக்கமாகப் பதிவு செய்கிறது. நால்வரின் கதையையும் துண்டுதுண்டாக வரிசையின்றி அடுக்கி ஏதோ ஒரு புள்ளியில் இணைக்கிற உத்தி புதுமையானது.சின்ன வயதிலிருந்தே அடித்து வளர்க்கப்பட்ட காவலாளியின் தாழ்வுணர்ச்சியும், லிஃப்ட்டில் சிறுவனை அடித்துக்கொண்டே வரும் அப்பாவை, அவன் அடிப்பதும் மனவியலை வெளிப்படுத்தும் இயல்பான இடங்கள்.

தெரஸா சான் என்கிற பெண்ணின் சுய வரலாற்றை அடிப்படையாகக்கொண்டு அவரையே நடிக்கவைத்து ஒரு உண்மைக் கதையோடு இரண்டு கற்பனைக் கதைகளை இணைத்த விதம் அவள் தன் வாழ்க்கையை நினைத்துப் பார்க்கும்போது வசனமின்றி வெறும் எழுத்துகளை மட்டும் திரையில் போடும் உத்தியும் புதுமையானது. மிகக்குறைவான வசனங்களோடு வாழ்க்கையின் இயல்பான தன்மையுடன் எடுக்கப்பட்ட இந்த சிங்கப்பூர் நாட்டுப்படம் பல விருதுகளைப் பெற்றது. டிஜிட்டலில் எடுக்கப்பட்ட இப்படத்தின் இயக்குனர் எரிக் கூ (Eric Khoo).

நாகரிகம் வளரவளர நாம் தனிமைப்பட்டுக்கொண்டே இருக்கிறோம். சக மனிதனிடமிருந்து அந்நியமாகிக்கொண்டே இருக்கிறோம். குழந்தைகளுக்கும் முதியவர்களுக்கும் காப்பகங்கள். பெண்களுக்கும் ஆண்களுக்கும் விடுதிகள். பணம் தேடி கணவனும்

Eric Khoo

1965-ல் சிங்கப்பூரில் வசதியான குடும்பத்தில் பிறந்தார். இரண்டு வயதிலிருந்தே அம்மா தன்னை திரைப்படங்களுக்கு அழைத்துப் போனதால் சிறுவயதிலிருந்தே திரைப்படங்களின் மீது ஈடுபாடு ஏற்பட்டது. தனது எட்டு வயதிலேயே வீட்டிலிருந்த 8 mm கேமராவில் சிறிய அனிமேஷன் படங்களை எடுத்துப் பார்த்தார். பிறகு சிட்னியில் உள்ள சிட்டி ஆர்ட் கல்லூரியில் ஒளிப்பதிவைக் கற்றார். விருதுகள் வாங்கிய நிறையக் குறும்படங்களை எடுத்தார்.

'மனித வாழ்வோடு மிகவும் நெருக்கமான கதைகளையே எடுக்க விரும்புகிறேன். சில கருத்துகளை மட்டுமே வைத்துக்கொண்டு அதைத் திரைப்படமாக உருவாக்குகிறேன். திரைக்கதைக்கென ஒரு வடிவத்தை வைத்துக்கொண்டு படம் பிடிப்பது எனக்குப் பிடிக்காது. திரைப்படத்துக்கென வசனம் எழுதுவதை நான் வெறுக்கிறேன்' என்று சொல்லும் இவர் சிங்கப்பூரின் மிக முக்கியமான இயக்குனர்.

இவரது பிற படங்கள்

Digital Sam in Sam Saek 2006: Talk to Her (2006) (segment "No Day Off") Be with Me (2005) Home VDO (2000) "Drive" (1998) TV Series 12 Storeys (1997) Mee Pok Man (1995) Pain (1994) Symphony 92.4 FM (1993) The Watchman (1993) The Punk Rocker and... (1992) August (1991/I) Hope and Requiem (1991) Barbie Digs Joe (1990)

Technical Details

Be With Me/2005/Singapore/93min/colour/Director-Eric Khoo/Writers-Theresa chan,Eric khoo/Cast-Ng Sway Ah,Sanwan Bin rais,Theresa poh lin chan,John choong,Elizabath choy/Editor-Low Hwee ling/Music-Kevin Mathews, Christine Sham/Cinematography-Adrian Tan.

மனைவியும் ஆளுக்கொரு திசையில் ஓட வீடு என்பதன் அர்த்தம் ஞாயிற்றுக்கிழமைகளில் மட்டுமே மீதமிருக்கிறது. அன்பின் வழியது உயிர்நிலை என்கிறது குறள். இவ்வளவு மனித நெரிசலில் அது கிடைக்காமல் தனிமைகொள்வது எத்தனை சோகம்!

49

தி போஸ்ட்மேன்
THE POSTMAN

காதலிக்கும் பருவத்தில் உங்களுக்கு யாரெல்லாம் உதவினார்கள்? சங்க காலத்தில் இருந்து இன்றுவரை ஒரு தோழனோ தோழியோ உதவாமல் காதல்கதை இல்லை. அதுபோல கடிதங்கள் கொடுக்கும் ஒரு தபால்காரருக்கு காதல் வருகிறது. உதவியாக உடனிருந்த தோழர் உலகம்போற்றும் பிரபலமான கவிஞர். நகைச்சுவையான அந்தக் காதல் உணர்வின் கதைதான் 'The postman'.

மீனவக் குடும்பத்தில் பிறந்து, வேலையில்லாமல் கடற்கரையில் சுற்றித் திரியும் மரியோ ஒரு நாள் திரையரங்கத்துக்குப் போகிறான். அங்கு 'பாப்லோ நெருடா' என்ற பெயருடைய உலகப்புகழ் பெற்ற கவிஞர் தனது நாட்டிலிருந்து வெளியேறி இந்த நாட்டுக்கு வந்திருப்பதாக செய்திப்படம் ஓடுகிறது. அதிகம் காதல் கவிதைகளை எழுதியிருப்பதால் அவர் பெண்களை அதிகம் வசீகரிக்கிறவர் என்பதும் தன் நாட்டிலிருந்து அனுமதி வரும்வரை இந்த ஊரில்தான் அவர் தங்கியிருப்பார் என்ற செய்தியும் மரியோவுக்குத் தெரிகிறது. அன்று படம் முடிந்து வீடு திரும்பும் வழியில் 'போஸ்ட்மேன் வேலைக்கு ஆள் தற்காலிமாகத் தேவை' எனும் அறிவிப்பை மரியோ பார்க்கிறான். மறுநாளே அந்த வேலையில் சேர்கிறான்.

அந்த அஞ்சலகத்தில் வேலை செய்யும் அதிகாரி மரியோவிடம் "பாப்லோ நெருடாவைத் தெரியுமா?" என்று கேட்கிறார். "தெரியுமே! பெண்களுக்குப் பிடித்த கவிஞர்" என்று சொல்கிறான். "இல்லை மக்களுக்குப் பிடித்த கவிஞர்" என்று திருத்தும் அஞ்சலக அதிகாரி, "அவருக்கு தினமும் கடிதங்கள் வந்து குவிகின்றன. அதை நீ தினம் கொடுக்கவேண்டும்" என்று சொல்ல, மரியோ கடிதங்களை எடுத்துக்கொண்டு கடற்கரையை ஒட்டி அமைந்திருக்கும் அழகிய மலைப் பாதையில் சைக்கிளில் கிளம்புகிறான்.

பாப்லோ தங்கியிருக்கும் வீட்டுக்கு வந்து அவருக்கு வணக்கம் சொல்லும் அவன், வந்திருக்கும் கடிதங்களையும் பார்சல்களையும் கொடுத்து அவரைப் பிரமிப்புடன் பார்க்கிறான். புன்னகையுடன் கடிதங்களை வாங்கிக்கொள்ளும் அவர் மரியோவுக்கு டிப்ஸ் தருகிறார். அதை நன்றியுடன் வாங்கிக்கொண்டு மரியோ அலுவலகம் திரும்புகிறான். மறுநாள் அவருக்கு வந்திருக்கும்

கடிதங்கள் எல்லாம் பெண்களிடமிருந்து வந்திருப்பதை அறிந்து மரியோ ஆச்சர்யப்படுகிறான். அப்போது அவனது அதிகாரி பாப்லோவின் கவிதைப் புத்தகம் ஒன்றை அவனுக்குக் கொடுக்கிறார். அதை மரியோ வாங்கிப் படிக்கத்துவங்குகிறான்.

மறுநாள் கடிதங்களை எடுத்துக்கொண்டு அவரைப் பார்க்க வருகிறான். வெளியில் உட்கார்ந்து எழுதிக்கொண்டிருக்கும் அவர் மரியோவை உள்ளே அழைக்கிறார். அசட்டுப் புன்னகையுடன் உள்ளே வரும் அவன் கடிதங்களைக் கொடுக்கிறான். அவர் டிப்ஸ் தருகிறார். அதை வாங்கிக்கொண்டு தயங்கி நிற்கிறான். அவர் ''என்ன விஷயம்...'' என்று கேட்க, அருகில் வரும் அவன் தயங்கிக்கொண்டே "உருவகம்னா என்ன?" என்று அப்பாவியாகக் கேட்கிறான். "அதை எப்படி விளக்குறது... ஒன்றை இன்னொன்றோடு ஒப்பிட்டுச் சொல்லணும்... அதுதான்" என்று சொல்ல, "எதாவது உதாரணம் சொல்லுங்க" என்று கேட்கிறான். புன்னகைக்கும் அவர், "வானம் அழுகுதுன்னு சொன்னா அது எதைக் குறிக்கும்?" அவன், "அது மழை பெய்யுறதைக் குறிக்கும்" என்று சொல்கிறான். ''அவ்வளவுதான். அதான் உருவகம்'' என்று சொல்கிறார். ''இவ்வளவுதானா..?'' என்று மரியோ சொல்ல, பாப்லோ புன்னகைக்கிறார். "நானும்கூட கவிஞராகணும்னு நினைச்சிருக்கேன்... ஏன்னா கவிதை எழுதினா பொண்ணுங்கள கவுத்துடலாம்" என்று சொல்ல, அவர் புன்னகைக்கிறார். "நீங்க எப்படி கவிஞரானீங்க..?" என்று கேட்கிறான். "கடற்கரையோரம் மெதுவா நடந்து போ... உன்னைச் சுற்றிலும் கவனிச்சுப்பாரு..." "அப்படிப் பார்த்தா உருவகம் எனக்கும் கிடைக்குமா?" "நிச்சயமா" என்று அவர் சொல்ல அன்றே கடற்கரையோரம் மெதுவாக நடந்து செல்கிறான். வீட்டில் உட்கார்ந்து கையில் பேனாவுடன் மோவாயில் கையை வைத்துக்கொண்டு யோசிக்கிறான்.

மறுநாள் கடிதம் கொடுப்பதற்காக அங்கிருக்கும் மதுபான விடுதி ஒன்றுக்குச் செல்கிறான். அங்கிருக்கும் அழகிய பெண்ணைப் பார்த்ததும் மரியோ மனதை இழக்கிறான். அவள் தன் கையிலிருக்கும் சிறிய வெள்ளைப் பந்தை அவனிடம் கொடுக்கிறாள். அதை வாங்கிக்கொண்டு அங்கிருந்து பாப்லோ இருக்கும் இடத்துக்கு வருகிறான். ''ரொம்ப முக்கியமான விஷயம் உங்கக்கிட்ட சொல்லணும்... நான் காதலில் விழுந்துட்டேன்" என்கிறான். "சரி வயசான நான் அதுக்கு என்ன செய்யணும்?" "நீங்க ஒரு உதவி செய்யணும்... அவளுக்காக நீங்க ஒரு கவிதை எழுதித் தரமுடியுமா?" "இல்லை" என்று சொல்லிவிட்டு, அவர் வேகமாக அங்கிருந்து நடந்து கடற்கரைக்கு வருகிறார். "அவ எப்படி இருப்பான்னுகூட எனக்குத் தெரியாது. ஒரு கவிஞனுக்கு அவன் எழுதப்போறதைப் பத்தி ஒரு பாதிப்பு வரவேண்டாமா?" என்று சொல்கிறார். அவன் அவள் கொடுத்த சிறிய பந்தை எடுத்து, "இது அவள் கொடுத்த

பந்துதான்... இது ஒருவேளை உங்களுக்கு உதவுமா?" என்று கேட்க, பாப்லோ அந்தப் பக்கமாகத் திரும்பிக்கொள்கிறார். "கவிஞரே... இங்க பாருங்க, ஒரு கவிதை எழுத இவ்வளவு பந்தா பண்ணுறீங்களா?" என்று கேட்கிறான். "சரிசரி... எனக்கு ஏதாவது கடிதம் இருந்தா கொடு" என்று அவர் கேட்க அவன் கடிதங்களைக் கொடுக்கிறான். அதை வாங்கிக்கொள்ளும் பாப்லோ அவனுக்கு டிப்ஸ் கொடுக்க, "அது ஒண்ணும் தேவையில்லை" என்று சொல்லிக் கிளம்புகிறான்.

அன்று இரவு தானே ஒரு கவிதையை எழுதிவிடலாம் என்று முயற்சி செய்கிறான். நிலாவையும் அவள் கொடுத்த வெள்ளைப் பந்தையும் மாற்றிமாற்றிப் பார்க்கிறான். காலையில் விடிந்ததும் அவள் இருக்கும் கடைக்கு வருகிறான். அவளிடம், "உன் புன்னகை, வண்ணத்துப்பூச்சி சிறகு விரித்தது போலிருக்கிறது" என்று சொல்கிறான். மறுநாள் பாப்லோவும் அவனுக்குப் பரிசாக ஒரு அழகிய நோட்டைக் கொடுக்கிறார். "உன் உருவகங்களை எழுத இது உதவியாக இருக்கும்" என்று சொல்லிப் புன்னகைக்கிறார். அவனும் புன்னகைக்கிறான்.

அப்போது அவன் கொண்டுவந்த பார்சலில் இருந்த கேசட்டைப் பிரித்து அருகிலிருக்கும் டேப்ரிக்கார்டரில் போட்டுக் கேட்கிறார். அப்போது டேப்ரிக்கார்டரில் பேசுமாறு மரியோவிடம் சொல்கிறார். "இந்தத் தீவில் இருக்கும் நல்ல விஷயங்களை எல்லாம் சொல்லு" என்கிறார். கூச்சப்படும் மரியோ, "அப்படி எதுவும் இல்லை" என்று சொல்ல, "சரி மரியோ இப்போ உன் காதலியைப் பார்க்கப் போலாமா?" என்று பாப்லோ கேட்க, மகிழ்ச்சியில் ஆச்சர்யமடையும் மரியோ, "ஜோக் அடிக்கிறீங்களா" "இல்ல நிஜமா" என்று பாப்லோ சொல்ல, இருவரும் சைக்கிளில் கிளம்புகிறார்கள்.

இருவரும் கடைக்கு உள்ளே போகிறார்கள். அங்கு இருப்பவர்கள் பாப்லோவை அடையாளம் கண்டுகொள்கிறார்கள். மரியோ விரும்பும் அந்தக் கடைக்காரப் பெண் அருகில் வருகிறாள். அவள் பார்ப்பது மாதிரி மரியோவுக்கு தான் கொடுத்த நோட்டின் முதல் பக்கத்தில், "எனது நெருங்கிய நண்பனும் தோழனுமாகிய மரியோவுக்கு" என்று எழுதிக் கையெழுத்திடுகிறார். அவள் பெருமையுடன் மரியோவைப் பார்க்கிறாள். அன்றிலிருந்து அவளும் அவன்மேல் மனதை இழக்கிறாள்.

மரியோ அவளைத் தனியாக கடற்கரையில் சந்திக்கிறான். அவள் நினைவாகவே இருக்கிறான். அவளும் அவன் நினைவாகவே இருக்கிறாள். ஒருநாள் இருவரும் சந்தித்துப் பேசி திருமணம் செய்வது என்று முடிவுசெய்கிறார்கள். பாப்லோ சாட்சிக் கையெழுத்திட இருவருக்கும் தேவாலயத்தில் திருமணம் நடக்கிறது. திருமண விருந்தில் பாப்லோ கலந்துகொள்கிறார். அப்போது அவருக்கு சொந்த நாட்டில் விதிக்கப்பட்டிருந்த கைது உத்தரவு ரத்தானதாக கடிதம் வருகிறது. கடிதத்தை வாசித்துக்காட்டி,

"நாங்கள் எங்கள் நாட்டுக்குப் போகிறோம்" என்று பாப்லோ சொல்ல, விருந்தில் எல்லோரும் கைத்தட்டி ஆரவாரிக்கிறார்கள்.

மறுநாள் மரியோ பாப்லோவின் வீட்டுக்கு வருகிறான். அவர் அங்கிருந்து கிளம்பும் வேலைகளில் பொருட்களை எடுத்துவைத்துக் கொண்டிருக்கிறார். மரியோ அவருக்கு வந்த கடிதங்களைக் கொடுக்கிறான். அதை வாங்கிக்கொண்ட பாப்லோ அவனுக்கு டிப்ஸ் கொடுக்க அதை வாங்க மறுக்கிறான். "ஏன் மரியோ. நான் ஊருக்குப் போயிட்டா இன்றோட உனக்கு இந்த வேலை போயிடுமே" என்று சொல்கிறார். ஆனாலும், மரியோ வாங்க மறுக்கிறான். ''உன்னை ரொம்ப மிஸ் பண்றேன் மரியோ'' மரியோவும் அதையே அவரிடம் சொல்கிறான். "எங்க நாட்டில் விஷயங்கள் மாறிக்கிட்டே இருக்கு மரியோ! இன்னைக்கு என்னை அங்க அனுமதிக்கிறாங்க. நாளைக்கே ஏதாவது நடந்தா நான் திரும்ப இங்க வரவேண்டியிருக்கும். அதனால இந்தப் பொருட்களில் கொஞ்சத்தை விட்டுட்டுப் போறேன். கொஞ்சம் பார்த்துக்க. பின்னால தேவைப்பட்டா இதையெல்லாம் எனக்கு அனுப்பு" என்று சொல்கிறார். இருவரும் ஒருவரை ஒருவர் தழுவி விடைபெறுகிறார்கள்.

அவர் போனதிலிருந்து மரியோ அவரது ஞாபகமாகவே இருக்கிறான். பத்திரிகைகளில் அவரைப் பற்றிய செய்திகளும் புகைப்படங்களும் வருகின்றன. அதைப் பார்த்து மகிழ்ச்சியடைகிறான். ஒருநாள் மரியோவுக்கு ஒரு கடிதம் வருகிறது. எல்லோரும் கூடியிருந்து பாப்லோ என்ன எழுதியிருக்கிறாரோ என்று மகிழ்ச்சியுடன் பிரிக்கிறார்கள். ஆனால், அதில் அங்குள்ள பொருட்களையெல்லாம் அனுப்புமாறு அவரது செயலர் அனுப்பிய கடிதம் மட்டுமே இருக்கிறது.

மரியோவின் மனைவி, ''அவர் போய் வருஷங்களாகுது. உங்களுக்கு ஒரு வார்த்தைகூட எழுதலையே'' என்று தன் வருத்தத்தைத் தெரிவிக்கிறாள். மரியோ சமாதானம் சொல்கிறான். மறுநாள் அவர் தங்கியிருந்த வீட்டுக்கு வருகிறான். அவரது

புத்தகங்களும் இருக்கைகளும் உள்ள அந்த வீட்டை அவரது நினைவுடன் தனியே நின்று பார்க்கிறான். அவர் பேசிப்பதிவு செய்த டேப்ரிக்கார்டர் இருக்கிறது. அதில் அவரது குரலைக் கேட்கிறான். முன்பு அவர் அந்தத் தீவில் உள்ள சிறப்புகள் பற்றிக் கேட்டதற்கு ஏதும் சொல்லாமலிருந்த மரியோ இப்போது ஒரு முடிவு செய்கிறான். அந்தத்தீவில் உள்ள கடலலையின் சத்தங்களையும், மலையில் வீசும் காற்றின் சத்தத்தையும், தேவாலய மணியோசையையும் பதிவு செய்கிறான்.

சில வருடங்களுக்குப் பிறகு... பாப்லோ தன் மனைவியுடன் மரியோவின் வீட்டுக்கு வருகிறார். அங்கே அவரது பெயரால் பாப்லிட்டோ என்று அழைக்கப்படும் மரியோவின் மகன் நன்கு வளர்ந்து வீட்டுக்குள் விளையாடிக்கொண்டு இருப்பதைப் பார்க்கிறார். மரியோவின் மனைவி வருகிறாள். பாப்லோவைப் பார்த்ததும் உறைந்துநிற்கும் மரியோவின் மனைவி சொல்லத் துவங்குகிறாள், "இவன் அப்பாவைப் பார்த்ததே இல்லை. அவர் இறந்து சில நாள்ல இவன் பிறந்தான். அப்ப ஒரு கம்யூனிஸ்ட் கூட்டம் நடந்தது. பாப்லோ பெருமைப்படுவார்'னு சொல்லி, அதில் கலந்துக்கப்போனார். அந்தக் கூட்டம் கலவரமாகி போலீஸ் தாக்குதல் நடந்தது. அதில் சிக்கி இறந்துட்டார்" என்று சொல்லும் அவள், ஒரு கேசட்டை எடுத்து வருகிறாள். இதை அப்பவே உங்களுக்கு அனுப்பணும்'னு நினைச்சேன். ஆனா, முடியல... என்று சொல்லி கேசட்டை அங்கிருக்கும் டேப்ரிக்கார்டரில் போடுகிறாள். பாப்லோவுக்குப் பிடித்த இசையுடன் துவங்குகிறது...

"அன்புள்ள பாப்லோ, இது மரியோ... நீங்க என்னை மறந்திருக்க மாட்டீங்கன்னு நினைக்கிறேன். ஒருமுறை இந்தத் தீவில் உள்ள நல்ல விஷயங்களைக் கேட்டீங்க... எனக்கு அப்ப ஒண்ணும் தோணல... ஆனா, இப்ப எனக்குத் தெரியுது. அதனால், இதை உங்களுக்கு அனுப்புறேன். இதைக் கேட்கும்போது எங்க நாடும், நானும் நினைவுக்கு வருவோம். இன்னொன்னு நான் உங்ககிட்ட சொல்லணும். நான் ஒரு கவிதை எழுதியிருக்கேன். ஆனா அதை நீங்க கேட்கமுடியாது. சொல்ல எனக்கு கூச்சமா இருக்கு. அதோட

தலைப்பு, "பாப்லோ நெருடாவுக்கு ஒரு பாடல்' அது கடலைப் பற்றியதாக இருந்தாலும் அதை உங்களுக்கு சமர்ப்பிக்கிறேன். நீங்க என் வாழ்க்கையில் வரவில்லையெனில் நான் இதை எழுதியிருக்கவேமுடியாது. நான் அந்தக் கவிதையை பொதுமக்கள் முன்னிலையில் வாசிக்க அழைக்கப்பட்டேன். என் குரல் நடுங்கியபோதும் நான் மகிழ்ச்சியாக இருந்தேன்" என்ற குரல் ஓய்ந்ததும் கடற்கரையில் மரியோவின் நினைவுகளுடன் நடந்துவரும் பாப்லோ, அவன் கூட்டத்தில் கவிதையுடன் காத்திருந்து ஒரு கவிஞனாக தன் கவிதையை வாசித்த கணங்களை பெருமையுடன் கற்பனை செய்து பார்க்கிறார்.

ஒரு கவிஞனாக இறந்துபோன தன் நண்பனின் நினைவுகளுடன் அந்த அழகிய கடற்கரையில் தனியே நிற்கிறார். திரையில் பாப்லோ நெருடாவின் கவிதை மேல்நோக்கி நகர மெல்லிய இசையுடன் படம் நிறைவடைகிறது.

நகைச்சுவை ததும்ப அழகுணர்வுடன் சொல்லப்பட்ட இந்தக் கதை முடியும்போது நமக்குத் தரும் மனஉணர்வு அற்புதமானது. மரியோ, பாப்லோவின் கவிதையைத் திருடி எழுதி, தன் காதலிக்குக் கொடுப்பதும் அவளது சித்தி அந்தக் கவிதையை எடுத்துக்கொண்டு பாப்லோவின் வீட்டுக்கே வந்து முறையிடுவதும் அதற்குப் பிறகு மரியோவுக்கும் பாப்லோவுக்கும் இடையில் நடக்கும் உரையாடல்களும் நகைச்சுவையானவை.

ஒரு கவிஞரின் அறிமுகத்துக்குப் பிறகு மரியோ தன்னைச் சுற்றியுள்ள இயற்கையின் அழகை உணர்வதும், அந்தத் தீவின் உன்னதமான சத்தங்கள் என்று ஒவ்வொன்றாகப் பதிவு செய்து கடைசியில் தன் மனைவியின் வயிற்றுக்குள் இருக்கும் குழந்தையின் இதயத் துடிப்பைப் பதிவு செய்கிற உணர்வும் கவிதை. பாப்லோவாகவும் மரியோவாகவும் நடித்த இருவரின் நடிப்பும் வெகு இயல்பானது. தேர்ந்த ஒளிப்பதிவும், உன்னதமான இசையும் கலந்து எடுக்கப்பட்ட இந்தப்படம் 1994-ல் வெளியானது. சிறந்த அயல்நாட்டுப் படத்துக்கான ஆஸ்கார் விருதும் உலகெங்கும் பல விருதுகளும் இப்படம் பெற்றது. இந்த இத்தாலியப் படத்தின் இயக்குனர் மைக்கேல் ரேட்போர்ட் (Michael Radford).

கடைசியாக நீங்கள் சூரிய உதயம் எப்போது பார்த்தீர்கள்? அது தினமும் நிகழ்வது என்பதால் நாம் அதைப் பொருட்படுத்துவது இல்லை. ஆனால், ஒரு கவிதை அதை நமக்குப் புதிதாகக் காட்டிவிடுகிறது. மரியோ அந்தத் தீவின் நட்சத்திரங்கள் நிறைந்த இரவின் மௌனத்தையும், தேவாலயத்தின் மணியோசையையும் பதிவு செய்யும்போது நம் ஊரில், நம் வீட்டில் அருகிலிருந்தும் நாம் கவனிக்க மறந்த பல விஷயங்கள் நினைவுக்கு வருகின்றன. ஒரு கவிஞனின் மனநிலையோடு பார்த்தால் இந்த உலகம்தான் எத்தனை புதிதானது. இயற்கைதான் எத்தனை அற்புதமானது!

Michael Radford

ஆங்கிலேயரான அப்பாவுக்கும் ஆஸ்டிரியாவைச் சேர்ந்த அம்மாவுக்கும் மகனாக 1964-ல் புதுடெல்லியில் பிறந்தார். தந்தை பிரிட்டிஷ் ராணுவத்தில் பணிபுரிந்ததால் ஆக்ஸ்ஃபோர்டில் கல்வி பயின்றார். நடிகராக விரும்பிய இவர், தனது 25 வயதில் எடின்பர்க்கில் ஆசிரியராகப் பணிபுரிந்தார். அப்போது தன் மாணவர்களுடன் சேர்ந்து நாடகத்தில் நடித்தார். பின்னர் நேஷனல் திரைப்படப் பள்ளியில் திரைப்பட நுணுக்கங்களைக் கற்றார்.

நிறைய ஆவணப்படங்கள் எடுத்த இவர், 1984-ல் தனது முதல்படத்தை எடுத்தார். அது கேன்ஸ் திரைப்பட விழாவில் திரையிடப்பட்டு பாராட்டுக்களைப் பெற்றது. பிறகு பிரான்ஸிலும் அதன்பிறகு இத்தாலியிலும் வசித்த இவர் நிறைய விளம்பரப் படங்களை இயக்கினார். தனது திரைப்படங்களில் எளிமையை விரும்பும் இவர், 'திரைப்படம் எடுக்கவருகிற பலரும் அதன் பிரமாண்டத்தில், தொழில்நுட்பத்தில் மயங்குகிறார்கள். அதனால், திரைப்படத்தை எப்படி எடுப்பது என்று தெரியாமல் இருக்கிறார்கள். எளிமைதான் அழகு. எனவே, எனது படங்களை எளிமையாக எடுக்கிறேன்' என்கிறார்.

இவரது பிற படங்கள்

The Good Doctors (2008) (announced) The Mule (2008) (pre-production) Flawless (2007) The Merchant of Venice (2004) Ten Minutes Older: The Cello (2002) Dancing at the Blue Iguana (2000) B. Monkey (1998) "Homicide: Life on the Street" (1 episode, 1996) The Postman (1994) White Mischief (1987) Nineteen Eighty-Four (1984) Another Time, Another Place (1983) Van Morrison in Ireland (1980) The White Bird Passes (1980) (TV)

Technical Details

The Postman / 1994 / Italy / 108min / colour / Director-Michael Redford / Writers-Pablo Neruda, Anna Povignano / Cast-Phillipe Noiret, Massimo Troisi, Maria Grazia Cucinotta, Renato Scarpa, Linda Moretti / Editor-Roberto Perpignani / Cinematographer-Franco Di Giacomo

50

டான்ஸர் இன் தி டார்க்

DANCER IN THE DARK

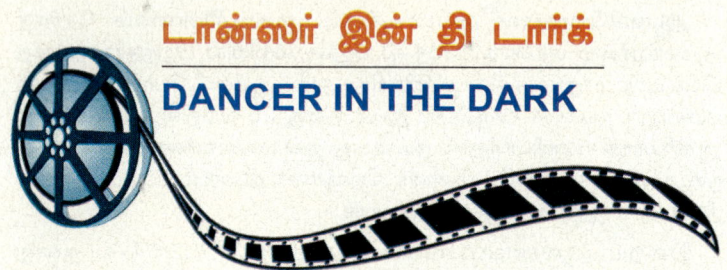

மின்சாரம் தடைபடும் இரவுகளில் ஒரு நிமிடம் வீட்டுக்குள் அந்த இருட்டைச் சமாளிக்கமுடியாமல் நாம் தடுமாறிவிடுகிறோம். ஆனால், நகர நெரிசலில் சாலையைக் கடக்கமுடியாமல் நிற்கிற கண் இழந்தவர்களின் நிரந்தர இருள் எத்தனை கொடுமையானது. புலன்களில் கண்கள் முக்கியமானவை. அதன் பார்க்கும் தன்மையை கொஞ்சம் கொஞ்சமாக இழக்கிற ஒரு தாயின் கதைதான் ‘Dancer in the dark’.

நடன நிகழ்ச்சிக்கான ஒத்திகை நடக்கிறது. கண்ணாடி அணிந்த சல்மா அதில் கலந்துகொள்கிறாள். ஒத்திகை முடிந்ததும் சல்மா, கண் மருத்துவரைச் சந்தித்து தன் கண்களைப் பரிசோதித்துவிட்டுதான் வேலை பார்க்கும் தொழிற்சாலைக்கு வருகிறாள். ஈயத்தகடுகளைப் பாத்திரமாக வடிவமைக்கும் தொழிற்சாலையில் பணிபுரியும் சல்மா கண் பார்வைக் குறைவினால் அவ்வப்போது செய்யும் தவறினால் அங்கிருக்கும் இயந்திரங்கள் பழுதாகிவிடுகின்றன. அதனால், மருத்துவரிடம் வாங்கிய சான்றிதழைக் காட்டி தன் வேலையை உறுதி செய்துகொள்கிறாள். வீட்டுக்குத் திரும்பியதும் தன் மகன் ஜீனிடம் அன்பாகப் பேசுகிறாள். அவன் தூங்கியதும் அன்று தான் வாங்கிய சம்பளத்தை, வழக்கமாக பணத்தைச் சேமித்துவைக்கும் சாக்லேட் டப்பாவில் வைத்து, அதை ரகசியமாக பீரோவில் வைக்கிறாள்.

வாடகை வீட்டில் தன் மகன் ஜீனியுடன் வசிக்கும் சல்மா மீது அந்த வீட்டின் உரிமையாளரான பில்லும் அவனது மனைவியும் அன்பாக நடந்துகொள்கிறார்கள். ஒருநாள் இரவு பில், சல்மாவின் வீட்டுக்கு வருகிறான். தனக்கு தூக்கம் வரவில்லை என்று சொல்லும் பில், சல்மாவிடம் தனது கவலைகளைச் சொல்கிறார். தனக்கு கடன் அதிகமானதால் தனது வீட்டையே இழக்கப்போவதாகச் சொல்லிச்சொல்லி கலங்குகிறார். அப்போது அவருக்கு ஆறுதலாகப் பேசும் சல்மா, "நான் உங்ககிட்ட ஒரு ரகசியத்தைச் சொல்லவே இல்லை" என்று சொன்னதும் பில் ஆச்சர்யமாக அவளைப் பார்க்கிறார்.

சல்மா சொல்லத் துவங்குகிறாள்... "நான் சீக்கிரமே எனது கண் பார்வையை இழக்கப்போறேன். அது இந்த வருஷத்திலேயேகூட நடக்கலாம். பரம்பரையாகவே இந்த நோய் இருக்கு. ஜீனிக்கும் இந்த நோய் இருக்கு. அது அவனுக்கே தெரியாது. அவனுக்கு ஒரு ஆபரேஷன் செய்யணும். அதனாலதான் அமெரிக்காவுக்கே வந்தேன். நீங்க இதைப்பத்தி அவன்கிட்ட எதுவும் சொல்லவேணாம். அவனுக்காகத்தான் நான் பணத்தை சேர்த்துகிட்டு இருக்கேன்" என்று சொல்லிப் புன்னகைக்கிறாள். அவளது மன உறுதியைப் பார்த்து பில் வியக்கிறார். "இல்ல நான் அவ்வளவு உறுதியானவள் இல்ல. எனக்கு ரொம்பக் கஷ்டமா இருக்கும்போது நான் வேலைப் பார்க்கிற தொழிற்சாலையில் அந்த மெஷின் எழுப்புற சத்தத்தை ரிதமா நினைச்சுக்கிட்டு பகல் கனவு காணத் துவங்கிடுவேன். அதுக்குப் பிறகு, எல்லாமே எனக்கு இசையா மாறத்துவங்கிடும்" என்று சொல்கிறாள். "உன் ரகசியத்தை நான் யாரிடமும் சொல்லமாட்டேன்" என்று சொல்லி பில் விடைபெறுகிறார்.

மறுநாள் தொழிற்சாலையின் வெளியில் காத்திருக்கும் பில், சல்மாவைக் காரில் ஏற்றிக்கொள்கிறார். போகும் வழியில் தனது பணக்கஷ்டத்தை சல்மாவிடம் திரும்பவும் சொல்லி, "எனக்கு கடனாகப் பணம் தேவைப்படுகிறது" என்று சொல்கிறார். "என்னிடம் இருக்கும் பணம் ஜீனிக்கு உரியது" என்று சல்மா தயக்கத்துடன் சொல்கிறாள். "இல்ல நான் அதைக் கேட்கல. எனக்கு இருக்கிற பிரச்னைகளுக்கு என்னை நானே சுட்டுக்கிட்டு இறந்துடலாம் போல இருக்கு" என்று பில் சொல்ல, "அப்படியெல்லாம் சொல்லாதீங்க" என்று சல்மா சொல்கிறாள். அன்று அவருடன் வீட்டுக்கு வரும் சல்மா, அவரது வீட்டில் நிஜமாகவே ஒரு துப்பாக்கி இருப்பதைப் பார்க்கிறாள்.

இன்னொருநாள் இரவு சல்மாவின் வீட்டுக்கு வரும் பில், அவளது அசைவுகளை வைத்து அவளுக்கு இப்போது முழுதுமாகக் கண் தெரியாத விஷயத்தை அறிந்துகொள்கிறார். அவளிடம் விடைபெற்றுச் செல்வதுபோல கதவைத் திறந்து மூடிவிட்டு அங்கேயே நிற்கிறார். கதவு திறந்து மூடிய சத்தத்தை வைத்து அவர் போனதாக நினைத்துக்கொள்ளும் சல்மா, தான் வழக்கமாக யாருக்கும் தெரியாமல் பணம் சேமித்துவைக்கும் டப்பாவைத் திறந்து அன்றைய சம்பளப் பணத்தை வைக்கிறாள். இதை அங்கு நிற்கும் பில் பார்த்துவிட்டு அவளுக்குத் தெரியாமல் மெதுவாகக் கதவைத் திறந்து அங்கிருந்து வெளியேறுகிறார்.

சல்மா தனது கண்பார்வைக் குறைவினால், தான் கலந்துகொள்ளும் நடன நிகழ்ச்சியிலிருந்து விலகிக்கொள்கிறாள். வேலை பார்க்கும் இடத்திலும் அவளது கவனக் குறைவினால் இயந்திரம் அடிக்கடி பழுதாவதால் அவளை வேலையை விட்டு நீக்குகிறார்கள். தன் தோழியான காத்தியைக் கட்டிக்கொள்ளும் சல்மா வீட்டுக்குத் திரும்புகிறாள். தன் வீட்டு வழியே செல்லும் தண்டவாளத்தின் நடுவே நடந்து, தண்டவாளத்தின் இருபுறமும் கால்களைத் தட்டித்தட்டி மெதுவாக வீட்டுக்குத் திரும்புகிறாள்.

வீட்டுக்கு வந்ததும் அன்று தான் கடைசியாக வாங்கிய சம்பளத்தை வைப்பதற்காக பீரோவைத் திறந்து டப்பாவை எடுத்ததும், அதில் பணம் எதுவுமே இல்லாததைக் கண்டு அதிர்ச்சியுறும் சல்மா, அங்கிருந்து பில்லைப் பார்ப்பதற்கு அவன் வீட்டுக்கு வருகிறாள். அங்கிருக்கும் பில் அவள் வீட்டில் திருடிய பணத்துடன் அமர்ந்திருக்கிறார். அருகில் வரும் சல்மா, "அது என்னோட பணம் திருப்பிக் கொடுத்துடுங்க" என்று கேட்கிறாள். "ஒரு மாசத்துல கொடுக்கிறேன்" என்னால முடியாது பில். இன்னிக்கு மதியம் டாக்டரைப் பார்த்துப் பணம் கொடுக்கிறதா முடிவு பண்ணிட்டேன். ஏன்னா இனிமேல என்னால பணம் சேர்க்க முடியாது. வேலையும் போயிடுச்சு" என்று சொல்லும் சல்மா மேசையிலிருக்கும் பணத்தை எடுத்துக்கொண்டு நடக்கிறாள்.

பில் தன் மேசையிலிருந்து துப்பாக்கியை எடுத்து ஆத்திரத்துடன் அவளருகில் ஓடிப்போய், அவளிடம் கையிலிருக்கும் துப்பாக்கியை தொட்டுக் காட்டுகிறான். சல்மா பயத்தில் அழத்துவங்குகிறாள். பில் தன் மனைவியை சத்தமாக அழைக்கிறான். அவள் பதறிக்கொண்டு ஓடிவர, "நம்ம பணத்தை இவ திருடப்பார்க்குறா... என் வண்டியில் கை விலங்கு இருக்கு சீக்கிரமா எடுத்துட்டு வா" என்று சொல்ல அவள் ஓடுகிறாள்... அவள் போனதும், "சல்மா பணத்தைக் குடு..." என்று பில் பறிக்க சல்மா, "முடியாது" என்று அழுதுகொண்டே கத்துகிறாள். இருவரும் ஒருவரை ஒருவர் தள்ளுவதில் துப்பாக்கி வெடிக்கிறது. கண் தெரியாத சல்மா பயத்தில் அலறுகிறாள். "என்னைக் கொல்லு... நீ என் ஃப்ரண்ட்னா என்னைக் கொல்லு. கொன்னுட்டு இந்தப் பணத்தை எடுத்துட்டுப் போ..." என்று சொல்லி, பில் அவள் கையிலிருக்கும் துப்பாக்கியை அழுத்த அது அவரை நோக்கி வெடிக்கிறது. அழுதுகொண்டே சல்மா அவரிடமிருக்கும் பணப்பையை பறிக்கமுயல அந்த நிலையிலும் அவர் விடமறுக்கிறார். அழுகையும் ஆத்திரமும் தாங்காமல் ஒரு பெட்டியை எடுக்கும் சல்மா அவரது தலையில் அடித்துக் கொல்கிறாள்.

அங்கிருந்து வெளியே வருகிறாள். நண்பர் ஒருவர் உதவியுடன் நேரே டாக்டர் வீட்டுக்குச் சென்று தன் மகனின் ஆபரேஷனுக்காக சேர்த்த 2056 டாலர் பத்து செண்ட்டை கொடுக்கிறாள். அங்கிருந்து டான்ஸ் ரிகர்சல் நடக்கும் இடத்துக்கு வருகிறாள். அப்போது போலீஸார் அவளைக் கைது செய்கிறார்கள். விசாரணை துவங்குகிறது. "திட்டமிட்டு கொடுமையான முறையில் இந்தக் கொலை செய்யப்பட்டிருக்கிறது" என்று வாதாடும் வழக்கறிஞர், "இந்தப் பெண், செக்கோஸ்லோவாகியாவில் இருந்து நம் நாட்டுக்குள் தஞ்சம் புகுந்தபோது உண்மையானவராகத் தோற்றமளித்தார். ஆனால், இன்று அவளுக்கு தங்க இடம் கொடுத்தவர்களுக்கே வஞ்சகம் புரிந்திருக்கிறாள். மேலும், மனித குலத்துக்கு மிகவும் சிறந்ததாக கம்யூனிஸம் இருந்தது என்று கூறியிருக்கிறாள். நமது அமெரிக்க நாட்டின் கொள்கைகளை இவள் வெறுக்கிறாள்" என்று இன்னொருவர் சொல்கிறார். நீதிமன்றம் அவளுக்கு தூக்குத் தண்டனை அளிக்கிறது. இன்னும் ஒரு வாரத்தில் தண்டனை நிறைவேற்றப்படும் என்பதால் சல்மாவை தனிமைச் சிறையில் அடைக்கிறார்கள். தனக்கு நடந்ததை நினைத்து சல்மா அழுதுகொண்டே இருக்கிறாள்.

சிறையில் சல்மாவை அவளது தோழியான காத்தி, சந்தித்துப் பேசுகிறாள். ஜீனி அவளைப் பார்க்க விரும்புதாகச் சொல்கிறாள். இந்த நிலையில் என் மகன் என்னைப் பார்க்கவேண்டாம் என்று சல்மா மறுக்கிறாள். "புது வழக்கறிஞரை நியமித்து வாதாடினால் தூக்குத் தண்டனை கிடைக்காது. அது விஷயமாக புது வழக்கறிஞர்

நாளை உன்னைச் சந்திப்பார்" என்றும் காத்தி சொல்கிறாள். மறுநாள் அவளது மரண தண்டனையை நிறைவேற்ற தடை வாங்கியிருப்பதாகச் சொல்லி புது வழக்கறிஞர் வருகிறார். கண்டிப்பாக இந்த வழக்கைத் திரும்ப நடத்தி தண்டனையைக் குறைத்துவிட முடியும்" என்று சொல்கிறார். இதற்கெல்லாம் பணத்துக்கு என்ன செய்வது என்று சல்மா யோசிக்கும்போது ஆறுதலாக வழக்கறிஞர் பேசுகிறார்... "பணத்தைப் பற்றி நீங்கள் கவலைப்பட வேண்டாம். உங்கள் தோழி காத்தி அதற்கான ஏற்பாடுகளைச் செய்திருக்கிறாள்" என்று அவர் சொல்லும்போதே சல்மா, "எவ்வளவு ஏற்பாடு செய்திருக்கிறாள். 2056 டாலர் பத்து சென்டா?" என்று கேட்கிறாள். அவர் "ஆம்" என்கிறார்.

மறுநாள் தன்னைப் பார்க்கவரும் காத்தியிடம் சல்மா அழுதுகொண்டே ஆவேசமாகப் பேசுகிறாள். "ஜீனிக்கு இந்தமுறை ஆபரேஷன் நடத்தாவிட்டால் அவன் எப்போதுமே பார்க்கமுடியாத அளவுக்கு அவனது கண் பார்வை போய்விடும். உனக்குப் புரியாது காத்தி, என் முழு வாழ்க்கைக்கும் முக்கியமானதே அது ஒன்றுமட்டும்தான்" "ஜீனிக்கு அவனோட அம்மா உயிரோட இருக்கிறது முக்கியம் இல்லையா?" "இல்ல அவனோட கண்ணுதான் எனக்கு முக்கியம்" என்று சல்மா கத்துகிறாள். அழும் அவளை காவலர்கள் அழைத்துச் செல்கிறார்கள். வழக்கறிஞர் சல்மாவைச் சந்திக்கிறார்... "நான் பணத்தை திருப்பிக் கொடுத்திடுறேன். ஆனா, இதை இப்படியே விட்டாச்சுன்னா தூக்கு உறுதியாயிடும்னு உங்களுக்குத் தெரியுமா?" "தெரியும். நான் அதுக்குத் தயாராயிட்டேன்" என்று உறுதியாகச் சொல்கிறாள்.

தண்டனைக்கான நாள் வருகிறது. சல்மாவின் அறைக்கு காவலர்கள் வருகிறார்கள். உணவு தரப்படுகிறது. சல்மா சாப்பிடாமல் அழுதுகொண்டே படுத்திருக்கிறாள். கைக்கு விலங்கு

பூட்டி தூக்கு மேடைக்கு அழைத்துச் செல்கிறார்கள். "சல்மா கடைசியாக ஏதாவது சொல்ல விரும்புகிறீர்களா?" அதிர்ச்சியில் ஏதும் சொல்லமுடியாமல் சல்மாவின் கை, கால்கள் நடுங்குகின்றன. தண்டனையை நிறைவேற்றலாம் என்று சொல்லி அதிகாரி பின்னால் நகர்கிறார்.

கறுப்புத்துணியால் முகத்தை மூடுகிறார்கள். முகத்தை மூடியதும் சல்மா கால்கள் துவண்டு கீழே விழுகிறாள். அழுது கத்துகிறாள். அதையெல்லாம் பொருட்படுத்தாத காவலர்கள் சல்மாவை ஒரு பலகையில் படுக்கவைக்கிறார்கள். முகத்தை மூடி அழுதுகொண்டிருக்கும் அவள் கைகளைப் பிரித்துக் கட்டுகிறார்கள். இருவர், கால்களை தூக்கிவைத்து பலகையுடன் கட்டுகிறார்கள். "எனக்கு ரொம்பப் பயமா இருக்கு" என்று சல்மா அழுகிறாள். பலகையுடன் நிற்பதுமாதிரிக் கட்டப்பட்ட அவளை, தூக்குமேடையில் நிறுத்துகிறார்கள்.

இப்போது கறுப்புத் துணியைப் போர்த்தி கயிறை கழுத்தில் மாட்ட, "என்னால் மூச்சுவிட முடியல. மூச்சுத் திணறுது. நான் மூச்சு விடணும்'' என்று சல்மா கத்தி அலறுகிறாள். அதைப் பொறுக்கமுடியாத அருகிலிருக்கும் பெண் அதிகாரி அவளது முகத்தை மூடியிருக்கும் துணியை அகற்றுகிறாள். "இது நம் விதிமுறைக்கு எதிரானது'' என்று ஒரு அதிகாரி கத்துகிறான். ''அந்தப் பெண், கண் தெரியாதவள் அதனால் முகத்தை மூடவேண்டிய அவசியம் இல்லை" என்று பெண் அதிகாரி வாதிட நான் மேலிடத்தில் கேட்கவேண்டும் என்று சொல்லி, அந்த அதிகாரி போன் செய்யப்போகிறார். சல்மா சத்தமாக அழுதுகொண்டே "ஜீனி" என்று தன் மகன் பெயரை கூப்பிட்டு கத்திக்கொண்டே அழுகிறாள். கழுத்தில் மாட்டப்பட்ட கயிறுடன்

சல்மா வாய்விட்டு கத்துவதைப் பார்த்து கீழே அமர்ந்திருக்கும் காத்தி வேகமாக எழுந்து அவள் அருகில் ஓடிப்போய் அவளைக் கட்டிக்கொண்டு முத்தமிடுகிறாள். ஜீன் வெளியில் இருக்கிறான். உனக்காக இதை கொடுக்கச் சொன்னான் என்று அவள் கையில் அவளது மகனின் கண்ணாடியைக் கொடுக்கிறாள். "ஆபரேஷன் முடிஞ்சிருச்சா... அவனால நல்லா பார்க்கமுடியுதா" என்று அழுதுகொண்டே மகிழ்ச்சியுடன் கேட்கிறாள். காத்தியை அதிகாரிகள் இழுத்துச் செல்கிறார்கள்.

கையில் மகனின் கண்ணாடியைப் பற்றிக்கொண்டதும் ஆசுவாசம் அடையும் சல்மா அழுகை ஓய்ந்து அமைதியடைகிறாள். தூக்குக் கயிறுடன் இருவர் அருகிலிருந்து பிடித்துக்கொண்டிருக்க பாடத் துவங்குகிறாள். விலங்கு பூட்டப்பட்ட கையிலிருக்கும் தன் மகனின் கண்ணாடியை கைக்குள் மெதுவாக சுற்றிக்கொண்டே பாடிக்கொண்டிருக்க தொலைபேசி அழைக்கிறது. அவளது பாடல் திடீரென்று தடைபட மேல் தளத்திலிருக்கும் பலகையை உடைத்துக்கொண்டு அவளது உடல் தொங்க தூக்கிலிடப்பட்ட சத்தம். கையிலிருந்த கண்ணாடி தரையில் விழுகிறது. ஆழ்ந்த அமைதி. அசைவற்றுத் தொங்கும் உடலின் மேல் சல்மாவின் உற்சாகமான பாடல் இசையாகத் தொடர படம் நிறைவடைகிறது.

முடிவில் இப்படம் நம்மை உறையவைத்துவிடுகிறது. பில்லைக் கொல்லும்போதும், தனிமைச் சிறையில் பாடிக்கொண்டே அழும்போதும், கடைசியில் தண்டனை நிறைவேற்றப்படுவதற்கு முன்பும் சல்மாவின் நடிப்பு அசாத்தியமானது. கண்கள் தெரியாமல் உலகம் இருண்டுவருவதால், தான் மனச்சோர்வுறும் போதெல்லாம், தொழிற்சாலையிலும், நீதிமன்றத்திலும், சிறைச்சாலையிலும் அந்தச் சூழலில் இருக்கும் சத்தத்தை இசையாக மாற்றி சல்மா காண்கிற பகல் கனவுகள் படத்தை கவித்துவம் மிக்கதாக மாற்றுகின்றன. படம் முழுக்க கண் தெரியாத பதட்டத்தோடு அலைந்துகொண்டே இருக்கும் ஒளிப்பதிவும், இசையும், திரைக்கதையும் உலகெங்கும் விருதுகளைப் பெற்றுத்தந்தன. கேன்ஸ் திரைப்பட விழாவில் சிறந்த படத்துக்கான விருதும் சிறந்த நடிகைக்கான விருதும் பெற்ற இந்த டென்மார்க் நாட்டுப் படம் 2002-ல் வெளியானது. இதன் இயக்குனர் லார்ஸ் வோன் ட்ரையர் (Lars Von Trier).

ஒரு உயிரைக் கொல்வதை எப்போதும் நியாயப்படுத்த முடியாது. ஒரு பலவீனமான மனிதன் சல்மாவைப்போல சூழலின் காரணமாகக் கொலைக் கைதி ஆகிறான். ஆனால், ஒரு அரசாங்கம் சுயநினைவோடு விவாதித்து அறிவார்ந்த தன் சட்டத்தின் துணையோடு, அவகாசம் கொடுத்து தேதி, நேரம் குறித்து தண்டனை எனும் பெயரில் அந்த மனிதனின் உயிரைத் திட்டமிட்டுக் கொலை செய்கிறது. இரண்டில் எது பெரிய வன்முறை?

Lars Von Trier

டென்மார்க்கின் கோபன்ஹேகன் நகரில் 1956-ல் கட்டுப்பாடான, மூடநம்பிக்கையற்ற குடும்பத்தில் பிறந்தார். சிறுவயதிலேயே பயந்த சுபாவம் கொண்ட இவர், திரைப்படங்களின் மீது அதிகம் ஆர்வம் கொண்டிருந்தார். தனது 11 வயதிலேயே அம்மா பரிசளித்த 8 mm கேமராவினால் படம் எடுக்கத் துவங்கினார். 23-வது வயதில் டேனிஷ் திரைப்படப்பள்ளியில் திரைக்கலை பயின்றார். 1984-ல் தனது முதல் படம் எடுத்தார், சினிமாவின் வழக்கமான விதிகளை எதிர்த்தார். 'இயற்கை ஒளியில், ஒப்பனையே இல்லாது கதை நடக்கும் சூழலில் கேமராவைக் கையில் வைத்தே படமெடுக்கவேண்டும்' என்ற 'dogme 95' எனும் புதிய திரைப்படக் கொள்கையை நிறுவியவர்களில் ஒருவர். டென்மார்க்கின் மிக முக்கியமான இயக்குனர்.

இவரது பிற படங்கள்

Wasington (2009) (announced) To Each His Cinema (2007) (segment "Occupations") The Boss of It All (2006) Manderlay (2005) Dogville: The Pilot (2003) (V) The Five Obstructions (2003) Dogville (2003) D-dag-Editors Cut (2001) (TV) Dancer in the Dark (2000) D-dag - Lise (2000) (TV) D-dag (2000) (TV) The Idiots (1998) The Kingdom II (1997) (mini) TV Series Breaking the Waves (1996) The Kingdom (1994) (mini) TV Series The Teacher's Room (6 episodes, 1994) Episode #1.1 (1994) TV Episode Episode #1.2 (1994) Episode Episode #1.3 (1994) TV Episode Episode #1.4 (1994) TV Episode Episode #1.5 (1994) TV Episode Europa (1991) Media (1988) (TV) Epidemic (1987) The Element of Crime (1984) Image of Relief (1982) The Last Detail (1981) Nocturne (1980/I) Menthe - la bienheureuse (1979) The Orchid Gardener (1977) A Flower (1971) Why Try to Escape from Which You Know You Can't Escape from? Because You Are a Coward (1970) A Chess Game (1969) A Dead Boring Experience (1969) Good Night, Dear (1968) The Trip to Squash Land (1967)

Technical Details

Dancer in the Dark / 2000 / Denmark / 140min / colour / Director&Writer-Lars Von Trier / Cast-Bjork, Catherine Deneue, David Morse, Peter Stormare / Editor-Francois Gedigier, Molly Marlene stensgard / Music-Bjork / Cinematography-Robby Muller

51

கிரைஸ் அண்ட் விஸ்ப்பர்ஸ்

CRIES AND WHISPERS

நாம் எப்போதெல்லாம் கண்கலங்குகிறோம்? மனித உணர்வுகளில் அன்பு, சோகம், தோல்வி, பிரிவு என அழுவதற்கான பல மனநிலைகள் இருக்கின்றன. அதில் நமக்கென யாருமில்லை என்று உணரும் தனிமையும் சுய இரக்கமும் கொடுமையானது. அப்படித் தனிமையுடன் உடல்நலமில்லாமல் ஒரு பெண் இருக்கிறாள். அவளுக்குத் துணையாக அவளது இரண்டு சகோதரிகளும் ஒரு வேலைக்காரப் பெண்ணும் இருக்கிறார்கள். இந்த நான்கு பெண்களின் தனிமையும், நினைவுகளும், அழுகையும், விசும்பலும் சேர்ந்த உணர்வுகளின் பதிவுதான் 'Cries and whispers'.

பனிமாதத்தின் அதிகாலை. அந்தப் பெரிய பங்களாவில் அறைகளில் உள்ள விதவிதமான கடிகாரங்கள் துடித்துக்கொண்டு இருக்கின்றன. அதன் வெவ்வேறு அறைகளில் தங்கியிருக்கும் சகோதரிகள் அயர்ந்து தூங்கிக்கொண்டு இருக்கிறார்கள். மூத்தவளான ஆக்னஸ் தூக்கம் கலைந்து எழுகிறாள். புற்றுநோயால் தன் உடலில் தாங்கமுடியாத வலியை உணரும் அவள் மெல்ல எழுந்து, சன்னலைத் திறந்து அதிகாலைப் பொழுதில் அசைவற்று நிற்கும் மரங்களைப் பார்க்கிறாள். முகம் திரும்பி அறையில் அசைவற்றுத் தூங்கும் தன் தங்கையைப் பார்க்கிறாள். அன்றைய நாட்குறிப்பை எழுதுகிறாள்... "அதிகாலை. நான் உடம்பெங்கும் வலியை உணர்கிறேன். அம்மாவின் நினைவுகள்

தினமும் வருகின்றன. அவள் இறந்து 20 வருடங்கள் ஆகிவிட்டன. அவள் இந்தப் புல்வெளிகளில் தனிமையுடன் அமைதியைத் தேடி நடந்துகொண்டு இருப்பாள். நான் சற்று தள்ளி அவள் பின்னால் நடந்து, அவள் என்ன செய்கிறாள் என்று பார்த்துக்கொண்டு இருப்பேன். அவள்மேல் அந்த அளவுக்கு நான் அன்புடன் இருந்தேன். ஆனால், அவள் என் அருகாமையை வெறுத்தாள்.

இப்போது எனக்கு வயதாகிவிட்டது. அம்மாவை நான் முன்பைவிட நன்றாகப் புரிந்துகொள்கிறேன். நான் அவளைச் சந்தித்து அவளது சலிப்பையும் பொறுமையின்மையையும் ஏக்கத்தையும், தனிமை உணர்வையும் இப்போது புரிந்துகொண்டதைச் சொல்ல விரும்புகிறேன். அது ஒரு இலையுதிர்க்காலம். அன்று அம்மா வீட்டுக்குள் தனியாக அமர்ந்திருந்தாள். நான் அவளை வழக்கம்போலச் சற்று தள்ளி நின்று அவளுக்குத் தெரியாமல் பார்த்துக்கொண்டு இருந்தேன். அவள் யதேச்சையாகத் திரும்பும்போது என்னைப் பார்த்து, "வா..." என்று அழைத்தாள். என்னைத் திட்டப்போகிறாள் என்ற பயத்துடன் நான் அவளருகில் போனேன். ஆனால், அவள் கவலையுடன் என்னைப் பார்த்தாள். எனக்கு அழுகை வருவது மாதிரி இருந்தது. நான் என் கையை மெதுவாக உயர்த்தி அவளது கன்னத்தின் மீது என் கையை வைத்துக்கொண்டேன். அந்தக் கணத்தில் நாங்கள் இருவரும் மிக நெருக்கமாக உணர்ந்தோம்.'

அந்த மாளிகையில் ஆக்னஸின் சகோதரிகளான மரியாவும் காரினும் இருக்கிறார்கள். திருமணமான இருவரும் அக்காவுக்காக அங்குவந்து தங்கியிருக்கிறார்கள். பணிவிடை செய்வதற்கு அன்னா எனும் வேலைக்காரப் பெண்ணும் இருக்கிறாள்.

அன்றிரவு 'அன்னா...' என்று அழுகையுடன் அழைக்கும் குரல் கேட்கிறது. அன்னா அங்கிருந்து ஆக்னஸ் படுத்திருக்கும் அறைக்கு

வருகிறாள். "அன்னா என் பக்கத்தில வா... நீ ரொம்ப தூரத்தில் இருக்க. என் பக்கத்தில வா..." என்று அழைக்கிறாள். அன்னா அன்புடன் அவளருகில் அமர்கிறாள். "ரொம்ப வலிக்குது அன்னா" என்று ஆக்னஸ் அழுகிறாள். "கவலைப்படாதீங்க. உங்க பக்கத்திலேயே இருக்கேன்" என்று சொல்லும் அன்னா ஆக்னஸை குழந்தைபோல தன் மடியில் படுக்கவைத்துக் கொள்கிறாள்.

அன்று நள்ளிரவு, அன்னா காரினையும் மரியாவையும் எழுப்புகிறாள். "ஆக்னஸுக்கு உடம்புக்கு ரொம்ப முடியல" என்று சொன்னதும் காரினும் மரியாவும் அவள் இருக்கும் அறைக்கு விரைகிறார்கள். ஆக்னஸ் மூச்சுவிடமுடியாமல் திணறுகிறாள். காரின் டாக்டரை அழைக்கப்போய் அவர் இல்லை என்று திரும்பிவருகிறாள். கடிகாரம் துடித்துக்கொண்டே இருக்கிறது. நீண்ட நேரத்துக்குப் பிறகு ஆக்னஸின் உடல்நிலை சரியாகிறது. அருகிலிருக்கும் சகோதரிகள் இருவரும் அவளுக்கு உடைமாற்றி உடலைச் சுத்தம் செய்து, மீண்டும் படுக்கவைக்கிறார்கள்.

காரின் பக்கத்திலிருந்து அவளுக்குப் பிடித்த புத்தகத்திலிருந்து சில வரிகளை வாசிக்கிறாள். அதைக் கேட்டவாறு ஆக்னஸ் தூங்குகிறாள்.காரினும் மரியாவும் அன்னாவும் பக்கத்து அறையில் காத்திருக்கிறார்கள். அப்போது சிறிது நேரத்தில் ஆக்னஸ் திரும்பவும் விழித்து, வலி பொறுக்காது கத்த ஆரம்பிக்கிறாள். "எனக்கு யாரும் உதவமாட்டீங்களா? என்னால பொறுக்க முடியல" என்று கத்த அன்னா அவளருகில் ஓடிப்போய் நிற்கிறாள். அமைதியாக ஆக்னஸ் அன்னாவைப் பார்க்க ஆக்னஸின் உயிர் பிரிகிறது. அன்னா திறந்திருக்கும் அவளது கண்களை மூடுகிறாள். காலையில் பாதிரியார் வருகிறார். அருகிலிருந்து விவிலியத்தின் வாசகங்களைப் படிக்கிறார். "நாளைக்கு நான் திரும்பவும் வருகிறேன். இறுதிச் சடங்குகள் பற்றி முடிவு செய்யலாம்" என்று சொல்லிக் கிளம்புகிறார்.

ஆக்னஸின் உடல் ஒரு அறையில் வைக்கப்பட்டிருக்க, இன்னொரு அறையிலிருக்கும் காரின் எதையோ படித்துக்கொண்டு இருக்கிறாள். அப்போது அங்குவரும் மரியா, "காரின் என்ன செய்ற?" என்று கேட்கிறாள். "நான் இந்த மாளிகை பற்றிய பத்திரங்களைப் பார்த்துக்கொண்டு இருக்கிறேன்" என்று அவள் சொல்கிறாள். "காரின்... ஏன் இப்படி இருக்க. நாம உடன்பிறந்த சகோதரிகள். ஆனாலும், நாம ஒருவருக்கொருவர் தொடர்பில்லாம இருக்கிறத நினைக்கவே வினோதமா இருக்கு. எப்போதாவது சில வார்த்தைகள்தான் பேசிக்கிறோம். நீ ஏன் ஒரு தோழியா நடந்துக்கமாட்டேங்கிற? காரின், நாம ஒருத்தரை ஒருத்தர் புரிஞ்சுக்கிட்டு இன்னும் நெருக்கமா இருந்தா என்ன? என்னால உன்னமாதிரி விலகி நிக்க முடியல காரின்..." என்று சொல்ல காரின் அங்கிருந்து எழுந்து செல்கிறாள். ஆக்னஸின் மேசையில் சில

கடிதங்களும் தினக் குறிப்பும் இருப்பதைப் பார்க்கிறாள். மரியா அருகில் வந்து நிற்க காரின் ஆக்னஸின் டைரியை வாசிக்கத் துவங்குகிறாள்...

அன்பு குறித்து அவள் எழுதியிருக்கும் வரிகளைப் படித்ததும் மரியா அருகில் வந்து காரினை அன்புடன் தொடுகிறாள். "இல்ல என்னைத் தொடாத... யாரும் என்னைத் தொடுவதை என்னால தாங்கமுடியாது" மரியா வாஞ்சையுடன் அவளைத் தொடுகிறாள். "இல்ல என்கிட்ட அன்பா நடந்துக்காத" என்று சொல்லி அழும் அவள், "நான் தொடர்ந்து துன்பங்களையே சந்திச்சிருக்கேன். இது கொடுமையான நரகத்தில இருக்கிறமாதிரி இருக்கு. குற்ற உணர்வுகளால என்னால் சுவாசிக்கவே முடியல..." என்று வாய்விட்டு அழுகிறாள். "என்னைத் தனியா இருக்கவிடு. என்னைத் தொடாத..." என்று அழுகிறாள். ஆக்னஸின் உடல் அருகே சோகமாக அமர்ந்திருக்கும் அன்னா கதவருகில் நின்று சகோதரிகள் பேசிக்கொள்வதை அமைதியாகப் பார்க்கிறாள்.

அன்று இரவு மரியாவும் காரினும் ஒன்றாக அமர்ந்து சாப்பிடுகிறார்கள். காலையில் தான் பேசியதற்காக காரின் வருந்துகிறாள்... "மரியா நான் பலதடவை தற்கொலை பற்றி யோசிச்சிருக்கேன். என் கணவர் என்னை அருவெறுப்பானவள்னு திட்டுவார். அது உண்மைதான்" என்று சொல்லி சிரித்துக்கொண்டே முகத்தைப் பொத்திக்கொண்டு அழுகிறாள். பிறகு தன்னிலைக்கு வந்தவள் மரியாவைப் பார்த்து, "நான் உன்னை ஏன் வெறுக்கிறேன்னு

யோசிச்சிருக்கியா? நீ எப்படிப்பட்டவள்னு எனக்குத் தெரியும். அந்த வெறுப்போட வாழ்றது எவ்வளவு கஷ்டம் தெரியுமா? அந்த வெறுப்பே எனக்குப் பாரமா இருக்கு. அதிலிருந்து விடுபட முடியாது. உனக்குத் தெரியுமா மரியா? அதிலிருந்து எதுவும் என்னைக் காப்பாற்றமுடியாது" என்று சொல்லிவிட்டு காரின் அறைக்குள்ளே போய் அழுகிறாள். மரியா எழுந்துவருகிறாள். அவள் வருவதைப் பார்த்ததும், "மரியா என்னை மன்னிச்சுக்க" என்று சொல்லி அவளைக் கட்டிக் கொண்டு காரின் அழுகிறாள். இருவரும் மனம்விட்டுப் பேசத்துவங்குகிறார்கள்.

மறுநாள் மரியா, காரின் இருவரது கணவர்களும் வந்திருக்க, நால்வரும் இறுதிச்சடங்கு முடிந்து அமர்ந்திருக்கிறார்கள். "அன்னா பன்னிரண்டு வருடங்கள் ஆக்னஸுடன் இருந்ததால் அவளுக்கு ஏதாவது செய்யணும்" என்று மரியாவின் கணவர் சொல்கிறார். அவளுக்கு என்ன செய்வது என்று அவளிடமே கேட்கலாமே என்று அவளை அழைத்துக் கேட்கிறார்கள். அவள் எதுவும் வேண்டாம் என்கிறாள். "சரி இந்த மாதம் முடியும்வரை இங்கே இரு" என்று சொல்ல அன்னா சரி என்கிறாள். இன்னும் பன்னிரண்டு நாளில் திரும்பவும் வருவதாகச் சொல்லி எல்லோரும் கிளம்புகிறார்கள். காரின் மரியாவிடம் ஒரு நிமிடம் பேசவேண்டும் என்று அழைக்கிறாள். இருவரும் தனியாகச் சந்தித்துப்பேசி விடைபெறுகிறார்கள்.

எல்லோரும் போனதும் அந்த வீட்டில் தனியாக இருக்கும் அன்னா மெழுகு திரியை ஏற்றி எடுத்துக்கொண்டு மேசையிலிருக்கும் ஆக்னஸின் நாட்குறிப்புகளை எடுத்து வாசிக்கத் துவங்குகிறாள்...

"புதன் கிழமை. செப்டம்பர் மாதத்தின் இதமான இலையுதிர்க் காலம். எனது சகோதரிகள் மரியாவும் காரினும் என்னைப் பார்க்க வந்திருக்கிறார்கள்'' ஆக்னஸின் குரலில் நாட்குறிப்புகள் வாசிக்கப்பட ஆக்னஸ் தன் சகோதரிகளுடன் பொன்னிறமாக இலைகள் உதிர்ந்த அந்த வெளியில் நடந்துவருகிறாள். ஆக்னஸ், மரியா, காரின் மூவரும் தேவதைகளைப் போல வெள்ளை உடை அணிந்து கையில் குடையுடன் நடந்துவர, அன்னாவும் வெள்ளை உடையில் உடன் நடந்துவருகிறாள். நால்வரும் நடந்துவர ஆக்னஸின் குரலில் குறிப்புகள் தொடர்கின்றன...

''சிறுவயதில் இருப்பதைப்போல நாங்கள் எல்லோரும் சேர்ந்திருப்பது அற்புதமாக இருக்கிறது. நாங்கள் ஒன்றாக நடந்துச்சென்றோம். அவ்வளவு இனிமையாக இருந்தது. நான் வெகுநாட்களாக வீட்டைவிட்டு வெளியில் வராமல் இருந்ததால் இவ்வாறு சேர்ந்து நடந்தது அற்புதமாக இருந்தது. திடீரென நாங்கள் சிரித்துக்கொண்டே, சிறுவயதில் நாங்கள் பார்த்திருந்த அந்த பழைய ஊஞ்சலை நோக்கி ஓடத்துவங்கினோம். மூன்று சிறிய குழந்தைகள் போல நாங்கள் அதில் அமர்ந்தோம். அன்னா மெதுவாக இதமாக அந்த ஊஞ்சலை ஆட்டினாள்.

என்னுடைய வலிகள் அனைத்தும் போனது. இந்த உலகில் நான் அதிகம் நேசிப்பவர்கள் என்னுடன் இருந்தார்கள். அவர்களின் அருகாமையை அவர்கள் கைககளின் வெம்மையை உணர்கிறேன். அந்த கணத்தை நான் பற்றிக்கொள்ள விரும்புகிறேன். இதுதான் மகிழ்ச்சி. இதைவிடவும் சிறந்ததற்கு நான் ஆசைப்பட முடியாது. இந்த சில நிமிடங்களில் நான் வாழ்க்கையின் முழுமையை உணர்கிறேன். அதீதமான இந்த மகிழ்ச்சியை எனக்குத் தந்ததற்காக நான் எனது வாழ்க்கையை மிகுந்த நன்றியுடன் உணர்கிறேன்" ஊஞ்சலில் ஆடிக்கொண்டிருக்கும் ஆக்னஸின் முகம் உறைந்து திரை சிவப்பாக படம் நிறைவடைகிறது.

நேரடியாகக் கதை சொல்லாமல் கதாபாத்திரங்களின் நினைவுகள் மற்றும் கனவுகள் வழியே அவர்களின் உணர்வுகளை அழுத்தமான காட்சிகளாகப் பதிவு செய்யும் இப்படம் முடிவடையும்போது அன்பு, தனிமை, வாழ்க்கை, மரணம் குறித்து நமக்குத் தரும் அனுபவம் வித்தியாசமானது. மனித ஆன்மாவை சிவப்பு நிறத்தில் குறிப்பதற்காக இந்தப் படம் முழுக்க சிவப்பு நிறம் பயன்படுத்தப்பட்ட விதம் அற்புதமானது. மரியாவும், காரினும் தங்களின் தனிமை மற்றும் ஏக்கம் குறித்த நினைவுகளைத் துவங்கும்போது பயன்படுத்தப்படும் சிவப்பு நிற 'Dissolve' உத்தியும், அப்போது கேட்கும் மணியோசையும் நமக்கு தரும் அனுபவம் ஆன்மீகமானது.

காரின், உடைந்த கண்ணாடியால் தன் உடலைக் கீறிக்கொள்கிற காட்சி மிகத் தீவிரமானது. அன்னாவின் கனவாக கடைசியில் வருகிற காட்சிகள் இயக்குனரின் ஆளுமைக்குச் சிறந்த உதாரணம்.

உலக சினிமா-II

Ingmar Bergman

1918-ல் ஸ்வீடன் நாட்டின் உப்சலா எனும் இடத்தில் மதப்பாதிரியாரின் மகனாகப் பிறந்தார். அதனால், சிறுவயதிலேயே மதத்தின் மீது அவநம்பிக்கை உண்டானது. சிறுவயதில் தனது சகோதரர்கள் சேர்ந்து நடத்திய தோல்பாவைக் கூத்தில் கலந்துகொண்டதில் இருந்து அவரது கலையின் மீதான ஆர்வம் துவங்கியது. 23 வயதில் தனது முதல் நாடகத்தை எழுதினார். அதைப் பார்த்த உறவினர் ஒருவர் அவருக்கு திரைப்படத் துறையில் பழைய திரைக்கதைகளைப் பராமரிக்கிற வேலையை வாங்கித் தந்தார். அந்தச் சமயத்தில் ஒரு நாவல் ஒன்றை எழுதி, பின்னர் அதையே திரைக்கதையாகவும் எழுதினார். அதை இயக்கிய இயக்குனர் கடைசி நேரத்தில் வேலைப்பளுவினால் வராததால் அந்தப் படத்தின் காட்சிகளைத் தானே இயக்கும் வாய்ப்பு கிடைத்தது. அதை அனுபவமாகக்கொண்டு 1949-ல் தனது முதல் படத்தை இயக்கினார். தன் வாழ்நாளில் 62 திரைப்படங்களையும் 170 நாடகங்களையும் எழுதி இயக்கியுள்ளார்.

தத்துவமும் உளவியலும் சார்ந்த காட்சிகளின் வழியே வாழ்வின் நம்பிக்கைகளைப் பார்க்கும் இவரது படங்கள் அதிகம் பெண்களின் அக உலகம் சார்ந்தவை. ‘திரைப்படம் போல வேறெந்தக் கலை வடிவமும் மனித ஆன்மாவில் ஊடுருவிச்செல்வதில்லை’ என்று சொல்லும் இவர், நவீன திரைப்படத்தின் முக்கியமான இயக்குனர்களில் ஒருவர். இவர் ஜூலை 30, 2007-ல் மறைந்தார்.

இறந்திருக்கும் ஆக்னஸின் கண்களிலிருந்து கண்ணீர் வடிவதும், அப்போது நடக்கும் உரையாடலும், கடைசியில் அன்னா ஆக்னஸை மடியில் கிடத்தியிருக்கிற காட்சியும் அதியதார்த்தப் புனைவின் (surrealisam) கவிதைகள். பெண்களின் அக உலகத்தையும் அவர்களின் ஏக்கத்தையும் அவர்களின் தனிமையின் ஊடாக கடந்துச் செல்லும் காலத்தையும் அடர்த்தியாகப் பதிவுசெய்யும் ஸ்வென் நிக்வெஸ்டின் அற்புதமான ஒளிப்பதிவில் வெளியான இப்படம் 1972-ல் வெளியானது. இந்த ஸ்வீடன் நாட்டுப் படத்தின் இயக்குனர் இங்க்மர் பெர்க்மன் (Ingmar Bergman).

இவரது பிற படங்கள்

Saraband (2003) (TV) Bildmakarna (2000) (TV) In the Presence of a Clown (1997) (TV) The Last Gasp (1995) (TV) The Bacchae (1993) (TV) Markisinnan de Sade (1992) (TV) Tvasaliga, De (1986) (TV) The Making of 'Fanny and Alexander' (1986) After the Rehearsal (1984) (TV) Karin's Face (1984) Hustruskolan (1983) (TV) Fanny and Alexander (1982) From the Life of the Marionettes (1980) Faro Document 1979 (1979) (TV) Autumn Sonata (1978) The Serpent's Egg (1977) Face to Face (1976) The Magic Flute (1975) (TV) The Misanthrope (1974) (TV) Scenes from a Marriage (1973) Cries and Whispers (1972) The Touch (1971) Faro Document (1970) (TV) The Passion of Anna (1969) The Ritual (1969) (TV) Shame (1968) Hour of the Wolf (1968) Stimulantia (1967) (segment "Daniel") Persona (1966) Don Juan (1965) (TV) Now About These Women (1964) The Silence (1963) A Dream Play (1963) (TV) Winter Light (1962) Through a Glass Darkly (1961) The Devil's Eye (1960) The Virgin Spring (1960) The Storm (1960) (TV) The Magician (1958) Rabies (1958) (TV) So Close to Life (1958) The Venetian (1958) (TV) Wild Strawberries (1957) Mr. Sleeman Is Coming (1957) (TV) The Seventh Seal (1957) Bakomfilm smultronstallet (1957) Smiles of a Summer Night (1955) Dreams (1955) A Lesson in Love (1954) The Naked Night (1953) Monika, the Story of a Bad Girl (1953) Secrets of Women (1952) Summerplay (1951) This Can't Happen Here (1950) To Joy (1950) Three Strange Loves (1949) The Devil's Wanton (1949) Port of Call (1948) Music Is My Future (1948) A Ship Bound for India (1947) It Rains on Our Love (1946) Crisis (1946)

Technical Details

Cries and Whispers / 1972 / Sweden / 91min / colour / Director&Writer-Ingmar Bergman / Cast-Harriet Andersson, Kari Sylwan, Ingrid Thulin, Liv Ulman / Editor-Siv Lundgren / Cinematography-Sven Nykvist

சிறுவயதில் உடன் பிறந்தவர்களுடன் இருந்த நெருக்கத்தை வளரவளர ஏன் இழந்துவிடுகிறோம்? மரியா, காரினிடம் சொல்வதுபோல, "அந்தவயதில் எத்தனை நாட்கள் இரவும் பகலும் பேசிக்கொண்டே இருந்திருப்போம். தோளில் கைபோட்டுக் கொண்டு எங்கெல்லாம் சுற்றியிருப்போம்." வாழ்க்கையின் எந்த சந்தர்ப்பத்தில் அந்த அற்புதமான மனநிலைகளைத் தொலைத்தோம்? எந்த வயதில் நினைத்துப் பார்த்தாலும் பால்ய காலம் எத்தனை புதிதானது. எந்த எதிர்பார்ப்பும் தன்முனைப்பும், காலம் பற்றிய உணர்வும் இல்லாத அந்தப் பருவம்தான் எத்தனை இனிமையானது.

52

தி ரன்னர்
THE RUNNER

வாழ்க்கையில் எந்தெந்த தருணங்களில் எல்லாம் நீங்கள் ஓடியிருக்கிறீர்கள்? ஒரு ரயிலைப் பிடிப்பதில் இருந்து வாழ்க்கையின் பல வாய்ப்புகளை அடைவது வரை நாம் பின்தங்கும் போதெல்லாம் ஓடத்துவங்குகிறோம். இழந்ததை அடைவதற்காக, அடைந்ததை இழக்காமல் இருப்பதற்காக நாம் ஓடிக்கொண்டே இருக்கிறோம். அதுபோல தன் வாழ்க்கையில் உயிர் வாழ்தலுக்காக ஓடிக்கொண்டே இருந்த சிறுவனின் கதைதான் 'Runner'.

பரந்த கடற்கரை. அதில் தனியாக நிற்கும் சிறுவனான அமிரோ, கரையை நோக்கி வரும் கப்பலை பார்த்து கத்துகிறான். பிறகு விமானம் தரையிறங்கும் இடத்துக்கு வந்து, அது தரை இறங்குவதை கம்பி வேலியின் வழியே பார்க்கிறான். குப்பை பொறுக்கும் சிறுவனான அமிரோ கடற்கரையில் கப்பல் வந்து போனதும், அங்கு சேர்ந்திருக்கும் கழிவுகளிலிருந்து பழைய பொருட்களை எடுத்து அதை பழைய பொருட்கள் வாங்கும் கடைக்காரனிடம் கொடுக்கிறான். தனக்கென யாருமில்லாத அமிரோ கடற்கரையிலேயே வசிக்கிறான். குப்பை பொறுக்கிக் கிடைக்கும் காசில் அங்கு விற்கும் உணவை வாங்கிச் சாப்பிட்டுக்கொள்கிறான். மறுநாள் அங்கிருக்கும் சிறுவர்களுடன் கப்பலில் இருந்து எறியப்பட்டு கடலில் மிதக்கும் பாட்டில்கள் எடுக்கப் போகிறான்.

கடல்நீர் முழுக்க பாட்டில்கள் மிதக்கின்றன. மிதவைபோலச் செய்யப்பட்ட பெட்டியை எடுத்துக்கொண்டு கடலில் மிதக்கும் பாட்டில்களை சிறுவர்கள் சேகரிக்கிறார்கள். பிறகு கடற்கரையில் அமர்ந்து தாங்கள் சேகரித்த பாட்டில்கள் எவ்வளவு என்று எண்ணிப் பார்க்கிறார்கள். அப்போது ஒரு சிறுவன் அமிரோ எடுத்த இரண்டு பாட்டில்களை நான்தான் முதலில் பார்த்தேன் என்று சொல்லிப் பறிக்கிறான். அமிரோ கொடுக்க மறுக்க... "இன்னைக்கு வந்துட்டு உனக்கு இவ்வளவு வேணுமா" என்று சொல்லி எல்லோரும் சேர்ந்து அவனைக் கீழே தள்ளி அடிக்கிறார்கள். அவன் எடுத்த பாட்டில்களை நிறையப் பறித்துக்கொள்கிறார்கள். மீதமிருக்கும் பாட்டில்களை மட்டும் கடையில் கொடுத்து, பணத்தை வாங்கிக்கொண்டு அமிரோ சோகத்துடன் அங்கிருந்து நடக்கிறான்.

கரையோரம் மணலில் பழுதாகி நிற்கும் பழைய கப்பலின் மீது ஏறி சுற்றிப் பார்க்கிறான். அதிலேயே தங்குகிறான். அணிவதற்கு தன்னிடம் இருக்கும் ஒரே பனியனைத் துவைத்துக் காயவைக்கிறான்.

மறுநாள் அங்கிருந்து துறைமுகத்தில் வெளிநாட்டுக்காரர்கள் சாப்பிடுவதை வேடிக்கைப் பார்க்கிறான். அங்கிருக்கும் புத்தகக் கடைக்குச் சென்று அங்கிருக்கும் புத்தகம் ஒன்றை எடுத்துப் பார்க்கிறான். "ஏய் அதெல்லாம் தொடாத ஓடு" என்று கடைக்காரர் விரட்டுகிறார்.

பிறகு தான் தங்கியிருக்கும் கப்பலுக்கு வருகிறான். அப்போது குப்பை பொறுக்கும் சக நண்பர்கள் அவனைத் தேடி வருகிறார்கள்... "நாங்க எல்லோரும் வாடகைக்கு சைக்கிள் எடுத்து ஓட்டப்போறோம் நீ வரியா" எனக் கேட்க அமிரோ மகிழ்ச்சியாக அவர்களுடன் கிளம்புகிறான். சிறுவர்கள் அனைவரும் ஒன்றாகச் சேர்ந்து சைக்கிளில் சுற்றுகிறார்கள். யார் முதலில் வருவது என்று அவர்களுக்குள் போட்டி நடக்கிறது. பிறகு அவர்களுக்குள் ஓட்டப் பந்தயம் நடக்கிறது. அதில் அமிரோ கலந்துகொண்டு ஓடுகிறான்.

வருமானத்துக்கு வேறுவழியில்லாத அமிரோ, வேறு தொழில் செய்யலாமென நினைத்து அந்தத் துறைமுகத்தில் குளிர்ந்த நீரை விற்கத் துவங்குகிறான். "ஐஸ் வாட்டர்... ஐஸ் வாட்டர்..." என்று கூவி, ஒரு இரும்பு வாளியில் தண்ணீர் வைத்துக்கொண்டு கேட்கிறவர்களுக்கு கண்ணாடி தம்ளரில் ஊற்றிக் கொடுத்து சில்லறை வாங்குகிறான்.

அன்று சம்பாதித்த காசை எடுத்துக்கொண்டு அங்கிருக்கும் சாலையோரப் புத்தகக் கடைக்குப் போகிறான். அங்கு விற்கப்படும் பத்திரிகைகளைப் பார்த்து விலை கேட்கிறான். கடைக்காரர் அவன் அழுக்கான தோற்றத்தைப் பார்த்து, "இது விலை அதிகம்" என்று சொல்லி அந்தப் பக்கம் இருக்கும் பழைய இதழ்களைக் காட்ட அதில் விமானப் படம் அச்சிடப்பட்ட இதழ்களை வாங்கிக்கொள்கிறான்.

அதை எடுத்துக்கொண்டு விமானம் இறங்கும் இடத்துக்கு வருகிறான். கையிலிருக்கும் புத்தகத்தின் பக்கங்களைப் புரட்டி எதிரில் நிற்கும் விமானம் தன்னிடம் இருக்கும் படங்களுடன் பொருந்திப் போகிறதா என்று ஒவ்வொரு படமாக ஒப்பிட்டுப் பார்க்கிறான். கடைசியில் ஒரு படம் எதிரில் நிற்கிற விமானம் போலவே இருக்கவே மகிழ்ச்சியில் சிரிக்கிறான். இரவு நேரங்களில் தான் சாப்பிடும் எளிய உணவை எடுத்துக்கொண்டு கடற்கரைக்குப் போய் அங்கு தூரத்தில் நிற்கும் கப்பலைப் பார்த்துக்கொண்டே சாப்பிடுகிறான்.

தான் வாங்கி வந்த பத்திரிகைகளில் இருக்கும் விமானங்களின் படத்தை வெட்டி தான் தங்கியிருக்கும் கப்பலில் ஒட்டி வைக்கிறான். கடலில் பெரிய கப்பல்கள் வரும்போது கரையில் நின்று "என்னையும் அழைத்துப் போங்கள்" என்று குரல் எழுப்பிக்

கத்துகிறான். ஒருநாள் குட்டிவிமானம் வந்து நிற்கும் இடத்தில் இருக்கும் வேலியைத் தாண்டி, உள்ளே குதித்து அதை ஓடிப்போய் தொட்டுப் பார்க்கிறான். அதைத் தொட்டுப் பார்த்த மகிழ்ச்சியில் கத்திக்கொண்டே அங்கிருந்து வேகமாக ஓடி வருகிறான்.

தண்ணீர் விற்ற நேரம் போக மாலைப் பொழுதுகளில் தனியாக உட்கார்ந்து கடலில் வரும் கப்பல்களையே பார்த்துக்கொண்டு இருக்கிறான். ஒருநாள் பாட்டில் எடுக்கும் சிறுவர்கள் அனைவருக்குள்ளும் வழக்கமாக நடக்கும் ஓட்டப் பந்தயத்துக்கு தயாராக இருக்கிறார்கள். ரயில் வந்ததும் அது ஸ்டேஷனில் போய் நிற்குமுன் அதை யார் ஓடித்தொடுவது என்று பந்தயம் நடக்கிறது. ஓட்டப் பந்தயம் துவங்குகிறது...

அந்த சிறுவர் கூட்டத்திலிருக்கும் ஒருவன் வேகமாக நெடுதூரம் ஓடி ரயிலைத் தொட்டுவிட்டு, "நான்தான் முதலில் தொட்டேன்" என்று கத்துகிறான். அவனுக்குப் பின்னால் வரும் அமிரோ அவன் முதலில் தொட்டுவிட்டபோதும் ரயிலைத் தொடர்ந்து ஓடுகிறான். ஓடும் அமிரோ ரயிலைத் தொடமுடியாத போதும் அதன் பின்னால் முடிந்தவரை ஓடி நிற்கிறான். சிறுவர்கள் அவனை

ஆச்சர்யமாக, அவன்தான் முதல்ல வந்துட்டானே அப்புறம் எதுக்கு ஓடின என்று கேட்க, "நான் எவ்வளவு தூரம் ஓடமுடியும்னு எனக்குத் தெரியணும்" என்று சொல்கிறான்.

தண்ணீர் விற்கும் வேலையை விட்டுவிட்டு ஷூ பாலிஷ் போடும் வேலையைச் செய்யத் துவங்குகிறான். ஒரு ரூபாய்க்குத் தண்ணீர் விற்ற அமிரோவுக்கு இப்போது ஷூ பாலிஷ் போட்டால் இரண்டு ரூபாய் கிடைக்கிறது. அந்த வேலையை உற்சாகமாகச் செய்கிறான். கையிலிருக்கும் காசுக்கு பழைய புத்தகக் கடைக்குப்போய் மஞ்சள், ஆரஞ்சு ஊதா என விதவிதமான விமானங்கள் உள்ள வெளிநாட்டுப் பத்திரிகைகளை வாங்குகிறான்...

"இதெல்லாம் வாங்குறியே உனக்கு அந்த மொழி தெரியுமா?" என்று கடைக்காரர் கேட்கிறார். "சும்மா படம் பாக்கிறதுக்காக வாங்குறேன்" என்று சொல்லும் அமிரோவிடம், "நீ படிக்கணும்னா நம்ம மொழியிலேயே பழைய பத்திரிகைகள் இருக்கு வேணுமா?" என்று கடைக்காரர் கேட்க அமிரோ, "எனக்குப் படிக்கத் தெரியாது" என்கிறான். "உன் வயசுல இருக்கிற எல்லோருக்கும் படிக்கத் தெரிஞ்சிருக்கும்" என்று கடைக்காரன் சாதாரணமாகச் சொல்ல, அதனால் மனம் வருந்தும் அமிரோ சோகத்துடன் கடற்கரைக்கு வருகிறான். "எனக்குப் படிக்கத்தெரியும். எனக்கு எழுதத் தெரியும். ஏன் என்னால முடியாது?" என்று ஆவேசமாகச் சொல்லிக்கொண்டே தான் வாங்கிய புத்தகங்கள் அனைத்தையும் கிழித்துக் கடலில் போடுகிறான்.

மறுநாளே அங்கிருக்கும் பள்ளிக்குச் செல்கிறான். பள்ளியில் தன் வயதிலிருக்கும் சிறுவர்கள் விளையாடுவதை ஆர்வமாகப் பார்க்கிறான். அப்போது அங்குவரும் ஒரு ஆசிரியர் அவனைப் பார்த்து, "என்ன வேண்டும்" என்று கேட்கிறார். "சார் நான் இந்தப் பள்ளியில் சேரவேண்டும்" என்று அமிரோ சொல்கிறான். "இதுக்கு முன்னால் எந்தப் பள்ளியில படிச்சிருக்க?" என்று ஆசிரியர் கேட்க அதற்கு அமிரோ, தான் இதுவரை பள்ளிக்கே போகாததைச் சொல்கிறான். "இப்ப என்னசெய்ற?" "நான் வேலைப் பார்க்குறேன். என்னை ஸ்கூல்ல சேர்க்க எனக்குன்னு யாருமே இல்லை. அதான் நானே வந்துட்டேன்" அவனுக்கு யாருமே இல்லை என்பதை ஆச்சர்யமாகக் கேட்கும் ஆசிரியர், "முதல் வகுப்பில் சேர்க்கிற வயதில் நீ இல்லையே" "சார்... நான் படிக்கணும், எனக்கு வேற வழியே இல்ல" என்று சொல்கிறான். அதைக் கேட்ட ஆசிரியர் மாலையில் நடக்கும் எழுத்தறிவு வகுப்புகளில் அவனைச் சேர்த்துக்கொள்கிறார்.

அன்று வகுப்பில் சேர்ந்த உற்சாகத்தில் பறந்துவரும் விமானத்தைப் பார்த்து உற்சாகமாகக் கத்துகிறான். மறுநாளிலிருந்து வகுப்புகள்

தொடங்குகின்றன. உயிரெழுத்துக்களை ஆர்வமாகப் படிக்கத்துவங்குகிறான். பகல் பொழுதுகளில் ஷூ பாலிஷ் போடும் வேலையை உற்சாகமாகச் செய்கிறான்.

சில நாட்களுக்குப் பிறகு கடலுக்கு பாட்டில் எடுக்கச் செல்லும் நண்பர்களைச் சந்திக்கிறான். நெடுநாளைக்குப் பிறகு அவனைப் பார்க்கும் நண்பர்கள் உற்சாகமாகி எல்லோரும் சேர்ந்து விளையாடுகிறார்கள். அப்போது, ஒருவன் நாளைக்கு எங்களுக்குள் நடக்கும் ஓட்டப் பந்தயத்தில் நீயும் கலந்துகொள்கிறாயா எனக் கேட்கிறான். அமிரோ அதற்கு சம்மதிக்கிறான். வழக்கம்போல நண்பர்களுக்குள் நடக்கும் ஓட்டப்பந்தயப் போட்டி. துறைமுகப் பகுதியில் ஓட்டப்பந்தயம் துவங்குகிறது...

அமிரோவும் நண்பர்களும் ஓடத்துவங்குகிறார்கள். தூரத்தில் மண்ணெண்ணெய் டிரம் மீது வைக்கப்பட்டு இருக்கும் பெரிய ஐஸ்கட்டியை யார் எடுப்பது என்ற போட்டியில் கால்கள் தளர ஓடிவரும் அமிரோ தன் சக்தியையெல்லாம் திரட்டி உத்வேகத்துடன்

ஓடிவந்து ஐஸ்கட்டியை எடுக்கிறான். முதன்முதல் தான் அடைந்த வெற்றியை கைகளை உயர்த்தி உற்சாகமாகக் கொண்டாடுகிறான்.

கானல் அலையும் தரையிலிருந்து ஒரு விமானம் வானில் எழும்பிப் பறக்கிறது. அதன் கீழிருந்து அமிரோ தன்னம்பிக்கையுடன் தான் படித்த உயிரெழுத்துகளை சத்தமாக சொல்லிக் கத்துகிறான். வானிலிருந்து சீறிக் கிளம்பும் விமானத்தின் சத்தத்தையும் மிஞ்சும் விதமாக உத்வேகத்துடன் கைகளை உயர்த்தி அமிரோ கத்த அந்த நம்பிக்கையுடன் படம் நிறைவடைகிறது.

படம் முடிகையில் நாம் அடையும் உத்வேகம் அற்புதமானது. தான் அனாதையாக வறுமையில் இருந்தபோதும், தான் ஏமாற்றப்படும்போது அமிரோ சோர்ந்துவிடாமல் தனக்கான நீதியை தானே உருவாக்குகிறான்.

தண்ணீர் குடித்துவிட்டு ஒரு ரூபாய் கொடுக்காமல் சைக்கிளில் ஓடுகிற ஒருவனை ஓடியே விரட்டிப் பிடிப்பதும், தன்னிடமுள்ள ஐஸ்கட்டியை பறித்துக்கொண்டு ஒருவன் ஓடும்போதும், அவனை ஓடி விரட்டிப் பிடித்து, அந்த ஐஸ்கட்டி உருகிச் சிறியதானபோதும், அதைத் திரும்பப் பெறுவதும், தன்னைத் திருடன் என்று சொன்ன ஒரு கப்பல் அலுவலரைத் தேடிச்சென்று நியாயம் கேட்பதும், அவனது நேர்மையைச் சொல்லும் காட்சிகள் ரயிலையும், விமானத்தையும் கப்பலையும் பார்க்கும்போது என்னை இங்கிருந்து அழைத்துச் செல்லுங்கள் என்று குரலெடுத்துக் கத்துவதும், உண்மையில் இந்தச் சூழலிலிருந்து விடுபட கல்வி ஒன்றே வழி என்று உணர்ந்து படிக்கப்போவதும், கடைசியில் தலைக்குமேல் பறக்கும் விமானத்தின் ஒலியைவிடவும் குரலெடுத்து உயிரெழுத்துகளைச் சொல்லிக் கத்தும்போது தனது கல்வி அறிவினால் அதைக் கடந்துவிடமுடியும் என்று குறியீடாகத் தொனிக்கிற நம்பிக்கையும் சிறுவனின் மனநிலையைச் சொல்லும் காட்சிகள்.

கடற்கரையில் முதன்முதலாக அமிரோ எழுத்துகளைத் திரும்பத்திரும்ப சொல்லிப் பழகும் காட்சி இன்னொரு அற்புதம். அமிரோவாக நடித்த சிறுவனின் நடிப்பு வெகுஇயல்பானது. கதையைப் பொருட்படுத்தாமல் இயல்பான சம்பவங்களாலான இப்படம் 1985-ல் வெளியாகி, உலகம் முழுக்க கவனத்தை ஈர்த்தது. இந்த ஈரான் நாட்டுப் படத்தின் இயக்குனர் அமிர் நதேரி (Amir Naderi).

பள்ளிக்குப் போகமுடியாமல் தெருவோரம் வசிக்கிற குழந்தைத் தொழிலாளர்களின் எண்ணிக்கை நம் நாட்டில் ஆண்டுதோறும் அதிகரித்துக்கொண்டே இருக்கிறது. கொடியேற்றி இனிப்புகள் கொடுத்து நாம் சுதந்திரத்தைக் கொண்டாடும் பள்ளிச் சுவர்களின்

Amir Naderi

இரானில் உள்ள அபாடன் என்னும் துறைமுக நகரில், 1946-ல் பிறந்தார் அமிர் நதேரி. ஐந்து வயதிலேயே அநாதையாகி, தெருவோரம் வளர்ந்தார். திரையரங்கத்தில் குப்பை கூட்டுபவராக வேலை செய்தார். அப்போது நிறைய திரைப்படங்களைப் பார்க்கும் வாய்ப்புக் கிடைத்தது.

கதையில் வருகிற அமிரோவைப் போல நிஜ வாழ்க்கையை அனுபவித்த நதேரி, புத்தக வாசிப்பில் அபூர்வம் கொண்டவராக இருந்தார். நிழற்படங்கள் எடுப்பவராகத் திரையுலகில் நுழைந்த இவர், 1970-ல் திரைப்பட இயக்குநர் ஆனார். பின்பு எடிட்டர், படத் தயாரிப்பாளர் என அவதாரம் எடுத்த இவர், தற்போது நியூயார்க்கில் வசித்து வருகிறார்.

இவரது பிறபடங்கள்

Sound Barrier (2005) Marathon (2002) Avenue A, B, C... Manhattan (1997) Manhattan by Numbers (1993) Water, Wind, Dust (1989) The Runner (1985) The Winner (1984) Second Search (1981) Search (1980) Elegy (1978) Made in Iran (1978) Waiting (1974) Harmonica (1974) Tight Spot (1974) Strait (1973) Goodbye Friend (1971)

Technical Details

The Runner / 1985 / Iran / 94min / colour / Director-Amir Naderi / Writers-Behrouz Gharibpour, Amir Naderi / Cast-Majid Niroumand, Abbas Nazeri / Editor-bahram Beizai / Cinematogrpahy-Firooz Malekzadeh

ஓரம் முதுகில் அழுக்குச் சாக்கோடு காகிதங்கள் பொறுக்கும் சிறுவர்களை நாம் இன்றைக்கும் பார்க்கமுடியும். அமிரோவைப் போல அந்தச் சிறுவர்களுக்குள்ளும் ஒரு கனவு இருக்கத்தானே செய்யும்?!

53

டோக்யோ ஸ்டோரி
TOKYO STORY

ஒருவாரம் உங்களுக்கு பிடித்தவர்களுடன் இருக்கவேண்டும் என்று சொன்னால், நீங்கள் யாருடன் இருக்க விரும்புவீர்கள்? நம் மனதில் வரும் விதவிதமான பெயர்களில் நம் பெற்றோர்களின் பெயர் இருக்குமா? ஆனால், பெற்றோர்கள் வயதானதும் தங்கள் கடைசி நாட்களில் பிள்ளைகளுடன் இருக்கவே விரும்புகிறார்கள். அந்த ஆசையோடு நகரத்தில் இருக்கும் தங்கள் பிள்ளைகளைப் பார்க்க வெகுதூரத்தில் இருந்து கிளம்பிய வயதான பெற்றோரின் கதைதான் 'Tokyo story'.

வயதான அப்பாவும் அம்மாவும் பயணம் கிளம்புவதற்காக தேவையானவற்றை எடுத்துப் பையில் வைத்துக்கொண்டு இருக்கிறார்கள். பள்ளியில் வேலை பார்க்கும் அவர்களது கடைசி மகள் கியாகோ மதிய உணவை அவர்களுக்கு பாத்திரத்தில் வைத்துக் கொடுத்துவிட்டு அம்மா, அப்பாவிடம் சொல்லிவிட்டு வேலைக்குக் கிளம்புகிறாள். நகரத்தில் இருக்கும் தங்கள் மகனையும் மகளையும் பார்க்கலாம் என மகிழ்ச்சியுடன் அம்மாவும் அப்பாவும் அன்று மதியம் ரயிலில் கிளம்புகிறார்கள்.

நகரத்தில் டாக்டராக இருக்கும் மூத்த மகனும், அழகு நிலையம் வைத்திருக்கும் மகளும் ரயில் நிலையத்துக்குப்போய் அம்மாவையும் அப்பாவையும் அழைத்துக்கொண்டு மூத்தமகன் வீட்டுக்கு வருகிறார்கள்.

மருமகள் அன்புடன் வரவேற்கிறாள். சிரித்துக்கொண்டே அவளது வரவேற்பை ஏற்கும் அப்பா, ''நாங்க உங்களையெல்லாம் சிரமப்படுத்தலைன்னு நம்புறோம்'' என்று சொல்ல, "நீங்க வந்ததே எங்களுக்கெல்லாம் சந்தோஷம்'' என்று மருமகள் அன்புடன் சொல்கிறாள். அப்போது அம்மா, அப்பாவின் இறந்துபோன ஒரு மகனின் மனைவியான நோரிகோ அவர்களைப் பார்க்க வீட்டுக்கு வருகிறாள். ஒருவருக்கொருவர் நலம் விசாரித்துக்கொண்டபின் வீட்டின் மேல் தளத்தில் இருவரும் தங்குகிறார்கள்.

மறுநாள் ஞாயிற்றுக்கிழமை. டாக்டர் மகன் வீட்டில் காலையில் எல்லோரும் வெளியே கிளம்புவதற்குத் தயாராக இருக்கிறார்கள். நல்ல உடை அணிந்து அப்பாவும் அம்மாவும் தயாராக வருகிறார்கள். அப்போது டாக்டரைத் தேடி அவரது வேலையாள் ஒருவர் வந்து, ஒரு நோயாளியை அவசரமாக பார்க்கவேண்டி இருப்பதாகச் சொல்ல, டாக்டர் மகன் அப்பாவிடம், ''நான் அவசரமாப் போகணும்'' என்று சொல்கிறார். "போய்ட்டு வாப்பா. நாங்க காத்திருக்கோம்'' என்று அப்பா சொல்கிறார். "இல்லப்பா... வர ரொம்ப நேரமாகும்'' என்று மகன் சொல்லிவிட்டுக் கிளம்புகிறார். அவரது மனைவி அருகில் வந்து, "நான் அவங்களை கூட்டிட்டுப் போகவா'' என்று கேட்கிறாள். "அடுத்தவாரம் பார்த்துக்கலாம்'' என்று சொல்லி டாக்டர் கிளம்புகிறார். அப்பாவும், அம்மாவும் சோர்வாகத் தரையில் உட்கார்கிறார்கள். மருமகள் அருகில் வந்து, "மன்னிக்கணும்... அடுத்தவாரம் கண்டிப்பா போவோம்'' என்று சொல்ல "சரிம்மா... சில நாட்கள் இங்க இருந்துட்டு மகள் வீட்டுக்கு போகலாம்னு நினைக்கிறோம்மா'' என்று சொல்கிறார்.

சில நாட்களில் இருவரும் மகள் வீட்டுக்கு வருகிறார்கள். மகள் வீட்டிலும் எங்கும் வெளியில் போகாமல் தனியாக உட்கார்ந்து

இருக்கிறார்கள். ஒருநாள் மகளும் அவளது கணவனும் தமக்குள் பேசிக்கொள்கிறார்கள். "நாளைக்காவது அவங்களை வெளியில் கூட்டிட்டுப் போகணும். அண்ணனும் கூட்டிட்டுப் போகல. நீங்க நாளைக்கு கூட்டிட்டுப் போறீங்களா..." என்று மகள் தன் கணவரிடம் கேட்க, அவர் தனக்கு நாளை வேலை இருப்பதாகச் சொல்கிறார். "நாள் முழுக்க மாடியிலேயே தனியா இருக்கிறது எவ்வளவு கஷ்டம் தெரியுமா... என்ன செய்றது... வெளியே கூட்டிட்டுப் போக யாருமே இல்லையே" என்று மகள் சொல்கிறாள். பிறகு யோசித்து நோரிகோவுக்கு தொலைபேசியில் பேசுகிறாள். "நோரிகோ... அம்மா அப்பாவை ஒரு நாள் வெளியில அழைச்சிட்டுப் போய் சுத்திக்காட்டுறியா... எனக்கும் வேலை இருக்கு..." என்று கேட்க, நோரிகோ ஒரு நாள் விடுமுறை வாங்கி, மறுநாள் தனது மாமனார் மாமியார் இருவரையும் நகரம் முழுக்கச் சுற்றிக் காட்டுகிறாள். மாலையில் அவர்கள் இருவரையும் ஒரு அறையே இருக்கும் தனது சிறிய வீட்டுக்கு அழைத்து வருகிறாள். அந்த வீட்டுக்குவரும் அப்பாவும் அம்மாவும் அந்தச் சிறிய வீட்டில் நோரிகோவின் கணவனான இறந்துபோன தங்கள் மகனின் போட்டோ இருப்பதை நெகிழ்ச்சியுடன் பார்க்கிறார்கள். நோரிகோ அவர்கள் இருவரையும் நிறைவாக உபசரிக்கிறாள்.

அன்று டாக்டர், தன் தங்கை வீட்டுக்கு வருகிறார். அண்ணனும் தங்கையும் சேர்ந்து அம்மா அப்பா பற்றிப் பேசுகிறார்கள். தங்கை சலிப்புடன், "இன்னும் எத்தனை நாள் இங்க இருப்பாங்கன்னு தெரியலையே" என்கிறாள். "அவங்க உன்கிட்ட ஏதும் சொல்லலியா?" என்று டாக்டர் கேட்கிறார். "இல்ல நீங்க அவங்களை பக்கத்தில் இருக்கிற சுற்றுலாத் தலத்துக்கு அனுப்பலாம்னு சொன்னீங்க. அதுக்கு மூவாயிரம் பணம் வேணும். எனக்குத் தெரிஞ்ச விலை குறைந்த ஹோட்டல் ஒண்ணு இருக்கு. அங்க ரெண்டு பேரையும் அனுப்பிடுவோம். நீ ரொம்ப பிஸியா இருக்க. நானும் பிஸியா இருக்கேன். அதனால், அவங்க ரெண்டு பேரை மட்டும் அங்க அனுப்பிடுவோம்" என்று தங்கை சொல்ல அண்ணனும் "சரி" என்கிறார்.

மறுநாளே இருவரையும் அந்த சுற்றுலாத் தலத்துக்கு அனுப்பி வைக்கிறார்கள். வயதான அப்பாவும் அம்மாவும் கடற்கரையில் தனியாக அமர்ந்திருக்கிறார்கள். அன்று இரவே அந்த இடம் அவர்களுக்குப் பிடிக்காமல் போகிறது. இளைஞர்களும் யுவதிகளும் குதூகலமாக இருக்கும் அந்த இடம், பாட்டும் கூத்தும் சிரிப்புச் சத்தமுமாக இருக்க அப்பாவும் அம்மாவும் இரவு முழுக்க தூங்கமுடியாமல் விழித்திருக்கிறார்கள். அன்று காலையே அங்கிருந்து கிளம்பி, மகள் வீட்டுக்கு இருவரும் வருகிறார்கள். அம்மாவும் அப்பாவும் வருவதைப் பார்த்த மகள் அதிர்ச்சி அடைகிறாள். "ஏன் அதுக்குள்ள வந்திட்டீங்க. கொஞ்சநாள்

அங்கேயே இருந்துட்டு வரவேண்டியதுதானே" என்று கேட்கிறாள். "நாங்க வீட்லேயே இருக்கோம்மா" என்று சொல்லிக்கொண்டே இருவரும் உள்ளே நுழைகிறார்கள். "அதுக்குள்ள எதுக்கு வந்தீங்க... இன்னைக்கு இரவு அழகுக்கலை செய்யும் பெண்கள் எல்லோரும் இங்க கூடுறதா இருக்கோம். அதனாலதான் அங்கேயே தங்கியிருங்கன்னு சொன்னேன்'' என்று சொல்லிவிட்டு மகள் சலிப்புடன் எழுந்து போகிறாள்.

அப்பாவும் அம்மாவும் ஒருவரை ஒருவர் பார்த்துக்கொள்கிறார்கள். "இப்ப நாம என்ன செய்றது? திரும்பவும் மகன் வீட்டுக்குப்போய் அவனுக்குத் தொந்தரவு தரமுடியாது" "நோரிகோ வீட்டுக்குப் போகலாமா" என்று அம்மா கேட்கிறாள். அங்க ரெண்டுபேரு தங்கமுடியாது. "நீ நோரிகோ வீட்டுக்குப்போ... நான் என்னோட ஸ்நேகிதன் இந்த ஊர்லதான் இருக்கான். அவனைப் பார்த்துட்டு முடிஞ்சா ராத்திரி அவன்கூட தங்கிக்கிறேன்" என்று சொல்லிவிட்டு இருவரும் கிளம்புகிறார்கள். "உண்மையிலேயே நாம இப்ப வீடு இல்லாதவங்க ஆயிட்டோம்'' என்று சொல்லி அப்பா புன்னகைக்கிறார். இருவரும் நெடுநேரம் ஒரு பூங்காவில் உட்கார்ந்திருக்கிறார்கள். சாயங்காலம் ஆனதும் இருவரும் சாலையோரம் நடந்து தங்கும் இடம் தேடிக் கிளம்புகிறார்கள்.

அப்பா தனது நண்பர் வீட்டுக்குப் போகிறார். அவரைப் பார்த்ததும் இருவரும் பழைய நினைவுகளைப் பகிர்ந்துகொண்டு பதினெட்டு வருடங்களுக்குப் பிறகு சந்திக்கும் மகிழ்ச்சியில் மது அருந்தத் துவங்குகிறார்கள்.

போதையில் நண்பர் தனது மகன்களின் நடத்தை குறித்து குறை சொல்கிறார். அப்பாவும் மனமுடைந்து தனது பிள்ளைகளும் தன்னைப் பொருட்படுத்தாத நிலையைச் சொல்கிறார். சோகத்தில் அப்பா அதிகமாகக் குடிக்கத்துவங்குகிறார். இன்னொருபுறம் நோரிகோவின் வீட்டில் அம்மா இருக்கிறாள். நோரிகோ அம்மாவின் தோள்களைப் பிடித்துவிட்டுக் கொண்டிருக்கிறாள். இன்று முழுக்க அலைந்த அலைச்சலை அம்மா சொல்லிக்கொண்டே "அவங்க எல்லோருக்கும் நாங்க தொந்தரவா ஆயிட்டோம்மா" என்று புன்னகைத்துக்கொண்டே சொல்கிறாள். இரவு படுக்கும்போது அம்மா அவளிடம் உருக்கமாகப் பேசுகிறாள்... "என் மகன் இறந்து எட்டு வருஷம் ஆச்சு. இன்னும் வேறொரு கல்யாணம் பண்ணிக்காம இருக்கியேம்மா'' ''நான் சந்தோஷமாத்தாம்மா இருக்கேன்" என்று நோரிகோ சொல்கிறாள். ''இப்ப இந்த வயசில் சந்தோஷமாத்தான் இருக்கும். ஆனா, வயசானதும் தனிமை உணர்வு வந்துடும்மா" என்று சொல்லி அம்மா கண் கலங்குகிறாள்.

அதே இரவில் அப்பா குடித்துவிட்டு தன் நண்பருடன் மகள் வீட்டுக்கு வருகிறாள். அதைப் பார்த்து எரிச்சலடையும் மகள்

கோபத்தில் ஒன்றும் சொல்லாமல் புலம்பிக்கொண்டே அவரைத் தங்கவைக்கிறாள்.

மறுநாள் காலை. அம்மா நோரிகோவின் வீட்டிலிருந்து கிளம்புகிறாள். அன்று எல்லோரும் சேர்ந்து அம்மாவையும் அப்பாவையும் கூட்டம் மிகுந்த ரயிலில் வழியனுப்பி வைக்கிறார்கள். வழியிலேயே அம்மாவின் உடல்நிலை சரியில்லாமல் போய் ஊருக்குப் போனதும் மிகவும் மோசமாகிறது.

அம்மா சுயநினைவின்றி படுத்தபடுக்கையாக ஆகிறாள். அப்பா அருகில் அமர்ந்து விசிறிக்கொண்டு இருக்கிறார். அருகில் அவர்களது கடைசி மகள் கியாகோ சோகமாக உட்கார்ந்து இருக்கிறாள். தகவல் அறிந்து டாக்டர் மகனும், மகளும், நோரிகோவும் இரவு பார்க்க வந்து அருகில் சோகமாக உட்கார்ந்து இருக்கிறார்கள். அன்று அதிகாலையிலேயே அம்மாவின் உயிர் பிரிகிறது. இறுதிச் சடங்குகள் முடிந்ததும் வேலை இருப்பதால் மறுநாளே எல்லோரும் கிளம்புகிறார்கள்... ஊரிலிருந்து வந்திருக்கும் மூத்தமகள் வீட்டிலிருக்கும் அம்மாவின் உடைமைகள் தனக்கு வேண்டும் என்று எடுத்துக்கொண்டு கிளம்புகிறாள்.

எல்லோரும் கிளம்பிச் செல்ல நோரிகோ மட்டும் சில நாட்கள் அங்கு தங்குகிறாள். ஒருநாள் க்யூகோவுக்குத் தேவையான மதிய உணவைச் சமைத்துத் தரும் நோரிகோ அன்று தான் கிளம்புவதாகச் சொல்கிறாள். "அண்ணி, நீங்களாவது இருந்தீங்களே... உங்களுக்கு நன்றி. அவங்கள்லாம் இன்னும் சிலநாள் இருந்திட்டுப் போயிருக்கலாம். எல்லோருக்கும் சுயநலம்" என்று கியாகோ சொல்கிறாள். அவளுக்கு ஆறுதலாகப் பேசும் நோரிகோ, "விடுமுறையில் நீ டோக்கியோவுக்கு கண்டிப்பா வரணும்" என்று சொல்கிறாள். பிறகு கியாகோ அண்ணியிடம் சொல்லிவிட்டு பள்ளிக்குக் கிளம்பிச்செல்கிறாள்.

அப்போது அங்குவரும் அப்பாவிடம் நோரிகோ, "அப்பா... நான் இன்னைக்கு ஊருக்குக் கிளம்புறேன்" என்று சொல்ல அப்பா

அவளைப் பார்த்து, "நீ எங்களுக்கு ரொம்ப உதவியா இருந்த. உனக்கு நன்றிம்மா டோக்கியோவுக்கு வந்திருக்கும்போது நீதான் அம்மாவை நல்லாப் பார்த்துகிட்ட. உன்கூட இருந்த அந்த நேரம்தான் அவ சந்தோஷமா இருந்ததா சொன்னா..." என்கிறார். நோரிகோ கலக்கத்துடன் தலைகுனிகிறாள். "அம்மாவுக்கு உன்னைப் பத்திதாம்மா ரொம்பக் கவலை. நீ இப்படியே இருக்கக் கூடாதும்மா. எங்க மகன் இறந்து ரொம்ப வருஷமாயிடுச்சு. அதையே நினைச்சுக்கிட்டு இருக்காத'' என்று சொல்ல தலைகுனிந்திருக்கும் நோரிக்கோ கலங்குகிறாள். அவளுக்கு ஆறுதலாகப் பேசும் அப்பா எழுந்துபோய் ஒன்றை எடுத்துவருகிறார். "இது அம்மாவோட கைக்கடிகாரம். பழைய மாடல்தான். தயவுசெய்து நீ இதை மறுக்காம வாங்கிக்கணும்'' என்று கொடுக்கிறார். நோரிகோ அடக்கமுடியாமல் அழுகிறாள். "எங்களுக்கு அத்தனை பிள்ளைகள் இருந்தும் நீதாம்மா எங்களுக்கு எல்லாமே செஞ்சிருக்க. உனக்கு ரொம்ப நன்றிம்மா'' என்று சொல்ல நோரிகோ சோகம் தாங்காமல் அழுகிறாள்.

மதியப்பொழுது. கியோகோ வேலை பார்க்கும் பள்ளியிலிருந்து குழந்தைகள் பாடும் பாடல் காற்றில் கலந்து ஒலிக்கிறது. கியோகோ சன்னல் அருகே வந்து நின்று நோரிகோ போகும் ரயிலைப் பார்க்கிறாள். ரயில் சத்தம் எழுப்பிக்கொண்டு போகிறது. ரயிலுக்குள் அமர்ந்திருக்கும் நோரிகோ கலக்கத்துடன் தன்னிடம் இருக்கும் அம்மாவின் கைக்கடிகாரத்தை எடுத்துப் பார்க்கிறாள். அப்பா, கையிலிருக்கும் விசிறியை மெதுவாக வீசிக்கொண்டு கண்கள் கலங்க யாருமில்லாத வீட்டில் தன் தீராத தனிமையுடன் அமர்ந்திருக்கிறார். திரை மெல்ல இருள கலங்கவைக்கும் இசையுடன் படம் நிறைவடைகிறது.

இன்றளவும் குடும்ப உறவுகளில் இருக்கும் சுயநலத்தையும் உணர்வுகளையும் நேர்த்தியாக இப்படம் பதிவுசெய்கிறது. மகன் வீட்டில் இருக்கும்போது அம்மா பேரனுடன் புல்வெளியில்

Yasujiro Ozu

ஜப்பானில் புக்க கவா எனும் இடத்தில் 1903-ல் பிறந்தார். தனது பத்து வயதிலேயே மட்சு சாக்கா எனும் அப்பாவின் சொந்த ஊருக்குக் குடிபெயர்ந்தார். அங்கு விடுதிப் பள்ளியில் தங்கிப் படித்தார். படிக்கும்போது, வகுப்பறையில் இருந்ததைவிட அதிக நேரம் திரையரங்கிலேயே இருந்தார். 1923-ல் பள்ளி ஆசிரியராக வேலைப் பார்க்கும் வாய்ப்பு கிடைத்தது. பிறகு டோக்கியோ திரும்பி, ஒரு திரைப்பட நிறுவனத்தில் உதவி ஒளிப்பதிவாளராக வேலைக்குச் சேர்ந்தார். பிறகு அங்கேயே உதவி இயக்குனராகி, 1927-ல் தனது முதல் படத்தை இயக்கினார். பிறகு ஜப்பானின் ராணுவத்தில் சேர்ந்து இரண்டு வருடங்கள் பணிபுரிந்தார்.

ராணுவத்திலிருந்து வந்து, திரும்பவும் படங்களை இயக்கினார். தன் வாழ்நாளில் 54 படங்களை இயக்கினார். இதில் முதல் 26 படங்களை ஐந்து வருடத்தில் எடுத்தார். கேமராவின் இயக்கத்தை வெறுத்த இவர், திருப்புதல் (pan), ட்ராலி முதலான இயக்கங்களை அறவே தவிர்த்தார். அதுபோல fade, dissolve, wipe முதலான காட்சிமாற்ற உத்திகளையும் தவிர்த்தார். ஜப்பானியர்கள் முழந்தாளிட்டு அமர்வதால் அந்த உயரத்திலேயே கேமராவை வைத்துத் தன் படங்களை எடுத்தார். 'தொழில்நுட்பத்தின் ஆதிக்கத்தைக் குறைத்து, கதாபாத்திரங்கள் மீது அதிகக் கவனம் செலுத்துவதற்காகவே இவ்வாறு செய்கிறேன்' என்று சொல்லும் இவர் தனது அறுபதாவது

பேசுகிற காட்சியும், கடைசியாக ஊருக்குக் கிளம்பும்போது நோரிகோ செலவுக்குக் கொடுக்கிற பணத்தைக் கண்கலங்க தயக்கத்துடன் வாங்கிக்கொள்கிற காட்சியும் முதுமையின் இயலாமையைச் சொல்லும் நெகிழ்வான காட்சிகள். நோரிகோவுடன் ஊர் சுற்றிப்பார்க்கும்போது உயர்வான இடத்திலிருந்து நகரத்தைப் பார்க்கும் அப்பா, தன் மகன் வீடும் மகள் வீடும் எங்கிருக்கிறது என்று கேட்பதும், பிறகு தங்குவதற்கு இடமில்லாமல் தெருவில் நடந்து வருகையில் டோக்கியோவைப் பார்த்து, "எவ்வளவு வீடுகள்" என்று சொல்லும்போதும் அதில் தாங்கள் தங்குவதற்கு வீடில்லை என்ற ஏக்கம் வெளிப்படும் விதம் நம்மைக் கலங்கவைக்கிறது. உலகசினிமா தரவரிசையில் இன்றளவும் முதல் பத்துப் படங்களில் ஒன்றாக மதிக்கப்படும் இப்படம் 1953-ல்

பிறந்தநாளன்று 1963-ல் இறந்தார். குடும்பம் சார்ந்த கதைகளையே அதிகம் எடுத்த இவர் திருமணமாகாதவர்.

இவரது பிற படங்கள்

An Autumn Afternoon (1962) The End of Summer (1961) Late Autumn (1960) Floating Weeds (1959) Good Morning (1959) Equinox Flower (1958) Twilight in Tokyo (1957) Early Spring (1956) Tokyo Story (1953) Flavor of Green Tea Owver Rice (1952) Early Summer (1951) The Munekata Sisters (1950) Late Spring (1949) A Hen in the Wind (1948) The Record of a Tenement Gentleman (1947) There Was a Father (1942) The Toda Brothers and Sisters (1941) What Did the Lady Forget? (1937) The Only Son (1936) Tokyo Is a Nice Place (1936) Kikugoro no kagamijishi (1936) An Inn in Tokyo (1935) An Innocent Maid (1935) A Story of Floating Weeds (1934) A Mother Should Be Loved (1934) Passing Fancy (1933) Women on the Firing Line (1933) Woman of Tokyo (1933) Until the Day We Meet Again (1932) Where Are the Dreams of Youth? (1932) I Was Born, But... (1932) Spring Comes from the Ladies (1932) Tokyo Chorus (1931) Beauty's Sorrows (1931) The Lady and Her Favorite (1931) Young Miss (1930) Lost Luck (1930) The Revengeful Spirit of Eros (1930) I Flunked But... (1930) Walk Cheerfully (1930) Introduction to Marriage (1930) That Night's Wife (1930) A Straightforward Boy (1929) I Graduated But... (1929) Fighting Friends (1929) Days of Youth (1929) The Life of an Office Worker (1929) Treasure Mountain (1929) Body Beautiful (1928) A Couple on the Move (1928) Dreams of Youth (1928) Pumpkin (1928) Wife Lost (1928) Sword of Penitence (1927)

Technical Details

Tokyo Story / 1953 / Japan / 136min / colour / Director-Yasujiro Ozu / Writers-Kogo Noda, Yasujiro Ozu / Cast-Chishu Ryu, Chieko Higashiyama, Setsuko Hara / Editor-Yoshiyasu Hamamura / Music-Kojun Saito / Cinematography-Yuuharu Atsuta

வெளியானது. இந்த ஜப்பான் நாட்டுப் படத்தின் இயக்குனர் யசுஜிரோ ஓசு (Yasujiro Ozu).

வளரவளர பெற்றோர்களிடமிருந்து விலகிக்கொண்டே இருக்கும் நாம், சிறுவர்களாக இருக்கும்போது அவர்களைப் பிரிந்திருக்கச் சொன்னால் அழுகிறோம். அடம் பிடிக்கிறோம். அதுபோல் பெற்றோர்களும் தங்கள் பிள்ளைகளின் அருகாமையில் இருக்கவே ஏங்குகிறார்கள். நம்மில் எத்தனைபேர் அந்த விருப்பத்தை பூர்த்தி செய்திருக்கிறோம்? கதையில் கடைசி மகன் சொல்வதுபோல, "கல்லறைக்குப் போனதும் பெற்றோருக்கு நாம் சேவை செய்யமுடியாது." வாழும் காலத்திலேயே நம்மில் எத்தனைபேர் அந்தக் கடமையை நிறைவேற்றி இருக்கிறோம்?

54

ப்ளோ-அப்
BLOW-UP

நீங்கள் வெளியூருக்கு மகிழ்ச்சியாக சுற்றுலாசென்று, நிறைய நிழற்படங்கள் எடுத்து ஊருக்குத் திரும்புகிறீர்கள். ஊரில் வந்து எடுத்த போட்டோக்களை கழுவிப்பார்க்கையில் ஒரு அதிர்ச்சி காத்திருக்கிறது. அந்தப் போட்டோவின் பின்னணியில் யாரோ ஒருவர், கொலை செய்யும் நோக்கத்துடன் ஒளிந்திருப்பது நீங்கள் அறியாமலேயே பதிவாகியிருக்கிறது. என்ன செய்வீர்கள்? இதுமாதிரியான நிலையில், தான் எடுத்த போட்டோவில் ஒரு கொலை முயற்சி பதிவாகி இருப்பதைப் பார்த்த ஒரு போட்டோகிராபரின் கதைதான் 'Blow-up'.

மாடலிங் துறையில் பிரபலமான ஒளிப்பதிவாளனான தாமஸ் நகரத்திலிருந்து காரில் தன் ஸ்டுடியோவுக்குத் திரும்புகிறான். அவனிடம் நிழற்படம் எடுத்துக்கொள்வதற்காக தன் விமான நேரத்தைத் தவறவிட்டும் ஒரு மாடலிங்பெண் காத்திருக்கிறாள். அவளை ஆவேசம் வந்தவன் போல விதவிதமாகப் புகைப்படம் எடுக்கிறான். மறுநாளும் அவனது ஸ்டுடியோவில் மாடலிங் செய்யும் பெண்கள் வருகிறார்கள். அவர்களை விதவிதமாகப் படம் எடுக்கத் துவங்குகிறான். பரபரப்பாக வேலை செய்யும் அவன், தான் படம் எடுக்கும் பெண்களிடம் கடுமையாக நடந்துகொள்கிறான். தன் மனம்போன போக்கில் வாழும் அவன், பெண்களை படம் எடுப்பது சலித்துப்போய் கேமராவை எடுத்துக்கொண்டு

அருகிலிருக்கும் மரங்கள் அடர்ந்த பூங்காவுக்குள் நுழைகிறான். அங்கிருக்கும் டென்னிஸ் மைதானத்தில் இருவர் விளையாடிக்கொண்டு இருக்கிறார்கள். அவர்களைத் தவிர, அங்கு யாருமே இல்லாமல் அமைதியாக இருக்க, உள்ளே நடந்துவரும் அவன் மைதானத்தில் இரை தேடும் புறாக்களைப் படம் பிடிக்கிறான். அங்கு வேறு எதை படம் எடுப்பது என்று யோசித்துக்கொண்டே மெதுவாக நடந்துவரும்போது பூங்காவின் ஒரு ஓரத்தில் ஒரு ஆணும் பெண்ணும் மறைவான இடம்தேடிப் போவதைப் பார்க்கிறான்.

தான் படம் எடுக்க ஒரு விஷயம் கிடைத்துவிட்டதாக மகிழ்ந்து, உற்சாகத்துடன் அவர்கள் போகும் திசை நோக்கி வேகமாக நடக்கிறான். சற்று ஒதுங்கியிருக்கும் புல்வெளியில் அந்தப் பெண்ணும் ஆணும் மிக நெருக்கமாக நின்று பேசிக்கொண்டு இருக்கிறார்கள். அவன் மெல்ல அவர்களை நோக்கி நடந்து ஒரு மரத்தின் பின்னால் ஒளிந்துகொண்டு, அவர்களின் செயல்களைப் படம் பிடிக்கிறான். ஒருநிலையில் அந்தப் பெண் தன்னுடன் நிற்கும் ஆணிடமிருந்து விலகி, சுற்றிலும் யாரையோ தேடுவது மாதிரிப் பார்க்கிறாள். பிறகு அவரை அழைத்துக்கொண்டு வேலியை நோக்கி நடக்கிறாள். இதை அனைத்தையும் படம் எடுத்து அவன் கிளம்பும்போது அந்தப் பெண் தாமஸைப் பார்த்துவிடுகிறாள். அவனை நோக்கி வேகமாக ஓடிவருகிறாள்...

"என்ன செய்றீங்க..! ஏன் படம் எடுக்கிறீங்க?" "நான் என் வேலையைத்தான் செய்றேன். அரசியல்வாதியில் இருந்து விளையாட்டு வீரர்கள் வரை படம் எடுக்கிறதுதான் என் வேலை. நான் போட்டோகிராபர். உங்களுக்குத் தெரியுமா பொண்ணுங்க படம் எடுக்கிறதுக்காக எனக்குப் பணம் கொடுக்கிறாங்க" "சரி நான் பணம் தரேன். இப்ப எடுத்தைக் கொடு" என்று அவள்

சொல்கிறாள். “சரி நான் உங்களுக்கு போட்டோக்களை அனுப்பி வைக்கிறேன்” “இல்ல... எனக்கு அது இப்பவே வேணும்” என்று சொல்லி ஆவேசமாக கோபத்துடன் கீழே அமர்ந்து, அவனது கையைக் கடித்து, அவனிடமிருக்கும் கேமராவைப் பறிக்க முயற்சிக்கிறாள். “அவசரப்பட்டு வீணா கெடுத்துக்காத” என்று கத்தும் அவன் கேமராவைக் கொடுக்காமல் தன்னிடமே வைத்துக் கொள்கிறான். அவள் அழுதுகொண்டே எழுகிறாள். தான் நின்றிருந்த புல்வெளியைப் பார்க்கிறாள். அங்கு தன்னுடன் நின்றிருந்தவரைக் காணாமல் பதட்டமடையும் அவள், அங்கிருந்து அவனைத் தேடி ஓடுகிறாள். அவள் ஓடுவதையும் அவனைக் காணாமல் தேடுவதையும்கூட தாமஸ் படம் எடுக்கிறான்.

அங்கிருந்து கிளம்பி, தன் ஸ்டுடியோவுக்கு வருகிறான். அவன் நுழையும்போது பூங்காவில் பார்த்த பெண் நிற்கிறாள். “எப்படி என் இடத்தைக் கண்டுபிடிச்சே?” என்று கேட்கும் தாமஸ், அவளை அழைத்துக்கொண்டு தன் ஸ்டுடியோவுக்குள் வருகிறான். “போட்டோ மேலே ஏன் அவ்வளவு ஆர்வமா இருக்கீங்க?” “அது என்னோட விஷயம். எனக்குப் பதட்டமா இருக்கு கொஞ்சம் தண்ணீர் கிடைக்குமா குடிக்க” என்று அவள் கேட்கிறாள். அவன் எடுப்பதற்காக அறைக்குள் போன நேரம் பார்த்து, அவனது கேமராவை எடுத்துக்கொண்டு அங்கிருந்து ஓட முயற்சிக்கும்போது தாமஸ் வாசலில் நிற்கிறான், “நான் என்ன அவ்வளவு முட்டாளா?” “என் போட்டோவைக் கொடுத்திடு ப்ளீஸ்... உனக்கு என்னதான் வேணும் ஏன் இப்படிப்பண்றே” என்று கெஞ்சிக் கேட்கிறாள். அதைப் பார்த்த அவன், “ஒரு நிமிஷம் உன்னோட நெகடிவ்வை நான் வெட்டித்தரேன்” என்று சொல்லி அறைக்குள் போகிறான்.

உள்ளே போய் கேமராவிலிருக்கும் படச்சுருளைத் தராமல் அதற்குப் பதிலாக ஸ்டுடியோவில் இருக்கும் வேறொரு படச்சுருளை எடுத்துத் தருகிறான். அவள் அதை வாங்கிக்கொண்டு நன்றி சொல்லிக் கிளம்பும்போது அவளது தொலைபேசி எண்ணை வாங்கிக்கொள்கிறான். அவள் கிளம்புகிறாள்...

அவள் போனதும் உடனே பிலிம்களை டெவலப் செய்யும் இருட்டறைக்கு வந்து பூங்காவில் எடுத்ததை டெவலப் செய்கிறான். அதில் குறிப்பிட்ட சில நெகடிவ்களை தேர்ந்தெடுத்து பெரிதாக ப்ளோ-அப் செய்து அதை சுவற்றில் வைத்து நிதானமாக உட்கார்ந்து பார்க்கிறான். படத்தில் அந்தப் பெண் அந்த ஆணை இழுத்துக்கொண்டு இருக்கிறாள். அடுத்த படத்தில் அவள் இன்னொருபுறம் திரும்பிப் பார்த்துக்கொண்டு இருக்கிறாள். அதை சந்தேகத்துடன் பார்க்கும் தாமஸ் அருகில் வந்து அவள் எந்தப் பக்கம் பார்க்கிறாள் என்று உற்றுப் பார்க்கிறான்... அந்தப் பெண் பயத்துடன் இன்னொரு திசையில் பார்க்கிறாள். போட்டோவில் அவள் எந்த திசையில் எதைப் பார்க்கிறாள் என்பதை அறிய,

அவள் பார்க்கும் திசையிலேயே படத்தின் மீது விரலை வைத்துக் கோடு போட்டுப் பார்க்கிறான்.

அவள் பார்க்கும் திசையில் மரவேலி இருக்கிறது. அந்த வேலி இருக்கும் பக்கத்தில் அவள் பயத்துடன் பார்க்கும் அளவுக்கு என்ன இருக்கிறது என்று லென்ஸை அந்தப் போட்டோவின் அருகில் வைத்துப் பார்க்கிறான். போட்டோவில் அவள் பார்க்கும் திசையில் ஏதோ இருப்பதாகத் தெரிய அந்த இடத்தை மட்டும் பென்சிலால் சதுரமாகக் குறித்துக்கொண்டு அதை மட்டும் பெரிதாக ப்ளோ-அப் செய்கிறான். அதில் ஒன்றும் தெரியவில்லை. உடனே அந்தப் பெண் கொடுத்த எண்ணுக்குப் போன் செய்கிறான். எண் தவறானது என்ற செய்தி வருகிறது. உடனே அறைக்குள் வேகமாக ஓடி அதையே இன்னும் பெரிதாக ப்ளோ-அப் செய்து பார்க்கிறான். அறைமுழுக்க படங்கள் தொங்குகின்றன. அதை வரிசையாக ஒரு தொடர்ச்சியான காட்சிபோல ஒவ்வொன்றாகப் பார்க்கும்போது அந்தப் பெண் வேலியோரம் நிற்கிற ஒரு மனிதனைப் பார்க்கிறாள் என்பது தெரிகிறது. அந்த மனிதன் கையில் ஒரு துப்பாக்கியுடன் இருப்பதும் தெரிகிறது. திரும்பவும் நிதானமாகப் பார்க்கும்போது இன்னொரு படத்தில் ஒருவர் கீழே விழுந்து கிடப்பது தெரிகிறது. உடனே கிளம்பி வெளியில் வருகிறான். இருட்டியிருக்கிறது.

தனது காரை எடுத்துக்கொண்டு நேராக அந்தப் பூங்காவுக்கு வருகிறான். அங்கங்கு விளக்குகள் எரிய யாருமில்லாத அந்தப் பூங்காவுக்குள் நுழைந்து, தான் போட்டோ எடுத்த புல்வெளிநோக்கி மெதுவாக நடக்கிறான். அங்கு அவன் பார்க்கும் காட்சி அவனை மேலும் மௌனமாக்குகிறது. அந்த படத்தில் இருந்தது போல

மரத்தடியில் அந்தப் பெண்ணுடன் வந்தவன் இறந்துகிடக்கிறான். எதுவும் செய்யாமல் மெதுவாக அங்கிருந்து நடந்து, தன் ஸ்டுடியோவுக்குத் திரும்புகிறான். ஸ்டுடியோவைப் பார்த்ததும் மேலும் அதிர்ச்சியடைகிறான். பூங்காவில் எடுத்த போட்டோக்கள் எதையும் காணவில்லை. இருட்டறையில் வைத்திருந்த நெகடிவ்களையும் காணவில்லை.

அப்போது, அவனது தோழி அங்கு வருகிறாள். அவளிடம், தான் இன்று காலை ஒருவர் கொல்லப்பட்டதைப் பார்த்தேன் என்று சொல்கிறான். ''உனக்கு உறுதியாகத் தெரியுமா?'' "கொல்லப்பட்டவனோட உடல் இன்னும் அங்கேதான் இருக்கு" "யாரு அது?" "தெரியல" "இது எப்படி நடந்துச்சு" "எனக்குத் தெரியாது. நான் பாக்கல" என்று சொல்கிறான். "நீ பாக்கலையா?" ''ஆமா'' ''போலீஸைக் கூப்பிடவேண்டியது தானே'' தாமஸ் தலைகுனிந்து நிற்கிறான். "அவனை ஏன் கொன்றிருக்கணும். எனக்குப் புரியல" என்று சொல்லிவிட்டு அவள் கிளம்புகிறாள்.

அவன் தனியாக நின்று என்ன செய்வது என்று தெரியாமல் குழம்பி நிற்கிறான். உடனே நண்பன் ஒருவனிடம் சொல்லலாம் என்று அங்கிருந்து கிளம்பி, நண்பன் வீட்டுக்கு வருகிறான். அவனிடம் விஷயத்தைச் சொல்லி அழைக்கிறான். நண்பன் அவன் சொல்வதைப் பொருட்படுத்தாமல் போகிறான். அன்று இரவு அங்கேயே தங்கும் தாமஸ் காலை எழுந்ததும் கேமராவை எடுத்துக்கொண்டு அந்தப் பூங்காவுக்குப் போகிறான்.

காற்றில் மரங்கள் அசைந்துகொண்டிருக்க யாருமில்லாத அந்தப் பூங்காவில் தனியே நடந்து அந்தப் புல்வெளிக்கு வருகிறான். அங்கு வந்து உடல் கிடந்த மரத்தடியைப் பார்க்கிறான். அங்கு எதுவுமே இல்லை. கீழே குனிந்து அந்த சம்பவம் நடந்ததற்கான தடயம் ஏதாவது இருக்கிறதா என்று பார்க்கிறான். எதுவும் இல்லை. குழப்பத்துடன் நடந்து அந்த வேலியோரம் பார்க்கிறான். தான் போட்டோவில் பார்த்ததற்கான சிறு தடயமும் அங்கு இல்லை. அங்கிருந்து மெதுவாக நடந்துவருகிறான். அப்போது, பூங்காவுக்குள் ஒப்பனை செய்த முகங்களுடன் நடிகர்கள் போலத் தோன்றும் ஆண்களும் பெண்களும் ஒரு ஜீப்பில் சந்தோஷமாக கோஷமிட்டுக் கொண்டே வருகிறார்கள்.

அங்கு வந்து அந்தப் பூங்காவில் இருக்கும் டென்னிஸ் மைதானத்தில் இறங்குகிறார்கள். எல்லோரும் சுற்றி நின்று வேடிக்கைப் பார்க்க, அதில் இருவர் மட்டும் களத்துக்குள் இறங்கி பந்தும் மட்டையும் இல்லாமலேயே அவை இருப்பது போன்ற பாவனையுடன் விளையாடத் துவங்குகிறார்கள். பந்து மைதானத்தைவிட்டு வெளியே போவதுபோல... பந்தைத் தவறவிட்ட மற்றொருவர் வருத்தப்படுவதுபோல பாவனை

விளையாட்டு தொடர்கிறது. இதை மைதானத்துக்கு வெளியில் நிற்கும் சக நடிகர்கள் பந்து போகும் திசையில் முகத்தைத் திருப்பித்திருப்பி வேடிக்கைப் பார்க்கிறார்கள்.

பந்தும் மட்டையும் இல்லாமலேயே நடக்கும் அந்த விளையாட்டை உண்மைபோல நம்பி எல்லோரும் பார்ப்பதை தாமஸூம் ஒரு ஓரத்தில் நின்று பார்க்கிறான். பார்த்துத் தனக்குள்ளாகப் புன்னகைக்கிறான். விளையாட்டு தீவிரமாக நடந்துகொண்டு இருக்கிறது. ஒருமுறை ஓங்கி அடிக்கும்போது பந்து மைதானத்தைத் தாண்டி வெளியே போகிறது. விளையாடுபவன் தாமஸை அழைத்து, மைதானத்தைத் தாண்டி வெளியே போன அந்தப் பந்தை எடுத்துப் போடுங்கள் என்று சொல்கிறான். பந்தே இல்லாதபோது எப்படி எடுத்துப்போடுவது என்று ஒரு கணம் தயங்கும் தாமஸ் அந்தப் பாவனை விளையாட்டை உண்மையென நம்பி பந்து வந்து விழுந்த இடத்தை நோக்கி மெல்ல நடக்கிறான். புல்வெளியில் கேமராவை வைத்துவிட்டு இல்லாத பந்தை எடுத்து விளையாடுபவனை நோக்கி ஓங்கி உயரே வீசுகிறான். பந்து அவர்களிடம் போய்ச் சேர்ந்து அவர்கள் விளையாடுவதைத் தொடர்கிறார்கள்.

அதைத் தொலைவிலிருந்தே பார்க்கத் துவங்குகிறான். மைதானத்தில் தனியே நிற்கும் தாமஸ் புல்வெளியில் வைத்த தன்

Michelangelo Antonioni

1912-ல் இத்தாலியிலுள்ள பெராரா எனும் இடத்தில் ஒரு நடுத்தரக் குடும்பத்தில் பிறந்தார். போலனா பல்கலைக்கழகத்தில் பொருளாதாரத்தில் பட்டப் படிப்பை முடித்து, வங்கியில் காசாளராகப் பணியாற்றும்போதே கதைகளும் திரைப்பட விமர்சனங்களும் எழுதினார். ஓவியத்திலும் பாவைக் கூத்திலும் ஆர்வம் கொண்டிருந்த இவர், 1940-ல் ரோம் நகருக்குப் போய் அங்கு 'சினிமா' எனும் இதழில் திரைப்படம் குறித்து எழுதினார். பின்னர் அங்கிருந்த திரைப்படக் கல்லூரியில் சேர்ந்து திரைப்படம் பற்றிய நுணுக்கங்களைப் பயின்றார். திரைப்பட இயக்குனரான ரோபர்தோ ரோசலினியின் உதவி இயக்குனராகப் பணியாற்றினார். நியோ ரியலிஸப் படங்களில் ஆர்வம் கொண்டு குறும்படங்களை எடுத்தார்.

1950-ல் தனது முதல் படத்தை எடுத்தார். திரைப்படத்தில் இருக்கும் வழக்கமான திரைக்கதை அமைப்பை மாற்றி, தொடர்ச்சியான நிகழ்வுகளின் வழியே நீண்ட காட்சிகளாக படத்தை எடுத்தார். பின்னாளில் பக்கவாதத்தால் பாதிக்கப்பட்டு, பேசும் திறனை இழந்தபோதும் 1995-ல் தனது படத்தை எடுத்துமுடித்தார். 1991-ல் வாழ்நாள் சாதனைக்காக ஆஸ்கார் விருதும், ப்ளோ-அப் படத்துக்காக கேன்ஸ் திரைப்படவிழாவில் கிராண்ட் பிரிக்ஸ் விருதும் பெற்றார்.

கேமராவை எடுத்துக்கொண்டு அந்த விளையாட்டை பார்த்துக்கொண்டே தனியே நிற்கிறான். இசை பெருக படம் நிறைவடைகிறது.

படத்தின் முடிவில் எது நிஜம் என்பது குறித்து ஒரு ஆன்ம விசாரத்தையே இப்படம் ஏற்படுத்துகிறது.

தாமஸ் ஒவ்வொரு படத்தையும் ப்ளோ-அப் செய்து பார்க்கிற நீண்ட காட்சியில் ஒரு வசனமோ இசையோ இல்லாமல் காட்சியாக்கிய விதம் பார்வையாளராகிய நம்மையும் அவனது தேடலில் ஒருவிதமான பதட்டத்துடன் பங்குகொள்ள வைக்கிறது. கடைசிக் காட்சியில் இல்லாத பந்தின் இயக்கத்தை படம் பிடித்த விதமும், அது தரையில் உருண்டு நிற்பது போன்ற நிஜமான தோற்றத்தை நமக்கு ஏற்படுத்துவதும், எது பிரமை எது நிஜம் என்று தாமஸ், மயங்கி நிற்பதன் மன நிலையை ஒரு ஆன்ம அனுபவமாக வெளிப்படுத்துகின்றன. அந்தப் பாவனை விளையாட்டின் ஒரு

'முன்னரே செய்துகொண்ட முடிவுகளை வைத்துக்கொண்டு நான் படமெடுப்பதில்லை. ஒருவிதமான உள்ளுணர்வுடன் இயங்குகிறேன். இதனால், படத்துக்குப் படம் எனது பாணி வேறுபடுகிறது' என்று சொல்லும் இவர், 1997 ஜூலை 30 அன்று தனது 94-வது வயதில் இறந்தார்.

இவரது பிற படங்கள்

Eros (2004) Michelangelo Eye to Eye (2004) Sicilia (1997) Beyond the Clouds (1995) Noto, Mandorli, Vulcano, Stromboli, Carnevale (1993) 12 registi per 12 citta (1989) (segment "Roma") Kumbha Mela (1989) Inserto girato a Lisca Bianca (1983) (TV) Identification of a Woman (1982) The Oberwald Mystery (1981) The Passenger (1975) China (1972) Zabriskie Point (1970) Blow-Up (1966) Three Faces of a Woman (1965) Eclipse (1964) The Red Desert (1962) Notte, La (1961) Avventura, L' (1960) Sign of Rome (1959) (uncredited) Grido, Il (1957) The Girlfriends (1955) Love in the City (1953) Youth and Perversion (1953) The Lady Without Camelias (1953) Story of a Love Affair (1950) The Funicular of Mount Faloria (1950) The Villa of Monsters (1950) Lies of Love (1949) Bomarzo (1949) Ragazze in bianco (1949) Seven Reeds, One Suit (1949) Superstitions (1949) Nettezza Urbana (1948) Oltre l'oblio (1948) Roma-Montevideo (1948) People of the Po Valley (1943)

Technical Details

Blow up / 1966 / UK / 111min / colour / Director-Michelangelo Antonioni / Writer-Julio Cortazar (Short story) Michelangelo Antonioni, Tonino Guerra, Edward Bond / Cast-Vanessa Redgrave, Sarah Miles, David Hemmings / Editor-Frank clarke / Music-Herbie Hancock / Cinematography-Carlo Di Palma

நிலையில் தாமஸ் அந்த பந்து மட்டையில் அடிபடுகிற சத்தமும் கேட்கத் துவங்குவான். உண்மையில் என்ன நடந்தது? தாமஸின் மனதிலிருக்கும் கேள்விகளைப் போல நமக்குள்ளும் கேள்விகளை எழுப்பும் இப்படம் ஜூலியோ கோர்த்தஸார் எனும் எழுத்தாளரின் சிறுகதையை அடிப்படையாகக் கொண்டு எடுக்கப்பட்டது. ஆங்கில மொழியில் எடுக்கப்பட்டு, 1966-ல் வெளிவந்த இப்படத்தின் இயக்குனர் இத்தாலியைச் சேர்ந்த மைக்கேலேஞ்சலோ ஆன்டனியோனி (Michelangelo Antonioni).

உண்மை என்பது எது? செய்திகளின் வழியே, ஊடகங்கள் வழியே நமக்கு உண்மை என்று காட்டப்படுவதெல்லாம் உண்மையா? எல்லாம் கானலின் நீரோ? காட்சிப் பிழைதானோ? என்று பாரதி பாடுவது இதைத்தானா? எது நிஜம்? எது மாயை? இரவும் பகலுமாகக் கடந்துச் செல்லும் இந்த வாழ்க்கைதான் எத்தனை அழகிய நீண்ட கனவு!

55

ஸ்ப்ரிங், சம்மர், ஃபால், வின்ட்டர் அண்ட் ஸ்ப்ரிங்

SPRING, SUMMER, FALL, WINTER AND SPRING

நீங்கள் இப்போது என்னவாக இருக்கிறீர்கள்? நீங்கள் என்னவாக இருந்தாலும் அதற்கு நீங்களே காரணமாக இருக்கிறீர்கள். நம் எண்ணங்களே நம்மை உருவாக்குகின்றன. நமது துன்பத்துக்கெல்லாம் நமது ஆசைகளே காரணமாக இருக்கின்றன. இந்த புத்தமதக் கோட்பாட்டை நான்கு பருவங்களின் வழியே அற்புதமாகப் பதிவு செய்யும் கதைதான் 'Spring, Summer, Fall, Winter and Spring'.

வசந்தகாலம். இரண்டு கதவுகள் கிறீச்சிட்டுத் திறக்கின்றன. கதவு திறந்ததும் ஒரு இயற்கைக் காட்சி விரிகிறது. பரந்த மலைகளின் கீழிருக்கும் பள்ளத்தாக்கில் நீர் நிரம்பியிருக்க அந்த நீர் நிலையின் நடுவில் மரத்தாலான ஒரு குடில் மிதக்கிறது. அந்தக் குடிலுக்குள் இருக்கும் புத்தர் சிலையை வயதான புத்தபிக்கு வணங்குகிறார். வணங்கி முடித்ததும் அந்தக் குடிலின் ஒரு ஓரத்தில் தூங்கும் ஆறு வயதுச் சிறுவனை எழுப்புகிறார். அவனும் எழுந்து புத்தரை வணங்க, இருவரும் வெளியே வருகிறார்கள். குடிலுக்கு வெளியே நிற்கும் படகில் ஏறி இருவரும் கரைக்குச் சென்று மூலிகைகள் பறித்துத் திரும்புகிறார்கள்.

மறுநாள் காலையில் சிறுவன் படகைத் தனியே எடுத்துக்கொண்டு கரைக்கு வருகிறான். மகிழ்ச்சியாக சுற்றித் திரிகிறான். நீர் நிலையில் நீந்தும் மீன்களைப் பார்க்கிறான். உடனே நீருக்குள் இறங்கி ஒரு

மீனைப் பிடிக்கிறான். கரையில் அவன் என்ன செய்கிறான் என்று பார்க்க வந்த பெரியவர் அவனது செயல்களை மறைந்திருந்து பார்க்கிறார். சிறுவன் தான் பிடித்த மீனின் மேல் நூலைச் சுற்றி அதனுடன் ஒரு கல்லைக் கட்டி நீருக்குள் விடுகிறான். மீன் கல்லை இழுத்துக்கொண்டு நீருக்குள் நீந்தமுடியாமல் தவிப்பதைப் பார்த்து சிரிக்கிறான். பிறகு ஒரு தவளையைப் பிடித்து கல்லைக்கட்டி நீருக்குள் விடுகிறான். பிறகு ஒரு பாம்பைப் பிடித்து அதனுடன் கல்லைக் கட்டிவிடுகிறான். அவை திண்டாடுவதைப் பார்த்து சிரிக்கிறான். இதையெல்லாம் பெரியவர் பொறுமையாகப் பார்க்கிறார். அன்று இரவு சிறுவன் தூங்கும்போது பெரியவர் அவனுக்குத் தெரியாமல் ஒரு பெரிய கல்லை அவன் முதுகில் கட்டுகிறார்.

காலையில் விழித்துப் பார்த்ததும் சிறுவன் முதுகிலிருக்கும் கல்லின் பாரத்தைத் தாங்கமுடியாமல் பெரியவரிடம் தள்ளாடி நடந்து வருகிறான். பெரியவர் ஏதும் தெரியாதது போல புத்தர் சிலையைத் துடைத்துக்கொண்டு இருக்கிறார். "குருவே... என் முதுகில் இருக்கிற கல்லை எடுத்துவிடுங்க. என்னால நடக்கவே முடியல" என்று சிறுவன் அழுகிறான். "அப்படித்தானே எல்லாத்துக்கும் இருக்கும். இப்படியே போய் அதுங்களை தேடிக் கண்டுபிடுச்சு நீ கட்டிய கல்லை எடுத்துவிடு. அதுக்குப்பிறகு உன் முதுகில் இருக்கிற கல்லை நான் எடுத்துவிடுறேன். ஆனா ஒண்ணு அதுங்களில் ஏதாவது ஒண்ணு இறந்தாக்கூட அந்தப் பாரம் முழு வாழ்க்கைக்கும் உன் இதயத்தைவிட்டு நீங்காது" என்று சொல்ல சிறுவன், கல்லோடு படகில் ஏறிப்போய் தட்டுத்தடுமாறி மீனைத்

தேடிப் போகிறான். அது இறந்து கிடக்கிறது. பிறகு தவளையை விடுவிக்கிறான். பிறகு பாம்பைப் பார்க்கிறான். அதுவும் இறந்துகிடக்கிறது. பெரியவர் மறைந்திருந்து அவனது செயல்களைப் பார்க்கிறார். சிறுவன் தன் தவறை உணர்ந்து வாய்விட்டு அழுகிறான்.

கோடைக்காலம். சிறுவன் இளைஞனாகிறான். ஒரு இளம் பெண்ணும் அவளது தாயும் குடிலுக்கு வருவதைப் பார்த்த இளைஞன் அருகில்போய் வரவேற்று குடிலுக்கு அழைத்து வருகிறான். தனது மகள் மனநலமில்லாது இருப்பதால் அவளுக்கு வைத்தியம் பார்ப்பதற்காக வந்திருப்பதாகச் சொல்லும் தாயை பெரியவர் வணங்கி வரவேற்கிறார். மறுநாள் பெரியவரிடம் தன் மகளைப் பார்த்துக்கொள்ளுமாறு சொல்லிவிட்டு தாய் கிளம்புகிறாள். பெரியவர், இளம்பெண், இளைஞன் மூவரும் குடிலில் இருக்கிறார்கள்.

தனியே இருக்கும் இளம்பெண் ஒருநாள் குடிலுக்கு வெளியில் பெய்யும் மழையில் நனைந்துகொண்டே அமர்ந்திருக்கிறாள். அதைப் பார்க்கும் இளைஞன் அவளுக்கு நனையாதவாறு ஒரு ஓலைக்கூடையைக் குடையாகப் பிடிக்கிறான். அவள் அவனைப் பார்க்க இருவரும் ஒருவருக்கொருவர் புன்னகைத்துக் கொள்கிறார்கள். மறுநாள் குடிலுக்குள் அவள் உடைமாற்றிக்கொண்டு இருக்கும்போது இளைஞன் யதேச்சையாக பார்த்துவிடுகிறான். புத்தபிக்குவான அவனது மனம் அலைபாயத் துவங்குகிறது.

மறுநாள் காலை இளைஞன் படகில் தனியே கிளம்ப அவள் அவனைப் பார்க்கிறாள். “நீயும் வரியா” என்று கேட்க அவள் மௌனமாகப் படகில் ஏறி அமர்கிறாள். இருவரும் நெருக்கமாகிறார்கள். ஒரு நாள் காலை தூக்கம் விழித்துப் பார்க்கும் பெரியவர் குடிலில் இருவரும் காணாமல் இருப்பதைக் கண்டு வெளியே வந்து பார்க்கிறார். குடிலுக்கு வெளியே நீரில் மிதக்கும் படகில் இருவரும் நெருக்கமாகத் தூங்குவதைப் பார்க்கிறார்.

படகில் இருக்கும் துளையை மூடியிருக்கும் குச்சியை எடுத்து விடுகிறார். தண்ணீர் படகுக்குள் நிரம்பத் துவங்குகிறது. குளிர்ந்த நீரில் உடல் நனைந்ததும் இருவரும் திடுக்கிட்டு விழிக்கிறார்கள். பெரியவர் புத்தர் சிலையின்முன் அமர்ந்திருக்கிறார். அவருக்குப் பின்னால் மண்டியிட்டு தலை குனிந்திருக்கும் இளைஞன், “குருவே... தப்புப் பண்ணிட்டேன். என்னை மன்னிக்கணும்” என்கிறான். “இது இயற்கைதான்” என்று சொல்லும் பெரியவர், “இன்னும் உனக்கு உடல்நலம் சரியில்லாம இருக்கா?” என்று பெண்ணிடம் கேட்கிறார். அவள் “இல்லை” என்கிறாள். “அப்ப இதுதான் சரியான மருந்து. உனக்கு உடம்பு சரியாயிருச்சு. நீ இங்கிருந்து போகலாம்” என்று சொல்லி அந்தப் பெண்ணை அழைத்துக்கொண்டு பெரியவர் படகில் கிளம்புகிறார். புத்தர்

சிலையின்முன் மண்டியிட்டு அழும் இளைஞன் இரவெல்லாம் விழித்திருக்கிறான். காலையில் புத்தர் சிலையை எடுத்துக்கொண்டு தூங்கும் குருவை வணங்கிவிட்டுக் கிளம்புகிறான்.

இலையுதிர்க்காலம். பெரியவர் இன்னும் வயதானவராக கம்பூன்றி நடந்து வந்து படகில் ஏறி குடிலுக்குத் திரும்புகிறார். அங்கு வந்து அமர்ந்து, உணவுப்பொருள் உள்ள காகிதப் பொட்டலத்தைப் பிரிக்கும்போது அதிலிருக்கும் செய்தித் தாளில் தன் சீடன் மனைவியைக் கொன்றுவிட்டு, தலைமறைவான செய்தி புகைப்படத்துடன் வந்திருப்பதைப் பார்க்கிறார். மறுநாள் காலை குடிலில் அமர்ந்திருக்கும்போது இளைஞன் மறுகரையில் நிற்பதைப் பெரியவர் பார்க்கிறார்.

தலைமுடியெல்லாம் வளர்த்த ஒரு நவீன இளைஞன் போல உடையணிந்து நிற்கிற அவனைப் பார்த்ததும் படகை எடுத்துக்கொண்டுபோய் அவனை அழைத்து வருகிறார். "அப்புறம், சொல்லு... சந்தோஷமான வாழ்க்கை வாழ்றியா?" என்று கேட்கிறார். ''என்னைத் தனியா இருக்கவிடுங்க. நான் கஷ்டப்படுறது உங்களுக்குத் தெரியலையா?" என்று சொல்கிறான். "எது உன்னைக் கஷ்டப்பட வெச்சுச்சு" "காதல்தான் நான் செஞ்சபாவம். அவகிட்ட இருந்து நான் அன்பைத்தான் எதிர்பார்த்தேன். ஆனா, அவ இன்னொருவன் கூடப்போனா எப்பிடித் தாங்கமுடியும்?" "இந்த உலகம் இப்படித்தான் இருக்கும்னு உனக்கு முன்பே தெரியாதா? சில நேரங்களில் நமக்குப் பிடிச்ச விஷயங்கள் நம்மைவிட்டுப் போக அனுமதிக்கணும். உனக்கு என்ன பிடிச்சதோ அது மத்தவங்களுக்கும் பிடிக்கத்தானே செய்யும்" என்று சொல்கிறார். "எப்படியிருந்தாலும் அவ எப்படி இதைச் செய்யலாம்" என்று ஆவேசமாகக் கத்துகிறான்.

பிறகு தன் பையிலிருந்து புத்தர் சிலையை எடுத்து, முன்பு எடுத்த இடத்திலேயே வைக்கிறான். பிறகு ரத்தக் கறையுள்ள கத்தியை எடுத்து அழுகொண்டே ஆத்திரம் தீர தரையில் குத்துகிறான். மறுநாள் புத்தர் சிலைமுன் அமர்ந்து சாக முயற்சி செய்கிறான். ஒரு கம்பை எடுக்கும் பெரியவர் கடுமையாக அவனைத் தண்டித்துவிட்டு மன அமைதி தரும் புத்தமத சூத்திரம் ஒன்றை வாசலில் எழுதத் துவங்குகிறார். தனது தவறை முற்றிலும் உணர்ந்த இளைஞன் கத்தியால் தனது தலைமுடியை நறுக்கி எடுத்துவிட்டு துறவிக்கான உடை அணிந்து வெளியே வருகிறான்.

மையினால் சூத்திரங்களை எழுதிக்கொண்டிருக்கும் பெரியவர் இளைஞனைப் பார்த்து, "அவ்வளவு எளிதாக உன்னால் கொலை செய்யமுடியுது. ஆனா, உன்னோட சுயத்தை அவ்வளவு எளிதாக கொல்லமுடியாது. நான் மரப்பலகையில் எழுதுற இந்த சூத்திரத்தின் ஒவ்வொரு எழுத்தையும் உன் கத்தியால் கீறியெடு. ஒவ்வொரு எழுத்தையும் தோண்டியெடுக்கும்போது உனக்குள் இருக்கிற

கோபத்தையெல்லாம் வெளியேற்று" என்று சொல்கிறார். இளைஞன் தன் கத்தியால் அவர் எழுதிய எழுத்துக்களைக் கீற ஆரம்பிக்கிறான்.

அப்போது இளைஞனைத்தேடி போலீஸ் அதிகாரிகள் இருவர் வருகிறார்கள். பெரியவர் படகை எடுத்துக்கொண்டுபோய் அவர்களை அழைத்து வருகிறார். அவர்கள் குடில் அருகே வந்ததும் இளைஞன் கத்தியை எடுத்து அவர்களை நோக்கி ஓங்க, அதிகாரிகள் துப்பாக்கியை எடுக்கிறார்கள். இதைப் பார்க்கும் பெரியவர், "நீ என்ன செஞ்சுகிட்டு இருந்த? அதையே தொடர்ந்து செய்" என்று அதட்ட துப்பாக்கிகளைப் பொருட்படுத்தாமல் இளைஞன் ஆத்திரம் அடக்கிக் குனிந்து எழுத ஆரம்பிக்கிறான். "இது ப்ரஜ்னபரமிதா சூத்திரம். மன அமைதியை ஏற்படுத்த உதவும். அதை அவனை எழுத அனுமதியுங்கள்" என்று பெரியவர் சொல்ல அவரது வார்த்தைக்கு மதிப்புக்கொடுத்து அதிகாரிகள் பொறுமையாக குடிலின் வெளியே அமர்கிறார்கள்.

இரவு முழுக்க அவன் கத்தியால் எழுத்துக்களை எழுதி முடித்ததும் மயங்கிச் சரிகிறான். விடிந்ததும் பெரியவர் இளைஞன் அருகில் வந்து, "எழுந்திரு. இது கிளம்புவதற்கான நேரம்" என்று சொல்ல, அவன் எழுந்து குருவை வணங்கி விடை பெறுகிறான். அதிகாரிகள் அவனை அழைத்துச் செல்கிறார்கள். அவன் போனதும் பெரியவர் தனது துறவி உடையைக் களைகிறார். படகில் விறகுகளை அடுக்கி, அதன் கீழ் மெழுகு திரியை ஏற்றி வைக்கிறார். பிறகு படகு மூழ்குவதுமாதிரி அதனுள் இருக்கும் குச்சியைத் திறக்கிறார். சூத்திரங்களை எழுதிய காகிதத்தை மூச்சுவிட முடியாதவாறு முகத்தில் இறுக்கமாக ஒட்டி, விறகின் மேலே தியான நிலையில் அமர்கிறார். எரியும் மெழுகில் விறகுகள் பற்றிக்கொண்டு தணல்விட்டு எரியத்துவங்குகின்றன.

குளிர்காலம். சிறைக்குப்போன இளைஞன் இப்போது நடுத்தர வயதுடையவராகத் திரும்பி வருகிறார். குளிரில் இப்போது ஏரியே பனிக்கட்டியாக உறைந்துபோயிருக்க பனிமழை பெய்து கொண்டிருக்கிறது. நுழைவாயிலில் இருந்து உறைந்த பனியில் நிற்கும் குடிலை வணங்கும் அவர், உறைந்த ஏரியின் மீது நடந்து சென்று மூழ்கியிருக்கும் படகை வணங்குகிறார். பிறகு குடிலுக்குள் நுழைகிறார். உள்ளிருக்கும் புத்தர் சிலையை வணங்கிவிட்டு அங்குள்ள மேசையைத் திறந்து பார்க்கிறார். அதில் புத்தமதத்தின் தியான நிலைகளும் தற்காப்புப் பயிற்சி முறைகளும் சித்திரங்களாக வரையப்பட்டிருக்க, அதைப் பார்த்து தீவிரமாகப் பயிற்சி செய்யத் துவங்குகிறார்.

ஒருநாள் அந்தக் கோயிலுக்கு ஒரு பெண் தன் கைக்குழந்தையுடன் வந்து புத்தர் சிலையின் முன்னால் மண்டியிட்டு அழுகிறாள். அன்றிரவு அங்கேயே தங்கும் அவள் தன் குழந்தையை அங்கேயே விட்டுவிட்டுக் கிளம்புகிறாள். போகும்போது உறைந்த பனிக்குழிக்குள் விழுந்து இறக்கிறாள். அழும் குழந்தையை இளந்துறவி தூக்கிவைத்துக்கொள்கிறார். குழந்தை மடத்திலேயே தங்குகிறது.

அன்று ஒரு முடிவுக்கு வரும் இளந்துறவி சிறுவயதில் தான் செய்த பாவங்களுக்கெல்லாம் ஒரு தீர்வு காணும் விதமாக ஒரு கனமான கல்லை தன் இடுப்பில் கட்டிகொள்கிறார். அதை இழுத்துக்கொண்டே குடிலில் இருந்த ஒரு புத்தர் சிலையைத் தூக்கிக்கொண்டு மிகுந்த சிரமப்பட்டு மலையேறத் துவங்குகிறார். கால்களில் ரத்தம் கசிகிறது. போகும் வழியில் தான் சிறுவயதில் கல்லைக் கட்டிக் கொன்ற, மீனும் பாம்பும் நினைவுக்கு வருகின்றன. மரங்களுக்கும் புதர்களுக்கும் நடுவில் மலையேறி உச்சிக்குச் சென்று, தன் பாவத்தின் சுமையாகத் தூக்கிவந்த கல்லை அங்கே இறக்கிவைக்கிறார். அதையே பீடமாக்கி தான் கொண்டுவந்த

புத்தர் சிலையை அதன் மேல் வைத்து அங்கேயே அமர்ந்து தியானிக்கிறார்.

இன்னொரு வசந்த காலம். ஆலயத்தில் இப்போது இளந்துறவி வயதானவராக அமர்ந்திருக்கிறார். அங்கு விட்டுச் செல்லப்பட்ட குழந்தை ஆறு வயதுச் சிறுவனாக வளர்ந்து, அவர்முன் அமர்ந்திருக்கிறான். அப்போது அங்கு ஊர்ந்து வரும் ஒரு ஆமையைப் பார்த்ததும் சிறுவன் ஓடிப்போய் அதை எடுத்துக் குத்திப் பார்க்கிறான். இப்போது முதியவராக அமர்ந்திருக்கும் இளந்துறவி சிறுவயதில் இருந்த அதே மனநிலையில் இப்போது சிறுவன் இருக்கிறான். வாழ்க்கை ஒரு சக்கரம்போல தொடர நடப்பது அனைத்தையும் சலனமில்லாமல் பார்ப்பது போல புத்தர் சிலை மலை உச்சியில் இருக்கிறது. காட்சி மெல்ல மறைய திரைப்படம் நிறைவடைகிறது.

சிறு வயதிலேயே நமக்குள் இருக்கும் வன்மத்தையும், மரணம் பற்றிய புரிதலையும் முதல் கதை சொல்கிறது.

ஆசையையும், காமத்தையும் இரண்டாவது பருவம் சொல்கிறது. மனதிலிருக்கும் குற்றத்தையும், கோபங்களையும் விடுத்து செய்கிற செயல்களில் மனத்தைச் செலுத்தி, முழுதுமாக சரணடவதை மூன்றாம் கதை சொல்கிறது. சுயம் முழுவதுமாக விடுத்து அர்ப்பணித்துக்கொள்வதை நான்காம் கதை சொல்கிறது. புத்தமத்தின் கோட்பாடுகளை அற்புதமான காட்சிகளின் வழியே பதிவு செய்யும் இப்படம் ஒருவிதமான தியானத் தன்மையை நமக்குள் ஏற்படுத்துகிறது.

தள்ளி நிற்கும் படகை இழுக்க கயிறு கட்டிய சேவலை அதன் மேல் போட்டு மெதுவாக இழுப்பதும், பூனையின் வாலில் மையைத் தொட்டு சூத்திரம் எழுதுவதும் ஜென் கவிதைகள். சுவர்களில்லாமல் திறந்தவெளியில் இருக்கும் கதவுகளும், படத்தில் வரும் பாம்பு முதலான உயிரினங்களும் அற்புதமான குறியீடுகள். படகு பல்வேறு நிலைகளில் நம் உடலையும் மனதையும் குறிக்கிறது. இயற்கையை அதன் தியானத் தன்மையுடன் ஒளிப்பதிவு செய்த இந்த தென் கொரிய நாட்டுப்படம் 2003-ல் வெளியாகி உலகெங்கிலும் கவனத்தைப் பெற்றது. குளிர்காலத்தில் நடக்கும் கதையில் நடுத்தரவயது இளைஞனாக நடித்து, இந்தப் படத்தையும் இயக்கியவர் கிம் கி துக் (Kim Ki Duk).

'ஆசை எதையும் சொந்தமாக்கிக்கொள்ளத் தூண்டுகிறது. அதுவே துன்பத்துக்கான காரணம்' என்கிறது பௌத்தம். போட்டி நிறைந்த உலகில் ஆசைகளுடன் நாம் வேகமாக ஓடிக்கொண்டு இருக்கிறோம். கவனித்துப் பார்த்தால் வேகம் என்பது நாம் அறியாமலேயே நம் இயல்பாகிவிட்டதை உணரமுடியும். வேகம் கொல்லும் என்கிற சாலைவிதி. அந்த வேகத்தை தியானமே

kim ki duk

1960-ல் தென் கொரியாவில் பாங்க்வா எனும் இடத்தில் பிறந்தார். தன் சிறுவயதில் நிறைய கஷ்டங்களை அனுபவித்தார். அதனால் பள்ளிப்படிப்பை பாதியிலேயே நிறுத்திக்கொண்டார். தனது பதினேழு வயது வரையில் தொழிற்சாலைகளில் வேலை பார்த்தார். வேலையில் கிடைக்கும் சம்பளம் விமானப் பயணத்துக்கு ஏற்ற அளவு சேர்ந்தபின் அங்கிருந்து பிரான்ஸுக்குப் பயணம் செய்து, அங்கு நுண்கலைகளைப் பயின்றார். தன் படிப்புக்கு வேண்டிய செலவுகளுக்காக தான் வரையும் ஓவியங்களை கடற்கரையிலும் தெருக்களிலும் விற்றார். பிறகு திரைக்கதை எழுவதில் ஆர்வம் கொண்டு போட்டிகளில் கலந்துகொண்டு சிறந்த திரைக்கதைக்காக இரண்டுமுறை விருது பெற்றார். ராணுவத்தில் ஐந்து வருடங்கள் பணிபுரிந்தார்.

திரைப்படம் பற்றிய எந்தப் பயிற்சியும் இல்லாமல் 1996-ல் தனது முதல்படத்தை எடுத்தார். பரிசோதனையாக திரைப்படங்களை எடுத்துப்பார்ப்பதன் மூலம் கற்றுக்கொண்ட இவர், அதிகம் தனது சுயசரிதம் சார்ந்த கதைகளையே எடுக்கிறார். ‘எனக்கு முக்கியமாகப்படும் உருவகங்களை விளக்கப் பயன்படும் ஊடகமாகவே திரைப்படங்களைப் பார்க்கிறேன்’ என்று சொல்லும் இவர் தென் கொரியாவின் முக்கியமான இயக்குனர்.

இவரது பிற படங்கள்

Breath (2007) Time (2006) The Bow (2005) 3-Iron (2004) Samaritan Girl (2004) Spring, Summer, Fall, Winter and Spring (2003) The Coast Guard (2002) Bad Guy (2001) Address Unknown (2001) The Isle (2000) Real Fiction (2000) Blue Gate (1998) Wild Animals (1997) Crocodile (1996)

Technical Details

Spring, Summer, Fall, Winter and Spring / 2003 / South korea / 103min / colour / Director&Writer-Kim Ki Duk / Cast-Yeong-su oh, Kim ki Duk, Yeo Jinha, Jong ho Kim, Jae Kyeong Seo / Editor-Kim Ki Duk / Music-Ji Woong park / Cinematographer-Dong Hyeon Beak

குணப்படுத்துகிறது. சமீபகாலமாக ஊர்களெங்கும் தியானமையங்கள் பெருகிவருகின்றன. ஏன்? நாம் எல்லோரும் ஒரு வகையில் மன அமைதியை இழந்து வருவதன் அறிகுறிதானே அது!

56

அலிஸோவா

ALI ZAOUA

சமீபகாலமாக உங்களுக்கு இருக்கும் கனவு எது? வேலை வாங்குவதிலிருந்து வீடு வாங்குவது வரை நம்மிடம் விதவிதமான கனவுகள் இருக்கின்றன. வாழும் காலத்தில் அந்த கனவுகளை நிஜமாக்கவே நாம் இயங்குகிறோம். அதுபோல், இறந்துபோன தங்கள் நண்பனின் கனவை நனவாக்க முயற்சி செய்கிற மூன்று தெருவோரச் சிறுவர்களின் கதைதான் 'Ali zaoua'.

அலியின் குரல் ஒலிக்கத்துவங்குகிறது... 'நான் படகை செலுத்தினேன். அலைகள் உயர்ந்து எழுந்தன. வெயில் கொளுத்தியது. நான் மிகவும் களைப்பாக உணர்ந்தேன். அப்போது ஒரு அழகான இளம் பெண் எனக்காகக் காத்திருப்பதைப் பார்த்தேன். என்னைப் பார்த்து அவள் புன்னகைத்தாள். நானும் புன்னகைத்தேன். அவள் என் படகில் ஏறினாள். நான் அவள் கையைப் பற்றிக்கொண்டேன். திடீரென காற்று வீசியது. நான் பாய்மரத்தை ஏற்றினேன். படகு புறப்படத் துவங்கியது. அதன்பிறகு..? நான் விழித்துவிட்டேன். "அலி உன் வயசென்ன?" என்று ஒரு பெண் குரல் கேட்கிறது "பதினைந்து" "நாள் முழுக்க என்ன செய்வ?" "இந்த நகரத்தில் சுற்றித் திரிவேன்" "நீ என்னவாக விரும்புற?" "கடற்பயணியாக" "ஏன்?" "கடல்னா எனக்கு ரொம்பப் பிடிக்கும்" "நீ ஏன் வீட்டைவிட்டு வந்த? பெற்றோர்கள் உன்னைத் தேடலையா?" "இல்ல...

அவங்க செத்துட்டாங்க" என்று சொல்ல தெருவோரச் சிறுவர்களில் பிரபலமான அலியின் தொலைக்காட்சிப் பேட்டி நிறைவுறுகிறது.

கடற்கரையோரம் வசிக்கும் அலியும் அவனது நண்பர்களான உமர், குவிடா, பௌப்கர் நால்வரும் அங்கிருந்து நடந்துவருகிறார்கள். அலி தன் நண்பன் குவிடாவிடம் சொல்கிறான்... "குவிடா நான் இங்கயிருந்து போகப்போறேன்" "எங்க?" "உனக்குத்தான் நல்லாத் தெரியுமே... என்னோட தீவுக்கு" என்று சொல்லி தன் கால்சட்டைப் பையிலிருக்கும் ஒரு திசைமானியை எடுத்துத் திறந்துக் காட்டுகிறான். "இங்க பாரு. இந்த முள் மேற்கைக் காட்டுது. அதை நோக்கியே நேரா போனா நான் என் தீவுக்குப் போயிடுவேன்" "சூரியன் மேற்கில் தானே மறையும். அதுக்கு திசைகாட்டி எதுக்கு?" "அந்தத் தீவில் ரெண்டு சூரியன் இருக்குமே. நான் எப்படி சமாளிப்பேன்" "நீ நிஜமாவே எங்களை விட்டுட்டுப் போறியா..." "ஆமா. ஒரு கப்பல் மாலுமியைப் பிடிச்சு அவருக்கு எல்லா வேலைகளும் செய்து உதவியா இருக்கப்போறேன். அப்புறம் நானும் யூனிபார்ம் போட்ட கடற்பயணி ஆயிடுவேன்" அதைக் கேட்கும் குவிடா அவன் பிரிவதை நினைத்துக் கலங்குகிறான். "குவிடா தீவுக்குப் போனாலும் நான் உன்னை மறக்கமாட்டேன்" "நான் உன்னை நினைச்சுக்கிட்டே இருப்பேன். ராத்திரியில் நீ நட்சத்திரங்களைப்

பாரு. அப்ப நானும் பார்த்துக்கிட்டு இருப்பேன்'' என்று சொல்லிக்கொண்டு இருக்கிறான். அப்போது அவர்கள் நான்குபேரையும் நோக்கி கற்கள் சரமாரியாக எரியப்படுகின்றன. தெருவோரச் சிறுவர்களின் தலைவனான தீப்பின் தலைமைக்கு கட்டுப்படாமல் அலியும் அவனது நண்பர்களும் பிரிந்து தனியாக இருப்பதால் அலியைத் தேடி தீப் வருகிறான். "நீங்க எங்களோட திரும்ப வந்திடுங்க" "வரமுடியாது" என்று அலி சொல்லும்போதே ஒரு கல் அவனது நெற்றிப் பொட்டைத் தாக்குகிறது. அலி சுருண்டு விழுகிறான். அதைப் பார்த்த தீப்பும் அவனுடன் வந்த சிறுவர்களும் அங்கிருந்து ஓடுகிறார்கள். முகம்முழுக்க ரத்தமாக இருக்க அலி அசைவற்றுக் கிடக்கிறான்.

உமரும், குவிடாவும், பௌப்கரும் அவனது உடலை ஒரு தகரத்தில் வைத்து, கயிறில் கட்டி இழுத்து வந்து அன்று இரவு துறைமுகத்தின் ஓரத்தில் தாங்கள் வழக்கமாகத் தங்கும் இடத்தில் அலியின் உடலை வைத்திருக்கிறார்கள். துறைமுகத்தில் இருக்கும் சிறுவர்களைப் பார்த்ததும், போலீஸ் ஒருவர் விசிலடிக்க, அங்கிருந்து தப்பித்து ஓடவேண்டிய நிலையிருக்கும், சிறுவர்கள் மூவரும் அலியின் உடலை என்ன செய்வது என்று தெரியாமல் அருகில் இடிந்த கட்டடத்தின் குகை மாதிரி இருக்கும் குழியில் அலியின் உடலைப் போட்டுவிட்டு அங்கிருந்து ஓடுகிறார்கள்.

மறுநாள் காலை. தெருவோரம் மூவரும் சோகமாக அமர்ந்திருக்கிறார்கள். "அலி ஒரு இளவரசன் மாதிரி இருந்தான். அவனைப் புதைக்கிறதுக்கு நாம ஏற்பாடு செய்யணும்" என்று குவிடா சொல்கிறான். "அதுக்கு எவ்வளவு காசு தேவைப்படும்" என்று பௌப்கர் கேட்கிறான். குவிடா பதில் சொல்லாமல் அங்கிருந்து நடந்துச் செல்கிறான். வழியில் நிற்கும் மாணவியிடம் பிக்பாக்கெட் அடிக்கிறான். அந்த பர்ஸில் நூறு ரூபாய் இருக்கிறது. அதை எடுத்துக்கொண்டு கல்லறைகள் இருக்கும் இடத்துக்குச் சென்று அடக்கம் செய்வதற்கான வழிகளை விசாரித்து வருகிறான்.

மறுநாள் அலியைக் கீழேபோட்ட குகை அருகே குவிடா அமர்ந்திருக்கிறான். அப்போது உமரும் பௌப்கரும் வருகிறார்கள். "அலியைப் பற்றிய விஷயத்தை அவன் அம்மாகிட்ட சொல்லணும்" என்று குவிடா சொல்கிறான். மூவரும் அந்த ஊரில் பாலியல் தொழிலாளியாக இருக்கும் அவன் அம்மாவைத் தேடிப் போகிறார்கள். நள்ளிரவில் அவள் வீட்டு வாசலில் போய் நிற்கும் உமர், "நான் அலியின் நண்பன்" என்று சொல்கிறான். உடனே அவனை வீட்டுக்குள் அழைத்துச்சென்று தன் மகனைப் பற்றி அவள் விசாரிக்கிறாள். "சொல்லு... அன்னிக்கு டிவியில் அலி ஏன் அப்படிப் பொய் சொன்னான்?'' என்று கேட்க உமர் ஒன்றும் சொல்லாமல் நிற்கிறான். ''அலி, கடல்ல உலகம் முழுக்க

சுத்திப்பாக்கணும்னு விரும்பினான். இப்ப போதை மருந்தை உறிஞ்சிக்கிட்டுத் தெருவில் திரியுறான்" என்று வருந்தும் அவள், "இங்க வா" என்று அவனை வீட்டின் இன்னொரு அறைக்கு அழைத்துச் செல்கிறாள். அமைதியான அந்த அறை விளையாட்டுப் பொருட்களுடன் இருக்கிறது. "பாரு இந்த அறை நல்லாயில்லையா. இதுக்கு மேல என்ன வேணும் அவனுக்கு?" என்று சொல்லி அவன் வரைந்த படங்கள் சுவற்றில் ஒட்டியிருப்பதைக் காட்டுகிறாள். கடலுக்குமேல் சூரியன் மறையும் ஒரு படத்தில் அலி இன்னொரு சூரியனை வரைந்து ஒட்டியிருப்பதை உமர் பார்க்கிறான். அவள் தன் மகன்மேல் அளவுகடந்த அன்புடன் இருப்பதைப் பார்த்து அலி இறந்ததை அவளிடம் சொல்லமுடியாமல் திரும்புகிறான்.

மறுநாள் காலை. துறைமுகத்தில் மீன்கள் விற்கும் பகுதிக்கு குவிடா நடந்து வருகிறான். அப்போது வலைகளைத் தைத்துக்கொண்டு இருக்கும் ஒரு வயதான மீனவரைப் பார்க்கிறான். அவர் அவனைப் பார்த்ததும் அலியைப் பற்றி விசாரிக்கிறார். "உங்களுக்கு அலியைத் தெரியுமா?" "தெரியும். அவனை ஏன் ஆளைக்காணோம்" என்று கேட்கிறார். உடனே குவிடா தனது சட்டைப் பையிலிருந்து அலி வைத்திருந்த திசை காட்டியை எடுத்து, "இது நீங்கதான் கொடுத்தீங்களா?" என்று கேட்க அவர், "இது எப்படி உன்கிட்ட வந்துச்சு" என்று கேட்கிறார். "நீங்கதான் அவனை தீவுக்கு கூட்டிட்டுப்போறேன்னு சொன்னீங்களா..? நீங்கதான் அந்தக் கேப்டனா?" என்று கேட்க அவர் அதிர்ச்சியுடன், "எங்க அவன்..? அவனை ஏன் காணோம்?" என்று கேட்க குவிடா பதில் சொல்லாமல் அங்கிருந்து ஓடுகிறான்.

அலியின் இறுதிச் சடங்குக்குப் போதுமான பணத்தைச் சேர்க்க மூவரும் கடற்கரையில் கிடைக்கும் சோழிகளை நூலில் கோர்த்து சிக்னலில் கார்கள் நிற்கையில் அங்குபோய் விற்கிறார்கள். அன்று இரவு குவிடா, உமர், பௌபக்கர் மூவரும் தாங்கள் வழக்கமாகப் படுக்கும் இடத்தில் படுத்திருக்கிறார்கள். குவிடா மட்டும் தூக்கம் வராமல் அலியின் திசை காட்டியைப் பார்த்துக் கொண்டே படுத்திருக்கிறான்.

அப்போது அலியை விசாரித்த பெரியவர் அங்கு வந்து நிற்கிறார். அவர் குவிடாவைப் பார்த்து, "சொல்லு... அலி எங்க இருக்கான்" என்று கேட்கிறார். சத்தம் கேட்டு தூங்கிய இரண்டு சிறுவர்களும் எழுந்து உட்கார்கிறார்கள். பெரியவர் அந்தத் துளைக்குள் எட்டிப் பார்க்கிறார். உடனே குவிடா விஷயத்தைச் சொல்லி, "நாங்க அவனை அப்படியே விட்டுடமாட்டோம். நல்ல முறையில் அடக்கம் செய்யப்போறோம்" என்று சொல்ல அவர்களுக்கு உதவி செய்வதாகச் சொல்லும் பெரியவர் சவப் பெட்டிக்கான தச்சு வேலைகளைத் துவக்குகிறார். குவிடாவும் பௌபக்கரும் அவருக்கு உதவியாக உடன் இருக்கிறார்கள்.

உமர், அலியின் அம்மாவை சந்திக்கிறான். அவளிடம் அலியின் திசைமானியைக் காட்டுகிறான். "அலி இறந்துட்டான். நாங்க எல்லோரும் சேர்ந்து அவனை ஒரு இளவரசனைப் போல புதைக்கப் போறோம்'' என்று சொல்லும்போதே சோகம் தாங்காமல் அவளைக் கட்டிக்கொண்டு அழுகிறான். "இது உண்மையில்லை..." என்று அழுதுகொண்டே அவள் உமரைத் தள்ளிவிடுகிறாள்.

அன்றிரவு துறைமுகப் பகுதியில் ரோந்துவரும் போலீஸார் தங்கியிருக்கும் சிறுவர்களைப் பார்த்துவிடுகிறார்கள். மூவரும் தப்பிக்க வழி தெரியாமல் அலியைத் தூக்கிப்போட்ட குழிக்குள் குதிக்கிறார்கள். போலீஸ் அவர்களைத் தேடிப் பார்த்துக் காணாமல் கிளம்பியதும் அந்தக் குகைக்குள் இருக்கிற அலியின் உடலைத்தேடி உமர் தீக்குச்சியைக் கொளுத்துகிறான். வெளிச்சத்தில் மூவரும் அதிர்ச்சியடைகிறார்கள். அங்கு அலியின் உடலைக் காணவில்லை. அதிர்ச்சியுடன் வெளியில் வந்து சவப்பெட்டி செய்த வயதானவரைத் தேடிவந்து அவரிடம் கேட்கிறார்கள். அவர் புன்னகைக்கிறார். அன்று இரவு தனது படகிலேயே மூவரையும் தங்கச் சொல்கிறார். சிறுவர்கள் மூவரும் படகில் இருக்கும் தார்ப்பாயைப் போர்த்திக்கொண்டு படுக்கிறார்கள்.

வானத்திலிருக்கும் நட்சத்திரங்களைப் பார்த்து, குவிடா பேசத் துவங்குகிறான்... "அலி வானத்தில் இருந்து நிச்சயம் நம்மைப் பார்த்துக்கிட்டு இருப்பான். நாளைக்குக் காலையில் அவன் படகில் தன் தீவை நோக்கி கிளம்பப் போறான்" "அங்க ரொம்ப வெப்பமா இருக்குமா?" என்று பௌப்கர் கேட்கிறான். "ஆமா அங்கதான் ரெண்டு சூரியன் இருக்குமே. அவனுக்காக ஒரு அழகான பெண் அங்க காத்துக்கிட்டு இருப்பா. அவர்களுக்கு கல்யாணம் நடக்கும்.

டன் கணக்கா சாக்லேட் சாப்பிடுவாங்க" "அலிசோவா அந்தத் தீவோட இளவரசனா இருப்பான்" என்று பேசிக்கொண்டே தூங்கிவிடுகிறார்கள்.

மறுநாள் காலை குவிடாவும் உமரும் அலியின் அம்மாவை அழைத்துக்கொண்டு கடற்கரைக்கு வருகிறார்கள். கடற்கரையில் படகு தயாராக இருக்கிறது. குவிடாவும், முதியவரும் சேர்ந்து சவப் பெட்டியைத் தூக்கி வருகிறார்கள். கடற்கரையில் சிறுவர்கள் கூடிநிற்க தீப்பும் அங்கு வந்து சோகமாக நிற்கிறான். சிறுவர்களின் கூட்டத்தை விலக்கி உமர், அலியின் அம்மாவை அழைத்து வருகிறான். அலியின் அம்மா சோகம் ததும்ப படகுக்கு வருகிறாள். குவிடாவும், உமரும், பௌப்கரும் கண் கலங்கி நிற்க அலியின் உடல் ஒரு கடற்படை மாலுமியைப் போல சீருடை தொப்பி அணிந்து பெட்டியில் வைக்கப்பட்டிருக்கிறது.

அலியின் அம்மா தன் மகனின் தலையை அன்புடன் தொட்டுப் பார்க்கிறாள். அமைதியாக நிற்கும் பௌப்கர் வழக்கமாக தான் தெருவோரத்தில் பாடும் பாடலைப் பாடத்துவங்க உமரும் குவிடாவும் சேர்ந்து பாடுகிறார்கள். "வா... என் அருமை மகனே... என் சிறகுகளின் அருகில் வா... உன் வீட்டை நீ கண்டுகொள்வாய். அங்கு பூக்களும் பசுமையான தோட்டங்களும் இருக்கும். அங்கே நான் உன் கைகளைப் பற்றிக்கொள்வேன். என் இதயம் உனக்காக ஏங்கும். அங்கே உன் பெற்றோர்கள் உனக்காக காத்துக்கொண்டு இருப்பார்கள். உன்னிடம் மிகுந்த அன்புடன் இருப்பார்கள். அவர்களும் உன்னைப்போல் பிரிவின் வேதனையில் இருக்கிறார்கள். வா... என் அருமை மகனே" பாட்டு ஒலித்துக்கொண்டிருக்க

முதியவர் படகை செலுத்தத் துவங்குகிறார். முதியவரின் அருகில்வரும் குவிடா அவர் முன்னால் அலியின் திசை காட்டியை அருகில் வைக்கிறான்.

சூரியன் ஒளிரும் நீலக்கடலில் படகு ஒரு புள்ளியாகப் போய்க்கொண்டிருக்க காட்சி அசையும் வரை படமாக மாறுகிறது. கோட்டோவியமாக அசையும் கடலில் அலியும் ஒரு பெண்ணும் மகிழ்ச்சியாகப் பயணம் செய்கிறார்கள் அந்தத் தீவில் இருக்கும் வீட்டிலிருந்து இறங்கிக் கைக்கோர்த்து நடந்துச் செல்கிறார்கள். அசையும் வரைபடம் உறைந்து, அலி வரைந்த ஓவியமாக மாறுகிறது.

"அலி நீ என்னவாக விரும்புற?" "கடற்பயணியாக" "ஏன்?" "கடல்னா எனக்கு ரொம்பப் பிடிக்கும்" யாருமற்ற அந்த கடற்கரையில் இப்போது இரண்டு சூரியன்கள் அஸ்தமிக்கின்றன.

ஒரு தேவதைக் கதையைப்போல தெருவோரச் சிறுவர்களின் கனவையும் வாழ்க்கையையும் பதிவு செய்யும் இப்படம் முடிவடையும்போது நம்மைக் கலங்கவைக்கிறது. தாங்கள் தங்கியிருக்கும் திறந்த வெளித் தரையில் சாக்பீஸ் கோடுபோட்டு அதை அறைகளாகப் பிரித்துக்கொள்வதும், தனக்கென ஒரு மாமா இருக்கிறார் என்று இல்லாத ஒன்றை நம்பும் பௌப்கரின் நம்பிக்கையும், இறந்துபோனால் நானும் பணக்காரனாகி சொர்க்கத்தில் மூன்று கார் வைத்துக்கொள்வேன் என்று நம்புகிற உமரின் ஆசைகளும் தெருவோரச் சிறுவர்களின் வாழ்க்கையை நுணுக்கமாகப் பதிவு செய்யும் காட்சிகள்.

வெறுப்பில் தூக்கிப்போடும் நாய்க்குட்டி திரும்பத்திரும்ப வந்து குவிடாவின் மீது ஒட்டிக்கொள்கிற காட்சியும், கடைசியில் பாடும் அந்தத் தெருவோரப் பாடலும், படத்தின் இசையும் நம்மை நெகிழவைப்பவை. படத்தின் கடைசியிலும், இடையிலும் வருகிற அனிமேஷன் சித்திரங்கள் கவிதை.

அலியின் அம்மாவைத்தேடி அவள் வீட்டுக்கு உமர் வருகிற இரண்டு காட்சிகளும் நெருடலானவை. காசாபிளாங்கா எனும் நகரத்தில் உள்ள தெருவோரச் சிறுவர்களே இப்படத்தில் நடித்தார்கள். நடித்து முடித்ததும் திரும்பவும் தெருக்களுக்கே திரும்பினார்கள். அவர்களின் வாழ்க்கையைப் பதிவு செய்த இப்படம் 2000-ல் வெளியாகி நிறைய விருதுகளைப் பெற்றது. மொராக்கோ நாட்டுப் படமான இதன் இயக்குனர் நபில் அயூச் (Nabil Ayouch).

நம் பெற்றோருக்கு நம்மைக் குறித்த கனவுகள் இருந்தன. நமக்கு நம் குழந்தைகள் குறித்த கனவுகள் இருக்கின்றன. வாழ்க்கையின் எந்த நிலையிலும் ஏதோ ஒரு கனவு நம்முடன் இருக்கிறது.

Nabil Ayouch

1969-ல் மொராக்கோ நாட்டைச் சேர்ந்த தந்தைக்கும் பிரான்ஸ் நாட்டைச் சேர்ந்த தாய்க்கும் மகனாக பாரீஸில் பிறந்தார். பாரீஸில் நாடகம் பற்றிய மூன்று வருடப் படிப்புக்குப் பின்னர், ஒரு விளம்பர நிறுவனத்தில் திரைக்கதை எழுதுபவராகவும் படங்களை இயக்குபவராகவும் இருந்தார். ஐம்பதுக்கும் மேற்பட்ட விளம்பரங்களை இயக்கிய இவர் சர்வேத விருதுகள் பெற்ற மூன்று விளம்பரங்களை இயக்கினார். பிறகு உதவி இயக்குனராகவும், உரையாடல் எழுதுபவராகவும் இருந்து 1992-ல் தனது முதல் குறும்படத்தை இயக்கினார்.

மூன்று குறும்படங்களை இயக்கிய பின்னர் 1997-ல் தனது முதல் படத்தை இயக்கினார். 'சோகமும் கவிதையும் சேர்ந்து தெருக்களுக்கு என்றே ஒரு சக்தி இருக்கிறது. அந்த சக்தி அங்கு வாழும் குழந்தைகளின் கற்பனையால் இன்னும் உயிர்ப்போடு இருக்கிறது' என்று சொல்லும் இவர் இஸ்லாமிய ஆப்பிரிக்க நாடான மொராக்கோவின் முக்கியமான இளம் இயக்குனர்.

இவரது பிற படங்கள்

Whatever Lola Wants (2008) A Minute of Sun Less (completed) (2003) (TV) Ali Zoua: Prince of the Streets (2000) Mektoub (1997) Pierres bleues du desert, Les (1992)

Technical Details

Ali Zaoua / 2000 / Morrocco / 99min / colour / Director-Nabil Ayouch / Writer-Nabil Ayouch, Nathalie Saugeon / Cast-Mounim Kbab, Mustapha Hansali, Hicham Moussoune, Abdelhak Zhayra / Editor-Jean Robert Thomann / Music-Krishna Levy / Cinematography-Renaat Lambeets, Vincent Mathias

அலியின் கனவை நிறைவேற்ற சாலையோர நிறுத்தத்தில் பாசிகள் விற்கும் அந்த மூன்று சிறுவர்கள் போல இன்றைக்கும் நாம் சிக்னலில் நிற்கையில் நம்மைத்தேடி ஓடிவரும் தெருவோரச் சிறுவர்களைப் பார்க்கமுடியும். விற்பனைக்காக அவர்கள் கையிலிருக்கும் பொருட்கள் மலிவானவை. ஆனால், அன்பு காட்ட யாருமில்லாமல் அந்தக் கண்களில் இருக்கும் கனவுகள்..?

57

ஹிரோஷிமா மை லவ்

HIROSHIMA MY LOVE

உங்களின் முதல் காதல் இன்னும் நினைவில் இருக்கிறதா? மறக்கமுடியாத அந்த நினைவுகளை நீங்கள் யாரிடம் பகிர்ந்துகொள்வீர்கள்? ஒரு பெண் போர்க்காலத்தில் இழந்த முதல்காதல் நினைவுகளை, தான் நேசிக்கும் ஒரு இளைஞனிடம் சொல்கிறாள். நினைவில் ஒரு காதல். நிஜத்தில் ஒரு காதல். அந்த நினைவுக்கும் நிஜத்துக்கும் இடையில் மயங்குகிற பெண்ணின் காதல் கதைதான் 'Hiroshima my love'.

நெருக்கமாக இருக்கும் இரண்டு காதலர்களின் குரல் ஒலிக்கத்துவங்க, அணுகுண்டு வீச்சில் சேதமடைந்த ஹிரோஷிமா நகரின் காட்சிகள் தோன்றுகின்றன.

"ஹிரோஷிமா நகரில் நீ எதையுமே பார்க்கமுடியாது!" "இல்லை. மியூசியம் இருக்கிறது. அங்கு நான் நான்கு முறை போயிருக்கிறேன்... உருகிய உலோகங்கள், உயிரோடு இருக்கும்போதே பிய்ந்து விழுந்த மனித உறுப்புகள், தலையிலிருக்கும் கூந்தல் முழுமையும் மொத்தமாக உதிர்ந்த பெண்ணின் கூந்தல் எல்லாம் அங்கிருப்பதைப் பார்த்து நான் உறைந்து போயிருக்கிறேன். அந்த ஹிரோஷிமாவை நான் எப்போதும் மறக்கமுடியாது. அந்தத் தாக்குதலில் உயிர் பிழைத்து தங்கள் அம்மாவின் கருவில் இருந்தவர்கள் உருவம் சிதைந்து பிறந்தார்கள். ஆண்கள் ஆண்மையை இழந்தார்கள். பெய்யும் மழைகூட பயத்தைத்

தரும் விதத்தில் சாம்பலாகப் பெய்தது. கடலில் இருக்கும் மீன்கள் இறந்தன. நதிகள் உலர்ந்தன.

உங்களைப் போல நானும் அதை மறக்கவிரும்புகிறேன். ஆனாலும், மறக்கவேண்டாம் என்று நினைக்கிறேன். அது திரும்பவும் தொடரலாம். ஒன்பது வினாடியில் இரண்டு லட்சம் பேர் இறந்தார்கள். எண்பதாயிரம்பேர் காயமடைந்தார்கள். அப்போது 10,000 டிகிரி வெப்பம் எழுந்தது. பத்தாயிரம் சூரியன் எரிந்ததுபோல. மொத்த நகரமே தரையிலிருந்து எழுந்து சாம்பலாக உதிர்ந்தது. அந்த நகரில்தான் நான் உன்னைச் சந்தித்தேன். இந்த நகரம் காதலுக்காகவே உருவாக்கப்பட்டது என்பதை நான் எப்படி அறிந்துகொண்டேன்? நீ யார்? நீ என்னை அழிக்கிறாய். எனக்கு நல்லது செய்கிறாய். நான் உன்னை விரும்புகிறேன். என்னை முழுதுமாக விழுங்கு. மறு உருவாக்கம் செய்"

அறையில் நெருக்கமாக இருக்கும் காதலர்களான இருவரும் பேசிக்கொண்டு இருக்கிறார்கள். "நீ ஜப்பானியனா?" "ஆமா" "சரி நீ ஏன் ஹிரோஷிமாவுக்கு வந்திருக்க?" "ஒரு படத்தில் நடிக்கிறதுக்காக வந்திருக்கேன்" "இங்க வர்றதுக்கு முன்னால நீ எங்க இருந்த?" "பாரிஸ்" "அதுக்கு முன்னால்?" "நிவர்ஸ்-ங்கிற ஊர்ல இருந்தேன்" "ஏன் நீ ஹிரோஷிமாவை பார்க்க வந்த?" "அது எனக்கு ஆர்வமா இருந்தது. உதாரணத்துக்கு இங்க இருக்கிற எதையும் நெருங்கிப் பார்த்தா அதில் இருந்து கத்துக்கமுடியுது" இருவரும் தேனீர் அருந்துகிறார்கள். ஓய்வாக மொட்டைமாடியில் அமர்ந்து பேசுகிறார்கள்.

"ஹிரோஷிமா, இந்த நகரம் பாரீஸில் இருக்கும்போது உனக்கு எப்படித் தோணும்?" "முழுமையான போரின் முடிவு. இதை அவங்களால அலட்சியமா எப்படிச் செய்யமுடிந்தது. நினைக்க

மலைப்பா இருக்கும். ஒரு இனம்புரியாத பயம் வரத்துவங்கும்" "நான்தான் உன் வாழ்க்கையில் வர்ற முதல் ஜப்பானியன் இல்லையா?" "ஆமா" "ஹிரோஷிமால அது நடந்தபோது உனக்கு என்ன வயசு?'' ''இருபது'' ''உனக்கு?'' ''இருபத்திரெண்டு'' பேசிக்கொண்டே அவன் அங்கிருந்து கிளம்புவதற்கு ஆயத்தமாகிறான்.

"சரி நீ என்ன வேலை பாக்குற?" என்று அவள் கேட்கிறாள். "கட்டட வடிவமைப்பாளனா இருக்கேன். சரி, நீ எந்தப் படத்தில் நடிக்கிற?" "அது உலக அமைதி பற்றின படம்" என்று சிரித்துக் கொண்டே அவனருகில் அமர்கிறாள். "நான் உன்னைத் திரும்பவும் பாக்கணும்னு நினைக்கிறேன்" "நாளைக்கு இந்த நேரம் நான் பிரான்ஸ் போய்ட்டு இருப்பேன்" "நான் உன்னைத் திரும்பவும் பாக்கணுமே" "முடியாது" இருவரும் அவளது அறையிலிருந்து கிளம்புகிறார்கள். நடந்துகொண்டே இருவரும் பேசிக்கொண்டே வருகிறார்கள்.

"பிரான்ஸில் எந்த இடத்துக்குப் போற? நிவெர்ஸுக்கா?" "இல்ல. பாரிஸுக்கு. நான் திரும்பவும் நிவெர்ஸுக்குப் போகமாட்டேன்" "ஏன்?" "அதை விளக்கமுடியாது" நடந்துகொண்டே இருவரும் அந்த ஹோட்டலின் வெளியே வந்து நிற்கிறார்கள். கார் வந்து நிற்கிறது. அவள் விடைபெற்றுக் கிளம்புகிறாள்.

திரும்பவும் அவளைத் தேடி படப்பிடிப்பு நடக்கும் இடத்துக்குப் போகிறான். இருவரும் சந்தித்துப் பேசுகிறார்கள். "நாளைக்கு நீ கண்டிப்பா கிளம்புறியா?" "ஆமா, படப்பிடிப்பு இருக்கு. நாளை மறுநாள் நான் அங்கே இருந்தே ஆகணும்" "நீ காதலுக்கான அளவுகடந்த விருப்பத்தை எனக்குள்ள கொடுத்திட்ட" என்று அவன் நெகிழ்ச்சியுடன் சொல்கிறான். "எப்பவுமே சீக்கிரமே முடிந்துபோகும் அன்புதான் எனக்கும் வாய்க்கிறது" என்று அவள் கலங்குகிறாள்.

அன்று மதியம் இருவரும் அறையில் சந்திக்கிறார்கள். திரும்பவும் மனம்விட்டுப் பேசுகிறார்கள். அவள் நிவெர்ஸ்நகரில் நடந்த தன் முதல் காதலை நினைவுகூர்கிறாள்... "போர்க்காலம் என்பதால் நாங்கள் இடிபாடுகளுக்கிடையில் சந்தித்துக்கொண்டோம். அப்போது எனக்கு வயது 18. அவருக்கு வயது 23" என்று சொல்லும் அவள், அமைதியாக அவனையே பார்த்துக்கொண்டு இருக்கிறாள். "நாளைக்கு நான் இந்த இடத்தை விட்டுப் போகணும்" என்று சொல்லி அவனைக் கட்டிக்கொள்கிறாள். ''நீ இங்கிருந்து போறவரைக்கும் நாம செய்றதுக்கு ஒண்ணும் இல்ல. ரெண்டு பேரும் ஒண்ணா இருப்போம். இன்னும் பதினாறு மணிநேரம்தான் இருக்கு" அவள் கலங்குகிறாள். அவன் அவளைத் தேற்றுகிறான்.

இருவரும் பொழுதைக் கழிக்க ஒரு தேனீர் விடுதிக்குப் போகிறார்கள். "நிவெர்ஸ் என்பதற்கு பிரெஞ்சில் வேறு அர்த்தம்

எதுவும் இருக்கிறதா?" "இல்ல" என்று சொல்லி அந்த நகரத்தைப் பற்றி விளக்க ஆரம்பிக்கிறாள்... "நான் அங்கதான் பிறந்தேன். அங்கதான் வளர்ந்தேன். அங்கதான் படிச்சேன். பைத்தியமாக தனி அறையில் இருந்தேன்" என்று சொல்லி அவனது கைகளைப் பற்றிக்கொள்கிறாள். "நீ இறந்தபோதும் நான் உன் பெயரை அழைத்தேன். ஒருநாள் வாய்விட்டு உன் பெயரை உன் ஜெர்மன் பெயரை அழைத்துக் கத்தினேன். என்னிடம் இருந்த ஒரே நினைவு உன் பெயர்தான். நான் உன்னையே நினைத்து ஏங்கினேன். என்னால் தாங்கவே முடியவில்லை. உன் நினைவுகள் மங்கலாகி விட்டன. நான் உன்னை மறக்கத் துவங்கிவிட்டேன். அப்படி ஒரு காதலை மறப்பதற்காக என் உடல் நடுங்குகிறது. நாங்கள் அந்த நதியின் கரையில் சந்திப்போம்.

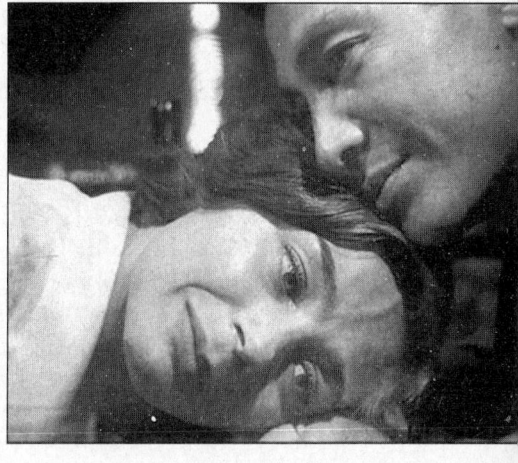

அன்று நான் அவனுடன் கிளம்பிப் போவதற்காக பையுடன் அந்த நதிக்கரைக்கு வந்தபோது போரில் சுடப்பட்டு அவன் இறக்கும் நிலையில் கிடந்தான். நான் அவன் உடலருகிலேயே நாள் முழுக்க இருந்தேன். அந்த இரவுதான் போர் முடிந்து, நிவெர்ஸ் நகரம் சுதந்திரம் அடைந்தது.

தேவாலயத்தின் மணி ஒலிக்கிறது. ஒலித்துக்கொண்டே இருக்கிறது. என் அருகிலிருந்த அவனது உடல் கொஞ்சம் கொஞ்சமாக சில்லிடத் துவங்கியது. அவன் சாவதற்கு வெகுநேரம் எடுத்துக்கொண்டான். எப்படி நடந்துச்சு? நான் அவன் மேல் படுத்திருந்தேன். அவன் இறந்த கணம் எப்படி என்னைவிட்டுப் போச்சு? அந்த கணத்துக்குப் பிறகும் அவனது இறந்த உடலுக்கும் எனது உடலுக்கும் சிறுவித்தியாசம்கூடத் தெரியல. இரண்டு உடலும் எனக்கு ஒன்றாக ஒரேமாதிரி இருப்பதாகத்தான் தோணுச்சு. உனக்குத் தெரியுமா. அவன் என்னோட முதல் காதல்..." என்று சொல்லி அவள் அழுது கத்துகிறாள்.

அவன் அவள் கன்னத்தில் பளாரென அடிக்கிறான். அவள் தன்னுணர்வுக்கு வருகிறாள். "அதற்குப் பிறகு ஒருநாள் நான் இயல்புக்கு வந்தேன். நாங்கள் சந்திக்கிற அந்த நதிக்கரைக்கு வந்தேன். அதிகாலையில் அங்கு நின்று கடந்து செல்லும் மக்களை வெகுநேரம் பார்த்தேன். பிறகு நிவர்ஸில் நான் அதிக நாள் இல்லை. பாரீசுக்கு வந்திட்டேன். நான் பாரீசுக்குப் போன இரண்டாவது நாளில் எல்லா செய்தித் தாளிலும் ஹிரோஷிமா இருந்தது. எல்லாம்

நடந்து பதினாலு வருஷங்கள் ஆயிடுச்சு” என்று சொல்லி முடித்து ஆறுதலாக அவனது கைகளின் மேல் தலைவைத்துப் படுத்துக் கொள்கிறாள்.

“நாளைக்கு இதேநேரம் நான் உன்கிட்ட இருந்து ஆயிரம் மைல்கள் தொலைவில் இருப்பேன்'' “இந்தக் கதை வேறு யாருக்காவது தெரியுமா?” “இல்லை” “அப்ப எனக்கு மட்டும்தான் தெரியுமா?” “ஆமா” என்று சொல்ல, அவன் அவளை மகிழ்ச்சியுடன் கட்டிக்கொள்கிறான். “மறந்த காதலின் சின்னமென நான் உன்னை நினைத்துக்கொண்டு இருப்பேன்'' என்று சொல்ல அவள் அங்கிருந்து நடந்து தெருவுக்கு வருகிறாள். அவன் அவளருகே வந்து நிற்கிறான். “என்கிட்ட இருந்து போ'' என்று அவள் சொல்கிறாள். அவன் அமைதியாக அருகில் நிற்கிறான். “நாம் ஒருத்தரை ஒருத்தர் திரும்பப் பார்க்கும் வாய்ப்பு இல்லாமலே இறந்துபோயிடலாம்” என்று சொல்லிவிட்டு அவள் தன் அறைக்குத் திரும்புகிறாள்.

தனியாக அறைக்கு வந்து கதவைத் திறக்கிறாள். மிகவும் கலக்கத்துடன் அறைக்குள் வருகிறாள். முகம் கழுவுகிறாள். தனக்குத்தானே கண்ணாடியைப் பார்த்துப் பேசுகிறாள்... “நீ இன்னும் இறக்கலை. நான் நம்ம கதையை சொல்லிட்டேன். தெரியாத ஒருத்தரோட இருந்து நான் உன்னை ஏமாத்திட்டேன். நம்ம கதையைச் சொல்லிட்டேன். பதினாலு வருஷமா நிறைவேறாத அந்தக் காதலை நான் மட்டும் ரசிச்சிட்டு இருந்தேன். பாரு எப்படி நான் உன்னை மறந்துட்டேன்னு. என்னைப் பாரு” என்று சொல்லி கண்கள் கலங்க அறையிலிருந்து வேகமாக வெளியில் வந்து இருட்டில் நடந்து, சற்றுமுன் அவனைப் பிரிந்த தேனீர் விடுதியின் ஓரத்தில் அமர்கிறாள்.

“நான் ஹிரோஷிமாவிலேயே தங்கப்போறேன். அவனோட... நான் இங்க தங்கப்போறேன்” என்று தனக்குத்தானே சொல்லிக் கொண்டே தலை குனியும்போது, அவன் அருகில் வந்து நிற்கிறான். “நீ இங்கேயே இரு. போகாத” என்கிறான். “இதெல்லாம் நடக்கும்னு நான் எதிர்பார்க்கவே இல்லை. இங்கிருந்து போ...” என்று அவனிடம் சொல்லிவிட்டு எழுந்து நடக்கிறாள். அவன் அவளுடன் சற்று அருகில் நடந்து வருகிறான்.

அவளது குரல் மனதுக்குள் ஒலிக்கத் துவங்குகிறது... “அவன் என்னை நோக்கி நடந்து வந்துகொண்டு இருக்கிறான். அவனது தோள்களில் என்னைத் தாங்கிக்கொள்வான். என்னை முத்தமிடுவான். நான் என்னை இழப்பேன். இந்த நகரம் காதலுக்காகவே உருவான நகரமாக இருக்கிறது. நான் உன்னைச் சந்தித்தேன். நான் உன்னை நினைத்திருப்பேன். நான் பசியுடன் இருக்கிறேன். துரோகம் செய்வதற்கும், ஒழுக்கம் தவறுவதற்கும், பொய் சொல்வதற்கும் சாவதற்குமான பசி. எப்போதும் நான்

அப்படித்தான் இருந்திருக்கிறேன். நீ யார்? நீ என்னை முழுவதும் அழி. உன் விருப்பத்துக்கு ஏற்றமாதிரி என்னைத் திரும்பவும் உருவாக்கு.

என் அதீதமான ஆசைக்கான காரணத்தை உன்னைத் தவிர யாரும் புரிந்துகொள்ள முடியாது. என் காதலே! நாம் மட்டும் தனியாக இருப்போம். இரவு எப்போதும் முடிவதில்லை. நாள் திரும்பவும் எப்போதும் விடியப்போவதில்லை. நீ இன்னும் என்னை அழித்துக்கொண்டு இருக்கிறாய். நீ எனக்கு நன்மை தருகிறாய். புறப்படும்போது நாம் அழப்போகிறோம். அழுவதைத் தவிர செய்வதற்கு நம்மிடம் ஒன்றுமில்லை. காலம் கடந்துச்செல்லும். அது மட்டுமே கடந்து செல்லும். அதே காலம் ஒருநாள் வரும். அப்போது பெயர்களும் நம் நினைவிலிருந்து முழுதுமாக மறைந்துவிடும்."

மழைபெய்கிறது. அவள் ஒரு கடையின் வாசலில் தனியாக நின்றிருக்கிறாள். அவன் அவளைத் தேடி நடந்து அவளருகில் வருகிறான்... "நீ தங்குவதற்கான காரணம் இருக்கிறது" "உனக்குத் தெரியும் தங்கியிருப்பது கிளம்புவதை விட மிகவும் சாத்தியம் இல்லாதது" "ஒருவாரம்" "முடியாது" "மூணுநாள்" "இல்லை" என்று சொல்லி, அங்கிருந்து நடந்துவந்து ஒரு

இடத்தில் அமர்கிறாள். பிறகு அங்கிருந்து காரில் ஏறி ஒரு விடுதியில் வந்து இறங்குகிறாள். அவனும் அவள் பின்னால் தொடர்ந்து செல்கிறான். அவள் விடுதியின் ஒரு இருக்கையில் அமர்கிறாள். அவன் சற்று தூரத்தில் எதிரில் இருக்கும் இன்னொரு இருக்கையில் அமர்கிறான். இருவரும் ஒருவரை ஒருவர் கலக்கத்துடன் பார்க்கிறார்கள்.

பொழுது விடியத் துவங்குகிறது. பிரிவதற்கான நேரம். அவள் தன் அறைக்கு வந்து சாத்திய கதவுக்குப்பின் நிற்கிறாள். அவன் வருவது உணர்ந்து கதவைத் திறக்கிறாள். அவன் மெல்ல உள்ளே வருகிறான். அவள் எதுவும் சொல்லாமல் அங்கிருந்து மெல்ல நடந்து அழுதுகொண்டே படுக்கையில் அமர்கிறாள். அவன் அருகில் வருகிறான். "நான் உன்னை மறந்திடுவேன். ஏற்கனவே உன்னை நான் மறந்துட்டு இருக்கேன். உன்னை எப்படி மறந்திருக்கேன்னு பாரு. என்னைப் பாரு..." என்று சொல்லி அழ அவன் அவளது கைகளைப் பற்றுகிறான். இருவரும் அருகாமையில்

Alain Resnais

1922-ல் பிரான்ஸில் வான்ஸ் எனும் இடத்தில் பிறந்தார். தனது பதினான்கு வயதிலேயே 8 mm கேமராவைக் கொண்டு படங்கள் எடுக்கத் துவங்கினார்.

பிறகு நாடகம் பயின்ற இவர், தனது 21-வது வயதில் திரைப்படக் கல்லூரியில் சேர்ந்து மறுவருடமே அங்கிருக்கும் பாடங்கள் தியரி சார்ந்தவை என்று சொல்லி விலகினார். பிறகு நடிகராகவும், ஒரு கலைக்குழுவில் பாடகராகவும் இருந்தார். 1945-ல் மௌனப் படங்களை எடுக்கத் துவங்கினார்.

இவர் எடுத்த 'வான்கோ' எனும் ஆவணப்படமும் நாஸிக்களின் சித்ரவதை முகாமைப் பற்றிய 'Night and fog' எனும் படமும் இவருக்கு சர்வதேசப் புகழைப் பெற்றுத் தந்தன. 'எனது பன்னிரண்டு வயதில் மௌனப் படங்கள் பேசும் படங்களாக மாறுவதைப் பார்த்த பாதிப்பினால் இயக்குனரானேன்' என்று சொல்லும் இவர் பிரான்ஸின் புதிய அலை இயக்குனர்களில் முக்கியமானவர்.

ஒருவரை ஒருவர் பார்க்கிறார்கள். "ஹி...ரோ...ஷி...மா... ஹிரோஷிமா. அதுதான் உன் பெயர்'' என்று சொல்கிறாள் அவள். "ஆம். அதுதான் என் பெயர். உன் பெயர் வெர்ஸ்'' என்கிறான் படம் நிறைவடைகிறது.

காதல் உணர்வின் வேதனையை இப்படம் காட்சியாகப் பதிவு செய்த விதம் அற்புதமானது. வழக்கமாகக் கதை சொல்லும் முறையை மாற்றி நினைவையும் நிஜத்தையும் கலந்து படமாகத் தொகுத்த விதம் பிரமிக்கவைக்கிறது. படத்தின் துவக்கத்தில் ஒரு ஆவணப்படம் போல வரும் ஹிரோஷிமா அழிவுக் காட்சிகளும், இடையில் நடக்கும் படப்பிடிப்பு சார்ந்த காட்சிகளும் கதையின் வடிவத்துக்குள் பொருந்திய விதமும் அருமையானது.

இருவரும் போர் சார்ந்த நினைவுகளை நினைக்க, ஹிரோஷிமாவும், நிவெர்ஸும் காட்சிகளாக விரியும் ஃபிளாஷ்பேக் உத்தியும், காட்சிகளை 'fade' செய்து முடிக்கிற உத்தியும் இது வெளிவந்த

இவரது பிற படங்கள்

Private Fears in Public Places (2006) Not on the Lips (2003) Same Old Song (1997) Smoking / No Smoking (1993) Gershwin (1992) (V) (1991) Lest We Forget (segment "Pour Esteban Gonzalez Gonzalez, Cuba") I Want to Go Home (1989) Melo (1986) Love Unto Death (1984) Life Is a Bed of Roses (1983) My American Uncle (1980) Providence (1977) Stavisky... (1974) The Year 01 (1973) Je t'aime, je t'aime (1968) Cinetracts (1968) (uncredited) Far from Vietnam (1967) The War Is Over (1966) The Time of Return (1963) Last Year at Marienbad (1961) Hiroshima, My Love (1959) Chant du Styrene, Le (1958) Mystere de l'atelier quinze, Le (1957) Toute la memoire du monde (1956) Night and Fog (1955) Statues Also Die (1953) Adventure in Art (1951) Gauguin (1950) Guernica (1950/I) Chateaux de France (1948) Jardins de Paris, Les (1948) Malfray (1948) Van Gogh (1948) Alcool tue, L' (1947) Bague, La (1947) Visite a Max Ernst (1947) Lait Nestle, Le (1947) Portrait d'Henri Goetz (1947) Van Gogh (1947) Visite a Cesar Domela (1947) Visite a Felix Labisse (1947) Visite a Hans Hartung (1947) Visite a Lucien Coutaud (1947) Visite a Oscar Dominguez (1947) Open for Inventory Causes (1946) Schema d'une identification (1946) Aventure de Guy, L' (1936)

Technical Details

Hiroshima My Love / 1959 / France / 90min / B&w / Director-Alain Resnais / Writer-Marguerite Duras / Cast-Emmanulle Riva, Eija Okada / Editor-Jasmine Chasney, Henri Colpi, Anne Sarraute / Music-Georges Delerve, Giovanni Fusco / Cinematographer-Michio Takahashi, Sacha Vierny

காலத்தில் மிகப் புதுமையானது. கடைசி நிமிடங்களில் பிரிவின் வேதனையை காட்சியாக்கிய விதமும், மனவியல்ரீதியாக நினைவுக்கும் மறதிக்கும் இடையிலான தவிப்பை காட்சியிலும் உரையாடலிலும் பதிவு செய்தவிதமும் புதுமையானவை.

இசையும் ஒளிப்பதிவும், திரைக்கதையும் இப்படத்தில் மிக முக்கியமான பங்கை வகிக்கின்றன. உலகெங்கும் போற்றப்படும் இந்த பிரெஞ்சு மொழிப் படம் 1959-ல் வெளியானது. இதன் இயக்குனர் ஆலென் ரெனே (Alain Resnais).

பிரிந்த காதல், நினைவுகளின் அடுக்கில் ஒரு காயம் போல கசிந்துகொண்டே இருக்கிறது. மீண்டு எழுந்தாலும் ஹிரோஷிமா அதன் அழிவை நினைவில் வைத்திருப்பதைப் போல, காதலும் தன் பிரிவின் ரணங்களை மறப்பதில்லை. ஒருமுறை நடந்த அணுத்தாக்குதல் மனிதர்களுக்கும் இயற்கைக்கும் இத்தனை தீங்குகளை நிகழ்த்தியிருக்கும்போது யாரைக் காப்பாற்ற உலகம் முழுக்க ஆயுதங்கள்? அணுப்பரிசோதனைகள்? ஒப்பந்தங்கள்..?

58

தி கலர் ஆஃப் பொமக்ரேனட்ஸ்

THE COLOUR OF POMEGRANATES

ஓவியங்கள் உயிர்பெற்று எழுந்தால் எப்படியிருக்கும்? கதையோ கதைக்கான தொடர்ச்சியோ இல்லாமல் ஒரு திரைப்படத்தை எடுக்கமுடியுமா? ஒரு திரைப்படம் என்றால் எப்படியிருக்கவேண்டும் என்று நாம் நம்புகிற எல்லா விஷயத்தையும் உடைத்து காட்சிச் சித்திரங்களாக சயத் நோவா எனப்படும் ஒரு கவிஞனின் வாழ்க்கையைப் பதிவு செய்யும் படம்தான் 'The Colour Of Pomegranates'.

'இந்தப் படம் ஒரு கவிஞரின் வாழ்க்கைக் கதையைச் சொல்ல முயற்சிக்கவில்லை. அவரது ஆன்மாவின் கவலைகள், அவரது ஆழமான உணர்வுகள், அதீதமான துன்பங்களின் வழியாக பதினெட்டாம் நூற்றாண்டில் வாழ்ந்த அந்தக் கவிஞரின் அக உலகத்தை, குறியீடுகளையும் உருவகங்களையும் பயன்படுத்தி திரும்பவும் உருவாக்க முயற்சிக்கிறது' எனும் எழுத்துக்கள் தோன்றி மறைய அந்தக் கவிஞரின் கையெழுத்துப் பிரதியின்மேல் எழுத்துக்கள் தோன்றுகின்றன.

"வாழ்க்கையும், ஆன்மாவும் துன்புறுத்தப்பட்ட மனிதன் நான்" வெள்ளைத் துணியின்மேல் வைக்கப்பட்ட மாதுளம் பழத்தின் கீழே அதன் சிவப்பு நிறச்சாறு ரத்தம் போல பரவத்துவங்குகிறது. "வாழ்க்கையும், ஆன்மாவும் துன்புறுத்தப்பட்ட மனிதன் நான்" வெள்ளைத் துணியின்மேல் வைக்கப்பட்ட கத்தியின் கீழ் ரத்தம் பரவத்துவங்குகிறது. ஒரு

கல்வெட்டின்மேல் வைக்கப்பட்ட திராட்சைப் பழங்களை ஒருகால் மிதித்து நசுக்குகிறது. திராட்சையின் கறுப்புச்சாறு கல்வெட்டின் எழுத்துக்கள் மேல் வழியத் துவங்குகிறது.

சிறுவனான சயத்நோவா முழங்காலிட்டு தலையை தரையில் சாய்த்துப் பார்த்துக் கொண்டிருக்கிறான். "ஆதியில் கடவுள் சொர்க்கத்தையும் பூமியையும் படைத்தார். ஆறாவது நாளில் கடவுள் மனிதனை தனது சாயலிலும் விருப்பங்களின்படியும் மண்ணிலிருந்து உருவாக்கினார். அவனுக்குள் காற்றை ஊதி சுவாசத்தை ஏற்படுத்தி, அவனை உயிருள்ள மனிதனாக்கினார். பிறகு தான் படைத்த மனிதனை ஏதேன் தோட்டத்தில் வசிக்கவைத்தார்." குரல் தணிய மழைபெய்து இடிஇடிக்கிறது. புராதனமான கற்சிலுவைகள் மீதும், பாசி படிந்த கல்வெட்டுக்களின் மீதும் மழைநீர் தாரையாக வழிகிறது. "எனக்குப் பின்னால் வந்த மனிதர்கள் இந்த அற்புதமான உலகத்தை தெளிவில்லாமல் புரிந்து கொண்டார்கள். அவர்கள் எனக்கு முன்பாகவே ஒளியற்று இறந்துபோனார்கள்."

வேதப் புத்தகங்கள் மழையில் நனைகின்றன. நனைந்த வேதப் புத்தகங்களை சீடர்கள் வெயிலில் உலர்த்துகிறார்கள். சிறுவனான சயத்நோவா அங்கு நின்று அவர்கள் செய்வதைப் பார்க்கிறான். "புத்தகங்கள் நன்றாகப் பேணப்பட வேண்டும்; அவற்றைப் படிக்கவேண்டும். புத்தகங்கள் வாழ்க்கையாகவும், ஆன்மாவாகவும்

இருக்கின்றன. புத்தகங்கள் இல்லையெனில் இந்த உலகம் அறியாமைக்கு மட்டுமே சாட்சியாக இருந்திருக்கும். நீ மக்களுக்காக சத்தமாகப் படித்துக்காட்ட வேண்டும். அதைக் கேட்டு அவர்களின் ஆன்மா புனிதப்படவேண்டும். ஏனெனில் இங்கு நிறையபேர் படிக்கத் தெரியாதவர்களாக இருக்கிறார்கள்..." என்று சொல்லி சிறுவனான சயத்நோவாவிடம் பெரியவர் ஒருவர் புத்தகங்களைக் கொடுக்கிறார். அவன் வாங்கிக்கொண்டு பெரிய ஏணியில் ஏறி அந்தப் பழைய தேவாலயத்தின் மாடத்துக்கு வருகிறான். ஈரமான நூலைப் பிரித்து அதிலிருக்கும் படங்களைப் பார்க்கிறான்.

"இந்த உலகின் வண்ணங்களிலும், வாசனைகளிலும் இருந்து எனது குழந்தைப் பருவம் ஒரு கவிஞனுக்கான இசை பொருந்திய மனநிலையைப் பெற்றுக்கொண்டது." சிறுவனான சயத்நோவா கம்பளங்கள் நெய்யும் இடத்தில் வசிக்கிறான். அந்த வண்ண வண்ணமான கம்பளங்களை சாயமேற்றிய பிறகு அதைத் தண்ணீர் ஊற்றிக் கழுவுகிறார்கள். கொதிக்கும் வண்ணத்தில் நூல்களை ஊறவைத்து சாயம் ஏற்றுகிறார்கள். புகையும் வாசனையும் நிரம்பியிருக்க வண்ணமயமான நூற்கண்டுகளை அங்கு வேலை செய்பவர்கள் காயவைக்கிறார்கள்.

அந்த புராதனமான கட்டடத்தின் மொட்டைமாடியில் சிறுவனான சயத்நோவா வண்ணக் கம்பளங்கள் நடுவில் ஓடிவிளையாடுகிறான். கைகளில் வண்ண நூல்களைச் சுற்றிக்கொண்டு தறிச் சத்தங்களுக்கு இடையில் அமைதியாக நின்று கவனிக்கிறான். சாயப்பட்டறையின் சுடுநீரில் வண்ணமாக மாறும் நூற்கண்டுகளை ஆச்சர்யத்துடன் பார்க்கிறான். வண்ணமும் வாசனையும் சூழ சயத்நோவா வளர்கிறான்.

சயத்நோவாவின் கவிதை வரிகள் ஒரு அத்தியாயத்தின் தலைப்புகள் போலத்திரையில் தோன்ற, அவரது வாழ்க்கை, ஓவியம் போன்ற காட்சிகளாகத் தொடர்கிறது. 'நாம் ஒருவருக்குள் ஒருவர் நம்மையே தேடுகிறோம். இந்த அழகான ஆரோக்கியமான வாழ்வில் என்னுடைய பங்கு என எதுவும் இல்லை. துன்பப்படுவதைத் தவிர. இந்தத் துன்பம் ஏன் எனக்கு வழங்கப்பட்டது?'

ஆலயமணி விடாமல் ஒலிக்கிறது. கறுப்புக் குதிரைகளில் வரும் கறுப்பு உடை அணிந்த வீரர்கள் தமக்குள் சண்டையிட்டுக் கொள்கிறார்கள். துப்பாக்கி சத்தம் வெடித்து ஓய்கிறது. சகல உயிர்களும் வதைபடுகின்றன. சயத்நோவா பாடத் துவங்குகிறார். அரசவையில் இசைப் பாடகராகிறார். 'நாம் நமது காதலுக்கான புகலிடத்தைத் தேடிக்கொண்டே இருக்கிறோம். ஆனால், அதற்குப் பதிலாக அந்தச் சாலை நம்மை மரணத்தின் நிலத்துக்கே இட்டுச் செல்கிறது. நீ எங்களைக் கைவிட்டுப் போனாய். ஆனால், நாங்கள் உன்னைப் பட்டு வலைக்குள் மூடிவைத்திருந்தோம். அதனால், உன்னுடைய புதிய உலகில் நீ ஒரு வண்ணத்துப் பூச்சியாகிப்

பறக்கிறாய். விழுங்கும் உன் நெருப்புக்கு முன்னால், நான் எப்படி என் மெழுகுக் கோட்டை போன்ற காதலைக் காப்பாற்ற முடியும்?'

சயத்நோவா அரசரின் தங்கையின் மீது காதல் வயப்படுகிறார். நூலைக்கொண்டு வலை பின்னுவதுபோல அவரது மனம் ஆசையைப் பின்னத்துவங்குகிறது... 'நீ நெருப்பு. உன் ஆடையும் நெருப்பு. உன் இரண்டு நெருப்பில் எதை நான் பொறுத்துக்கொள்ள முடியும்?' அவரது காதல் தோல்வியில் முடிகிறது. பார்வைகளின் வழியே தொடரும் காதல் சந்திப்புக்கு வழியின்றிப் பிரிவை அடைகிறது. அவர் அரசவையிலிருந்து விலக்கப்படுகிறார்.

'போ... தன்னலம் இல்லாத இதயமே! உன் அடைக்கலத்துக்கான இடத்தைத்தேடு! நான் போகிறேன். துறவிகளுக்கான மடத்தை ஒவ்வொன்றாகத் தேடி அலைகிறேன்!' ஒரு மடத்துக்குப் போகிறார். அங்கிருக்கும் கிறிஸ்துவ சபையில் வேலை செய்கிறார். ஒரு நாள் அந்த சபையின் தலைமைப் போதகர் ஒருவர் இறக்கிறார். 'ரத்தத்திலும் ஆன்மாவிலும் ஒன்றாக இருக்கிற என் சகோதரர்களே... சொர்க்கத்திலிருந்து இந்த பூமிக்கு ஆறுதல் சொல்லமுடியாத ஒரு துன்பம் வந்திருக்கிறது. நமது புனிதத் தந்தையாகிய லாசரஸ் இறந்துவிட்டார்' என்று சொல்லி இறுதிச் சடங்குக்கான குழியைத் தோண்டுமாறு சயத்நோவாவை பணிக்கிறார்கள். 'வஞ்சிக்கப்பட்ட கூட்டத்தினராக நாங்கள் இந்த உலகத்திடமிருந்து வேண்டுதல்களோடு உங்களிடம் வந்திருக்கிறோம் ஆண்டவரே...' என்று சபையில் இருக்கிற எல்லோரும் பிரார்த்தனைப் பாடல்களைப் பாடுகிறார்கள். 'கடவுளே... எங்கள் சேவகரே... என்றைக்கும் வாடாத மலர் போல உன்னுடைய நல்ல வார்த்தையை எங்களுக்குத் தந்து ஆசிர்வதியுங்கள்.' பாடல் முடிந்ததும் சயத்நோவா தேவாலயத்துக்குள் வைக்கப்பட்டிருக்கும் புனிதத் தந்தையின் உடலுக்கு மரியாதை செய்துவிட்டு அங்கிருந்து கிளம்பும் முடிவை எடுக்கிறார்.

'வெகு காலத்துக்கு முன் சூரியப் பள்ளத்தாக்கில் எனது ஏக்கங்களும் எனது காதலும், எனது பால்யமும் வாழ்கின்றன!' - வார்த்தைகள் தோன்றி மறைய சயத்நோவா தனியாகப் படுத்திருக்கிறார். 'நீதான் நெருப்பு. நீ கறுப்பு நிற உடை அணிந்திருக்கிறாய்.' அவரது காதல் பருவமும், சிறுவனாக இருந்தபோது தாய்-தந்தையருடன் இருந்த காட்சிகளும் நினைவாக விரிகின்றன. கம்பளம் நெய்வதற்கான பஞ்சு, வீடு முழுவதும் இறைந்துகிடக்கிறது. கிறிஸ்துவ மதச் சின்னங்களை வைத்து எல்லோரும் கொண்டாடு கிறார்கள். யாருமற்ற அந்தத் தேவாலயத்துக்குள் சயத்நோவா மட்டும் தனியாக நடந்து வருகிறார்.

''நான் எல்லாவற்றையும் எந்த மறைவும் இல்லாமல் மிகத் தெளிவாகப் பார்த்தேன். வாழ்க்கை என்னை கைவிட்டு

விட்டதையும் நான் புரிந்து கொண்டேன்." ஆழ்ந்த மௌனத்துடன் வானத்தைப் பார்த்திருக்கும் சயத்நோவா கையிலிருக்கும் இசைக் கருவியுடன் கிளம்புகிறார். பலரும் அவருக்கு தங்கள் வாழ்த்துக்களைத் தெரிவிக்கிறார்கள். 'மக்களை நோக்கிப் போகிறீர்கள்... உங்களது அன்பான செய்கைகளின் வழியே உங்களின் வெற்றியை நாங்கள் எப்போதும் கேட்டுக்கொண்டு இருப்போம். நீங்கள்தான் இந்தப் பூமியின் உப்பாக இருக்கிறீர்கள். கடவுளின் குரல் எப்போதும் உங்களுடன் இருக்கும். மக்களுக்கு மத்தியில் போங்கள்...' என்று வாழ்த்தி அனுப்புகிறார்கள்.

'நம்பிக்கையுடன் வீடு திரும்புமாறு என்னை அழைக்கிற குரலைக் கேட்கிறேன். ஆனால், நான் களைப்படைகிறேன். இந்த பூமியில் கவலைகள் அனைத்தையும் பரப்பியது யார்? இந்த உலகம் திறந்த சன்னலாக இருக்கிறது. அதன் வழியே கடந்துச் செல்கையில் நான் களைப்படைகிறேன். அதன் வழியே பார்க்கிறவனையும் நீங்கள் திணறச் செய்கிறீர்கள். வரும் நாட்களைக் குறித்து நான் சோர்வடைகிறேன். அதனுடைய தோட்டங்கள் அனைத்தும் கவலைகளால் நிரம்பியிருக்கிறது.' மரணமும் கவலைகளும் நிரம்பிய உலகில் மக்கள் அனைவரும் சோகத்துடன் இருக்க, சயத்நோவா அவர்களுக்கு நடுவில் நடந்து வருகிறார். சிறகுகள் கொண்ட குழந்தைகள் இருவர், அவர் கையிலிருக்கும் இசைக் கருவியைப் பறித்துக்கொண்டு ஓடுகிறார்கள். பரந்த கறுப்பான நிலத்தில் சயத்நோவா மட்டும் தனியாக நடந்து போகிறார்.

'நீ கொடுத்த உணவு அழகானது. அதைக் கொடுத்த பூமியோ இன்னும் அழகானது. நான் போகிறேன். விரைவில் உடலற்ற தூசியாக மாறுவேன். நான் சோர்ந்துவிட்டேன்... நான் சோர்ந்து விட்டேன்.' கைகளை விரித்து தான் அணிந்திருந்த கறுப்பு அங்கி தரையில் விழ, தரையில் முழந்தாளிட்டு அமர்கிறார். அப்போது

சுவர்களைப் பூசிக்கொண்டு இருக்கும் ஒருவன் அவரைப் பார்த்துப் 'பாடுங்கள்' என்கிறான். சோர்ந்து அமர்ந்திருந்த அவர் கைகளை உயர்த்தி எழுகிறார். 'இந்த உலகில்...' என்று பாடத் துவங்குகிறார். சிறிது நேரத்தில் பாடச்சொல்லிக் கேட்டவன், 'இறந்து போங்கள்' என்று சொல்கிறான். அவர் கீழே விழுகிறார். ஒரு சிறுவனாக இந்த மண்ணில் சிறகுகளுடன் அலைந்த நினைவுகள் தோன்ற தரையில் விழுந்து இறக்கிறார். ஒரு கனவைப் போல படம் நிறைவடைகிறது.

அரோடின் சாயாதின் என்ற பெயருடன் ஆர்மீனியாவில் 18-ம் நூற்றாண்டில் வாழ்ந்த நாட்டுப்புறப் பாடகரின் வாழ்க்கையை இப்படம் பதிவு செய்கிறது. கம்பளம் தயாரிக்கும் சூழலில் வளரும் சிறுவன் வளர்ந்து இளைஞனாகிறான். வயலினைப் போன்ற தோற்றமுடைய 'கெமெஞ்சே' எனும் தந்தி இசைக் கருவியுடன் ஜியார்ஜியாவின் மன்னரது அரசவையில் பாடகனாகிறார்.

மன்னரின் சகோதரியான இளவரசி அன்னாவைக் காதலிக்கிறார். அந்தக் காதல் தெரிந்ததும் அவர் அரசவையிலிருந்து வெளியேற்றப் படுகிறார். மீத வாழ்க்கையைத் துறவியாக மடங்களில் வாழ்ந்து இசையையும் கவிதையையும் இயற்றி, மக்களுக்கான பாடகராக இருக்கிறார். கிறிஸ்துவ மதத்தின் மீதான நம்பிக்கையைக் கைவிடுமாறு வற்புறுத்தப்படுகிறார். அது முடியாது என்று மறுத்ததால் கொல்லப்படுகிறார். அதிகாரத்துக்கு தலை குனியாமல் தன் உயிரையும் கொடுத்ததால் ஆர்மீனியாவின் தேசியக்கவியான அவரைப் பாடல்களின் அரசன் எனும் பொருள்படும்படியாக 'சயத்நோவா' என்று பெருமையுடன் அழைக்கிறார்கள்.

அவரது வாழ்க்கையை அந்த நாட்டின் காலாசாரம் மற்றும் கலைகளின் அம்சத்தோடு ஒரு கனவைப்போல அதியதார்த்தத் (surrealism) தன்மையுடன் மிகுந்த அழகியலுடன் இப்படம் பதிவு செய்கிறது.

Sergei Paradjanov

1924-ல் சோவியத் யூனியனின் ஜியார்ஜியாவில் பிலிஸி எனும் இடத்தில் ஒரு வணிகரின் மகனாகப் பிறந்தார். பள்ளிப் படிப்பை முடித்ததும் இசையும், நடனமும் கற்றார். தனது 21-வது வயதில் ரஷ்யாவின் பெருமைக்குரிய VGIK திரைப்படக் கல்லூரியில் இயக்குனராகப் பட்டம் பெற்றார்.

பட்டப்படிப்புக்குப் பிறகு அங்குள்ள ஸ்டுடியோவில் உதவி இயக்குனராகப் பணிபுரிந்தார். அங்கிருந்த ஒரு வருடத்திலேயே ஒரு குறும்படம் எடுத்தார். 1951-ல் தனது முதல் படத்தை இயக்கினார். தொடர்ந்து படங்களை இயக்கிய இவரை, 1974-ல் ஓரினச் சேர்க்கையாளர் என்றும் கடத்தல் வேலைகளில் ஈடுபட்டார் என்றும் குற்றம்சாட்டி அரசாங்கம் சிறையில் அடைத்தது.

ஐந்து வருடங்கள் சிறையில் இருந்த இவர் அங்கிருந்த தனிமை பொறுக்கமுடியாமல் ஓவியங்கள் வரையத் துவங்கினார். சிறையில்

ஆர்மீனியாவின் புராணக் கதைகளில் ஒரு மாதுளம் பழத்தின் உள்ளே 365 முத்துக்கள் இருப்பதாக நம்பப்படுகிறது. அதன் ஒவ்வொரு முத்தும் வருடத்தின் ஒரு நாளைக் குறிக்கிறது. இதைக் குறிக்கும் விதமாகவே முதல் காட்சியில் அறுக்கப்பட்ட மாதுளம் பழங்களிலிருந்து சிவப்புநிறச் சாறு கசிவது சயத்நோவாவின் வாழ்க்கையின் துன்பங்களைக் குறிக்கிறது. துவக்கத்தில் சிறுவனாக இருக்கும்போது நூற்றுக்கணக்கான புத்தகப் பக்கங்கள் படபடக்கும் சத்தமும் இறக்கும்போது சேவல்களின் சிறகுகள் படபடத்து ஓய்வதும் ஆழமான குறியீடுகள்.

சிறுவன் நூற்றுக்கணக்கான புத்தகங்களுடன் இயேசுவைப் போல கைகளை விரித்து ஞானத்துக்கு தன்னை ஒப்புக் கொடுப்பது போலப் படுத்திருப்பதும், அப்போது காற்றில் புரள்கிற புத்தகத் தாள்களின் சப்தமும் கவிதை. நடிகர்கள் நம்மைப் பார்த்து நடிப்பதும், கேமரா படம் முழுக்க எந்த அசைவும் இல்லாமல் இருப்பதும் ஒரு புதிய அனுபவத்தைத் தருகிறது. உலகத் திரைப்பட

இருந்து விடுதலை ஆகும்போது, 800 ஓவியங்களுடன் வெளியேவந்து அதைக் கண்காட்சியாக வைத்தார்.

'அடிப்படையில் ஒரு படத்தை இயக்குவது என்பது உண்மையை பிம்பங்களாக மாற்றுவதும், அதை மிகச் சரியாக வடிவைப்பதும்தான்' என்று சொல்லும் இவர் உலக சினிமாவில் காட்சிப் படிமங்களைக் கையாள்கிற இயக்குனர்களில் முக்கியமானவர். புற்றுநோயால் பாதிக்கப்பட்ட இவர் 1990-ல் தனது சுயசரிதையைப் படமாக எடுக்கும்போது இறந்தார்.

இவரது பிற படங்கள்

Parajanov: The Last Spring (1992) The Confession (1990) Ashik Kerib (1988) Arabesques on the Pirosmani Theme (1985) The Legend of the Suram Fortress (1984) Return to Life (1980) Colour of Pomegranates (1968) Akop Ovnatanyan (1967) Shadows of Forgotten Ancestors (1964) A Little Flower on a Stone (1962) Ukrainian Rhapsody (1961) The First Lad (1959) Dumka (1957) Natalya Ushviy (1957) Golden Hands (1957) Andriesh (1954) Moldavian Fairy Tale (1951)

Technical Details

Colour Of Pomogranates / 1968 / Soviet Union / 79min / colour / Director-Sergei paradjanov / Writers-Sayat Nova (poems) Sergei paradjanov / Cast-Sofiko Chiaureli, Melkon Aleksanyan, Giorgi Gegechkori / Editors-Sergei parajanov, M.Ponomarenko, Sergei Yutkevich / Music-Tigram Mansuryan / Cinematographer-Suren Shakhbazyan

வரலாற்றின் காட்சிக் கவிதையாகப் போற்றப்படும் இப்படம் சோவியத் ரஷ்யாவின் ஆர்மீனியாவில் 1969-ல் எடுக்கப்பட்டது. சோஷலிஸ யதார்த்தத்துக்கு எதிராகவும், மதநம்பிக்கைக்கு ஆதரவாகவும் இருப்பதால் தடைசெய்யப்பட்ட இப்படத்தின், திரைக்கதை, படத்தொகுப்பு, நடனம், உடை, கலை அனைத்தும் வடிவமைத்து இயக்கியவர் செர்கய் பரஜனோவ் (Sergei paradjanov).

ஒரு தேசத்தின் வரலாறும் பண்பாடும் அதன் கலைகளில் இருக்கிறது. ஆனால், நாம் இசையென்றும், நடனமென்றும் கொண்டாடுகிற பல விஷயங்களில் நம் பண்பாடு இருக்கிறதா? உண்மையில் நம் பண்பாட்டின் அடையாளம் நாட்டுப்புறக் கலைகளில் இருக்கிறது. ஆனால், அந்தக் கலையும் கலைஞனும் அடையாளமில்லாமல் எங்கோ கிராமத்தில் இருக்கிறார்கள். சயத்நோவா கொல்லப்பட்டார். ஆனால், எத்தனை ஆயிரம் கலைஞர்களை போதிய அங்கீகாரம் தராமல் நாம் பசியால் கொன்றிருக்கிறோம்?!

59

பாரடைஸ் நவ்

PARADISE NOW

தீவிரவாதிகள் எப்படி உருவாகிறார்கள்? அதிலும் உயிரையே தங்கள் இயக்கத்துக்காகத் தரும் அளவுக்கு தற்கொலைப் படையினராக எப்படி மாறுகிறார்கள்? சாதாரணமான இளைஞர்களாக இருந்த இருவர் மனித வெடிகுண்டாக மாறுவதும் அதனால் வரும் மனப்போராட்டமும்தான் ‘Paradise Now’.

இளைஞனான சையதும் அவனது நண்பனான கலத்தும் பழைய கார்களை பழுது பார்க்கும் ஒரு கடையில் மெக்கானிக்காக வேலை பார்க்கிறார்கள். சையதுக்கு சுஹா என்னும் ஒரு தோழி இருக்கிறாள். அன்று இரவு வேலை முடிந்து வீடு திரும்பும் வழியில் சையத், ஜமால் என்பவரைச் சந்திக்கிறான். இருவரும் நலம் விசாரித்துக்கொள்கிறார்கள். அப்போது ஜமால், சையதை தனியாக அழைத்து வருகிறார், “இங்க பாரு சையத், சமீபத்தில் குண்டுவீச்சில் நடந்த படுகொலைகளுக்கு நாம் பதில் சொல்லியே ஆகணும். நாளைக்கு இஸ்ரேலின் ஒரு நகரத்தில் தாக்குதல் நடத்தலாம்னு முடிவெடுத்திருக்கோம். அதுக்கு மனித வெடிகுண்டாக மாற உன்னையும் கலத்தையும் இயக்கத்திலிருந்து தேர்வு பண்ணியிருக்கோம்.” “நாளைக்கா?” “ஆமா. தயாரா இருக்கியா?” “ம்… கடவுளோட விருப்பம்” என்று சையத் உடனே சம்மதிக்கிறான். “இன்னைக்கு இரவை உன் குடும்பத்தோடு செலவழி. இது யாருக்கும் தெரியக்கூடாது. நீ தாக்குதலுக்கு போறவரைக்கும் நான் உன்கூடதான்

இருப்பேன்" என்று சொல்லி சையதுடன் அவன் வீட்டுக்கு ஜமாலும் வருகிறான்.

தன் அறைக்குவந்து அமைதியாக உட்கார்ந்திருக்கும் சையத் மெதுவாக வெளியே வருகிறான். சமைத்துக்கொண்டு இருக்கும் அம்மாவைப் பார்க்கிறான். "அம்மா... எனக்கு வேலை கிடைச்சிருக்கு. நாளைக்கு இஸ்ரேலுக்குப் போகணும்" என்று பொய் சொல்கிறான். அம்மா அதைக்கேட்டு மகிழ்ச்சியுடன் சையதுக்கும் ஜமாலுக்கும் தேவையான இரவு உணவைச் செய்து கொடுக்கிறாள். அன்றைய இரவு உணவை சையத் அவனது அம்மா, தங்கை தம்பியுடன் சாப்பிடுகிறான்.

அன்று இரவு முழுக்க சையத் தூக்கம் வராமல் விழித்திருக்கிறான். காலையில் அம்மாவுடன் அமர்ந்து பேசுகிறான். அவனையே பார்க்கும் அம்மா, "ஏன் இன்னைக்கு உனக்கு என்னாச்சு?" என்று கேட்கிறாள். "ஒன்றுமில்லை" என்று சமாளிக்கும் சையத் ஜமாலுடன் கிளம்புகிறான். இருவரும் போராளிகள் ரகசியமாகத் தங்கியிருக்கும் இடத்துக்கு வருகிறார்கள். அங்கு ஏற்கனவே வந்திருக்கும் கலத், சையதைப் பார்த்ததும் கட்டிக்கொள்கிறான். தற்கொலைப் படையினராக மாறப்போகிற கலத், சையத் இருவரையும் போட்டோ எடுக்கிறார்கள். விடியோவில் அவர்களது கடைசி உறுதி மொழியைப் பதிவு செய்கிறார்கள்.

கலத், கையில் துப்பாக்கியுடன் பேசுகிறான்... "கடவுளின் பெயரால் உயிர்த்தியாகம் செய்வதென முடிவெடுத்துள்ளேன்.

போரிடுவதற்கு வேறுவழிகள் எங்களிடம் இல்லை. பாலஸ்தீனியர்களுக்கான பங்குகளையும், சம உரிமைகளையும் வழங்கவேண்டும். நிலங்களைக் கைப்பற்றுவதும், ஜெருசலத்தை யூதஇனமாக மாற்றுவதையும், இங்கிருக்கும் மனித இனத்தை வேரோடு அழிப்பதையும் நிறுத்தி இஸ்ரேல் ஒரு உடன்பாட்டுக்கு வரவேண்டும். சாவதற்கு நான் பயப்படவில்லை. அன்பான அப்பா, அம்மா... இந்த விதத்தில் நான் உங்களிடமிருந்து விடைபெறுவதற்கு என்னை மன்னியுங்கள்." அடுத்து சையத் உறுதிமொழி எடுத்ததும் அவர்கள் இருவருக்கும் முடியை வெட்டி, தாடியைச் சவரம் செய்கிறார்கள். படுக்கவைத்து உடலைச் சுத்தமாக சோப்பு போட்டுக் கழுவுகிறார்கள். குரான் ஓதுகிறார்கள். இருவருக்கும் கோட்சூட் அணிவிக்கிறார்கள்.தொழுதபின் எல்லோரும் ஒன்றாக அமர்ந்து இருவருடன் கடைசி விருந்தைச் சாப்பிடுகிறார்கள். விருந்து முடிந்ததும் உடலில் சக்திவாய்ந்த வெடிகுண்டைப் பொருத்துகிறார்கள். கிளம்பும்முன் போராளிகளின் தலைவர் அவர்களை வந்து சந்திக்கிறார்.

"இந்த கௌரவம் யாராவது சிலருக்குத்தான் கிடைக்குது. நீங்கள் நேராக சொர்க்கத்துக்குப் போனதும் இங்க இருக்கிற எல்லாவற்றுக்கும் நாங்க பொறுப்பு ஏத்துக்குவோம். உங்களுடைய வீரசாகசத்தைப் போற்றி நினைவு விழா கொண்டாடுவோம்" என்று சொல்லிவிட்டு இருவரையும் பார்க்கும் அவர், "உங்களுக்கு ஏதாவது தேவைகள் இருக்கா?" என்று கேட்கிறார்." "இதனால் எங்க குடும்பத்தில் இருக்கிறவங்களுக்கு எந்தக் கஷ்டமும் வரக்கூடாது. எங்களோட போஸ்டர் நகரம் முழுக்க இருக்கணும்" என்று கலத் சொல்கிறான். அதை ஏற்றுக்கொள்ளும் அவர், "கடந்த இரண்டு வருஷத்தில் நடக்கிற மிகப்பெரிய தாக்குதல் இது. ரொம்ப கவனமா இதைத் திட்டமிட்டிருக்கோம். உலகமே இதைப் பார்த்து ஆச்சரியப்படப் போகுது" என்று சொல்லி இருவரையும் இறுக்கக் கட்டிப்பிடித்து வாழ்த்துச் சொல்லிவிட்டு கிளம்புகிறார். அவர் போனதும் அவர்கள் அருகில் வரும் ஜமால் அந்த வெடிகுண்டு பற்றி விளக்குகிறார். "இந்த வெடிகுண்டை ஒருமுறை இயக்கி உடம்பில் கட்டியாச்சுன்னா பிறகு அதை நாங்கதான் எடுக்கமுடியும். நீங்களா எடுக்க முயற்சி செஞ்சா வெடிச்சிடும்" என்கிறார்.

இருவரையும் ஏற்றிக்கொண்டு கார் கிளம்புகிறது. "எல்லைக்கு அந்தப்பக்கம் அபு ஸபாப்னு ஒருத்தரை சந்திப்பீங்க. அவர் உங்கள சரியான இடத்துக்கு அழைச்சிட்டுப் போவார். உங்கள்ல ஒருத்தர் முதல்ல வெடிக்கவைங்க. பதினஞ்சு நிமிஷத்தில் போலீஸ் ராணுவம்னு எல்லாரும் கூடிடுவாங்க. அப்ப இரண்டாவது வெடிகுண்டு அவங்க எல்லாரையும் தூக்கணும். இந்தாங்க இதில் கொஞ்சம் பணமும் உங்களோட அடையாள அட்டையும் இருக்கு."

அவர்கள் இருக்கும் கார் மரங்கள் அடர்ந்த யாருமில்லாத எல்லைப் பகுதியின் ஓரம் வந்து மறைவாக நிற்கிறது. காரிலிருந்து சையத், காலத், ஜமால் மூவரும் இறங்குகிறார்கள். ஜமால் இருவரையும் இருக்கச்சொல்லிவிட்டு எல்லைப் பகுதிக்கு போகிறான். சையதும், கலத்தும் காத்திருக்கிறார்கள். இறுக்கமாக இருக்கும் சையத் பேசுகிறான்... "காலத், நாம் சரியானதைத்தான் செய்றோமா?" "என்ன சொல்ற? இன்னும் ஒரு மணி நேரத்தில் நாம ஹீரோ ஆகப்போறோம். கடவுள்கூட சொர்க்கத்தில் இருக்கப்போறோம்." "ஏன் உனக்கு பயமா இருக்கா?" "இல்ல" "இன்னும் கொஞ்ச நேரம்தான்" என்று காலத் சொல்லும்போது, வேவு பார்க்கப்போயிருந்த ஜமால் வருகிறான்.

"கிளம்பலாமா... உறுதியா இருங்க. பலகீனமா இருந்தா குரான் எடுத்துப் படிங்க. கடவுளை வேண்டிக்கங்க." இருவரும் கிளம்புகிறார்கள். இஸ்ரேல் எல்லையில் உயரமாக போடப்பட்ட வேலியில் நுழைகிறார்கள். தூரத்தில் அவர்களை அழைத்துப்போக நிற்கும் காரை நோக்கி நடக்கையில் இன்னொரு திசையிலிருந்து ஒரு கார் வருகிறது. துப்பாக்கிகள் வெடிக்கின்றன. நிலைமையைப் புரிந்துகொண்டு காலத் வேகமாக ஓடி எல்லையைத் தாண்டி, தனது நாட்டுக்குள் வருகிறான். சையதும் அவன் பின்னால்

ஓடிவருகிறான். வேகமாக ஓடிவரும் காலத் முன்பு தான் நின்றிருந்த இடத்துக்கு ஓடிவருகிறான். அங்கிருக்கும் ஜமால், "என்னாச்சு... சையத் எங்க?" என்று கேட்கிறான். "தெரியல" என்று கலத் சொல்கிறான். ஹெலிகாப்டர் சத்தம் கேட்கிறது. உடனே அவர்கள் காரில் ஏறி கிளம்புகிறார்கள். சற்று தாமதமாக சையத் கார் நின்றிருந்த இடத்தை நோக்கி வேகமாக ஓடிவருகிறான். அங்கு யாருமேயில்லாததைக் கண்டு அதிர்ச்சியடைகிறான்.

ஜமாலும், கலத்தும் போராளிகளின் இடத்துக்கு வருகிறார்கள். கலத்தின் உடலில் கட்டிய வெடிகுண்டை எடுக்கிறார்கள். தாக்குதல் தோல்வி அடைந்ததால் போராளிகள் அனைவரும் தாங்கள் தங்கியிருக்கும் இடத்தை மாற்றுகிறார்கள். வெடிகுண்டோடு சையத் சுற்றுவதால் அவனுக்கு தங்களால் ஆபத்து வந்துவிடும் என்று நினைக்கும் போராளிகள் அவனைத் தீவிரமாகத் தேடச் சொல்ல, கலத் காரை எடுத்துக்கொண்டு கிளம்புகிறான். இன்னொருபுறம் சையத் ஒரு காரில் ஏறி போராளிகள் தங்கியிருக்கும் இடத்துக்கு வந்து பார்க்கிறான். அங்கும் யாருமேயில்லாததைப் பார்த்துக் கோபம் அடைகிறான்.

அங்கிருந்து தான் வேலை பார்க்கும் மெக்கானிக் கடையில் ஒருவேளை கலத் இருக்கலாம் என்று அவனைத் தேடி நடந்தே வருகிறான். கடைக்காரர், சையத் கோட்சூட்டில் இருப்பதை ஆச்சர்யமாகப் பார்த்துப் பேசிக்கொண்டு இருக்கும்போது தனது காரைச் சரிசெய்ய சுஹா அங்கு வருகிறாள். கோட்சூட்டில் வித்தியாசமான தோற்றத்துடன் சையத் இருப்பதைப் பார்க்கிறாள். "ஏன் ஒருமாதிரியா இருக்க?" "ஒண்ணுமில்லை" என்று சையத் சமாளிக்கிறான். அவனைக் காரில் ஏற்றிக்கொண்டு இருவரும் அங்கிருந்து கிளம்புகிறார்கள். காருக்குள் சையத் இறுக்கமாக அமர்ந்திருக்கிறான். ஒருநிலையில் சையத் அவளை அர்த்தம் ததும்பப் பார்க்கிறான். அவளை முத்தமிடுகிறான். பிறகு காரிலிருந்து வேகமாக இறங்கி அங்கிருந்து நடக்கிறான்.

இதற்கிடையில் சையத்தைத் தேடிக்கொண்டிருக்கும் கலத், சுஹா வீட்டில் வந்து காத்திருக்கிறான். சுஹா அப்போது காரில் வந்து இறங்குகிறாள். அவளைப் பார்த்ததும் அவள் அருகில் போய் "சையதைப் பார்த்தியா?" என்று கேட்கிறான். அவனும் கோட்சூட் அணிந்திருப்பதைப் பார்த்ததும், சுஹாவுக்கு எல்லாம் புரிந்துவிடுகிறது. கத்திக்கொண்டே அவனது சட்டையைக் கிழிக்கிறாள். ஆவேசமாக அவள் கத்துவதைப் பார்த்து கலத்தும் "அவன் எங்க சொல்லு" என்று கத்த, "அந்தப்பக்கம்தான் வேகமா போனான்" என்று சொல்லி அவள் அழுகிறாள். இருவரும் அவனைத் தேடிக் கிளம்புகிறார்கள். "ஏன் இதெல்லாம் செய்றீங்க?" என்று சுஹா கோபத்துடன் கேட்கிறாள். "அநீதிக்கு எதிரா யாராவது தியாகியா மாறித்தான் ஆகணும்" என்கிறான் கலத்.

"இது தியாகமே இல்ல... பழிவாங்குதல்" "எங்கக்கிட்ட ஏரோப்பிளேன் இருந்தா தியாகிகள் தேவைப்படமாட்டாங்க" "இந்த வழியில் ஜெயிக்க முடியுமா? நம்மை நாமே அழிச்சுக்கிட்டு என்ன செய்ய முடியும்? "இதை ஒரு நீதிப்போரா மாத்தணும்" என்கிறாள் சுஹா. "இஸ்ரேலுக்குன்னு எந்த நீதியும் இல்லாதப்போ எப்படி அது முடியும்?" என்று பேசிக்கொண்டே காரை நிறுத்துகிறான்.

சையத் தனியா இருட்டுக்குள் படுத்திருப்பதைப் பார்த்ததும் கலத்தும், சுஹாவும் அவனை நோக்கி ஓடிவருகிறார்கள். கலத் சையதை இறுகக் கட்டிக்கொள்கிறான். மனம் வெறுத்திருக்கும் சையத், அங்கிருந்து ஓடத்துவங்குகிறான். அவனை விரட்டிப் பிடிக்கும் கலத் அவனை போராளிகள் இருக்கும் இடத்துக்கு அழைத்து வருகிறான். போராளிகளின் தலைவன் தனி அறையில் சையதிடம் பேசுகிறான்... "இங்கப் பாரு சையத்... நாம எவ்வளவு ரிஸ்க் எடுத்திருக்கோம்கிறது உனக்குத் தெரியும். நீ எல்லாத்தையும் கெடுத்துட்டே!" அமைதியாக அமர்ந்திருக்கும் சையத் பேசத்துவங்குகிறான்... "என்னை மன்னிக்கணும். நான் ஒரு அகதிகள் முகாம்லதான் பிறந்தேன். வாழ்க்கை இங்க ஆயுள் முழுக்க ஜெயில்ல இருக்கிற மாதிரி இருக்கு. ஆக்கிரமிப்போட குற்றங்கள் கணக்கில்லாமப் போயிட்டிருக்கு. மக்களோட பலவீனத்தைப் பயன்படுத்துறாங்க. அந்தப் பலவீனம்தான் நம்ம

மக்களைக் காட்டிக் கொடுக்கிறவங்களா மாத்திடுது. அப்படித்தான் நல்லவரான என் அப்பா காட்டிக்கொடுத்தார். அதனால், அவரைக் கொன்னாங்க. அப்போ எனக்கு பத்து வயசு. அவர் செஞ்சதுக்கு நான் பொறுப்பேத்துக்கிறேன். உலகம் இங்க நடக்கிற எல்லாவற்றையும் கோழைத்தனத்தோடவும் ரொம்ப அலட்சியத்தோடவும் கவனிச்சுக்கிட்டிருக்கு. தனியா இருந்து இந்த அடக்குமுறையை சந்திக்கும்போதுதான் இதைத் தடுக்கிறதுக்கு ஒருவழியை கண்டுபிடிச்சே ஆகணும்னு தோணுது. இதுக்கு வேறவழி எனக்குத் தெரியல. நீங்க என்ன முடிவெடுக்கிறீங்களோ எனக்குத் தெரியாது. ஆனா, நான் திரும்பவும் அகதிகள் முகாமுக்கு போகப்போறதில்லை" என்று சொல்லி ஒரு முடிவுடன் வெளியே வருகிறான்.

மறுநாள் கலத், சையத் இருவரும் தாக்குதலுக்கு திரும்பவும் எல்லை கடந்து அழைத்துச்செல்லப்படுகிறார்கள். காரில் அழைத்துச் செல்பவன் இஸ்ரேலின் குறிப்பிட்ட இடத்தில் இறக்கிவிடுகிறான். "ஒருவேளை நீங்க காணாமப் போயிட்டீங்கன்னா இந்த போன்ல என்னைக் கூப்பிடுங்க" என்று ஒரு போனைக் கொடுக்கிறான். சையதும் கலத்தும் இறங்கி நடக்கிறார்கள். சையத் வேகமாக முன்னால் நடக்க அவனைக் கலத் பின்தொடர்கிறான். "சையத் நில்லு நில்லு. நான் கேட்கிறதுக்குப் பதில் சொல்லு" என்று கத்துகிறான். சையத் கோபத்துடன் நின்று திரும்புகிறான். "சையத்... வா போகலாம். சுஹா சொல்றதுதான் சரி. நாம இந்த வழியில ஜெயிக்கமுடியாது!" "நாம இதைச் செய்வோம் மற்றதை கடவுள் தீர்மானிக்கட்டும்" "நான் உன்னை சாகவிட மாட்டேன். அந்த போனைக் கொடு" என்று வாங்கிப் பேசுகிறான். "ஹலோ... உடனே வாங்க. நாங்க திரும்பிப் போகணும்" "இல்ல யோசிச்சு சொல்லுங்க" என்று பதில் வருகிறது. "யோசிக்கிறதுக்கு ஒண்ணுமில்ல... ஆமா, ரெண்டு பேரும்தான் இந்த முடிவெடுத்திருக்கோம். சீக்கிரம் வாங்க'' இருவரும் சற்று முன்னர் இறங்கிய இடத்துக்கு வருகிறார்கள்.

கார் வந்து நிற்கிறது. கதவைத் திறந்து முதலில் கலத் ஏறுகிறான். வேகமாக கதவைச் சாத்தும் சையத், ''கிளம்புங்க'' என்று கத்துகிறான். கார் வேகமாகக் கிளம்புகிறது. கலத் பின் கண்ணாடியின் வழியே, "சையத்... சையத்..." என்று கத்துகிறான். சையத் உறுதியுடன் திரும்பி நடக்கிறான். கலத் காருக்குள் அழுகிறான். பாலஸ்தீனத்தில் சுஹா, சையதின் போட்டோவுடன் கலக்கத்துடன் உட்கார்ந்து இருக்கிறாள். சையதின் அம்மா மகனை இன்னும் காணாமல் சோகத்துடன் காத்திருக்கிறாள். போராளிகள் ஒருபுறம் செய்திக்காகக் காத்திருக்கிறார்கள்.

இஸ்ரேலில் ராணுவ வீரர்களும், பயணிகளும் நிரம்பிய பேருந்து... அந்தக் கூட்டத்தினுள் சையத் கோட்-சூட்டுடன்

அமர்ந்திருக்கிறான். அவன் கண்கள் அசைவற்று தீர்க்கமாகப் பார்த்துக்கொண்டு இருக்க, திரை வெண்ணிறமாக மாறி இருள்கிறது. ஆழ்ந்த மௌனத்தில் எழுத்துகள் மேல்நோக்கி நகர படம் முடிகிறது.

அகதியாக வாழும் சையத் வீட்டில் கடைசியாகச் சாப்பிடும்போது அம்மாவைப் பார்ப்பதும், வெடிகுண்டுடன் தப்பித்து வீட்டுக்கு வந்து அம்மாவை சன்னல் வழியே ஒளிந்திருந்து பார்த்துவிட்டுத் திரும்புவதும், இஸ்ரேலுக்குள் நுழைந்து ஒரு பேருந்தில் ஏறலாம் என நினைக்கையில்... அந்தப் பேருந்தில் ஒரு குழந்தை இருப்பது அறிந்து, பேருந்தில் ஏறாமல் தவிர்ப்பதும் நெகிழ்வான இடங்கள்.

திரும்பிய பக்கமெல்லாம் அடைக்கப்படும் சாலைகள், விமானத் தாக்குதல்கள், ஒரு இனத்தையே அழிக்க ஆண்மையை இழக்கவைக்கும் விதமாக தண்ணீரில் கலக்கப்படும் விஷமருந்துகள், இதைக் குறிப்பிடும் விதமாக கலத் உறுதிமொழி விடியோவில் தன் அம்மாவை நல்ல குடிநீர் வடிகட்டி வாங்கிக்கொள்ளச் சொல்வதுமாக படம் முழுக்க வரும் உரையாடல் ஒவ்வொன்றும் அரசியல் முக்கியத்துவம் வாய்ந்தவை. கடைசியில் சையத் பார்க்கும் செல்போன் விளம்பரங்கள், கடற்கரை என உலகின் மகிழ்ச்சியான நிகழ்வுகள் அனைத்தும் இறுதித் தருவாயில் கடந்துபோவது காட்சிக் கவிதை. ஒரு போராளியின் தாக்குதலுக்கான தேவையை விவாதிக்கும் இப்படம் கோல்டன் குளோப் விருது உள்ளிட்ட பல விருதுகளைப் பெற்றது. 2005-ல் வெளியான இந்த பாலஸ்தீன நாட்டுப் படத்தின் இயக்குனர் ஹனி அபு ஆசாத் (Hany Abu-Assad).

Hany Abu-Assad

1961-ல் பாலஸ்தீனத்தில் உள்ள நஸரேத் எனும் இடத்தில் பிறந்தார். நெதர்லாந்தில் மேற்படிப்பை படித்த இவர் இரண்டு வருடங்கள் விமானப் பொறியாளராக வேலைப் பார்த்தார்.

பின்னர் திரைப்படத்திலும் தொலைக்காட்சியிலும் ஏற்பட்ட ஆர்வத்தால் ஒரு தயாரிப்பாளராக தன் கலை வாழ்க்கையைத் துவக்கினார். பி.பி.சி மற்றும் சேனல் 4 முதலான தொலைக்காட்சிகளில் அயல்நாடுகளில் குடியேறுகிறவர்கள் பற்றிய ஆவணப்படத்தை எடுத்தார். 1992-ல் தனது முதல் குறும்படத்தை எடுத்தார்.

'என் திரைப்படங்களில் மெசேஜ் எதுவுமேயில்லை. ஏனெனில் மெஸேஜ் தருவது தபால்காரரின் வேலை' என்று சொல்லும் இவர் இந்தப் படத்தை இஸ்ரேலின் ராக்கெட் தாக்குதலுக்கு நடுவில் எடுத்தார். இவர் பாலஸ்தீனத்தின் முக்கியமான இயக்குனர்.

இவரது பிற படங்கள்

Paradise Now (2005) Rana's Wedding (2002) Ford Transit (2002) Nazareth 2000 (2000) 14e kippetje, Het (1998)

Technical Details

Paradise Now / 2005 / Palestine / 90min / colour / Director-Hany Abu-Assad / Writer- Hany Abu-Assad, Bero beyer, Pierre Hodgson / Cast- Kais Nashif, Ali Suliman, Lubna Azabal / Editor-Sander vos / Music- Jina Sumedi / Cinematography-Antoine Heberle

ஒரு நாடு விமானங்கள் மூலமாகக் குண்டு வீசி அப்பாவி மக்களையும், குழந்தைகளையும் ஆயிரக்கணக்கில் கொல்கிறது. அதில் குடும்பத்தை இழந்த ஒருவன் தன் உடலில் வெடிகுண்டைக் கட்டிக்கொண்டு சிலரைக் கொல்கிறான். முன்னதை அமைதிக்கான முயற்சி என்கிறோம். பின்னதைத் தீவிரவாதம் என்கிறோம். உயிர்களைக் கொல்கிற எதுவும் தீவிரவாதம்தான். ஆனால், அது எங்கிருந்து துவங்குகிறது? அதிகாரத்தில் இருப்பவர்களின் ஆசையில், தன்முனைப்பில், அலட்சியத்தில், பிடிவாதத்தில் இருந்துதானே?!